മികച്ച ചെറിയ സംസാരം

മികച്ച ചെറിയ സംസാരം

എല്ലാവരോടും സംസാരിക്കുക,
അസ്വസ്ഥതകൾ ഒഴിവാക്കുക, ആഴത്തിലുള്ള
സംഭാഷണങ്ങൾ സൃഷ്ടിക്കുക, യഥാർത്ഥ
സുഹൃത്തുക്കളെ ഉണ്ടാക്കുക

പാട്രിക് കിംഗ്

വിവർത്തനം : ശില്പ ഒരലക്കോട്ട്

MANJUL

മഞ്ജുൾ പബ്ലിഷിങ് ഹൗസ്

First published in India by

MANJUL

Manjul Publishing House

Corporate and Editorial Office

•2nd Floor, Usha Preet Complex, 42 Malviya Nagar,
Bhopal 462 003 - India

Sales and Marketing Office

•C-16, Sector 3, Noida, Uttar Pradesh 201301, India
Website: www.manjulindia.com

Distribution Centres

Ahmedabad, Bengaluru, Kochi, Kolkata, Chennai,
Hyderabad, Mumbai, New Delhi, Pune

Malayalam translation of *Better Small Talk* by Patrik King

This edition first published in 2026

ISBN 978-93-7317-511-9

Translation by Shilpa Oralakkott

Printed and bound in India by Repro India Limited

ഉള്ളടക്കം

അദ്ധ്യായം 1

ഓ, ചെറിയ സംസാരം

മനുഷ്യർ ഒരു സാമൂഹിക ജീവിവർഗ്ഗമാണ്. സന്തോഷം അനുഭവപ്പെടുന്നതിനും, വിഷാദം അകറ്റുന്നതിനും, ആരോഗ്യം നിലനിർത്തുന്നതിനുമെല്ലാം അക്ഷരാർത്ഥത്തിൽ ബന്ധങ്ങൾ നിർണ്ണായകമാണ്. ഏകാന്തതയുടെ അനന്തരഫലങ്ങൾ മോശമായ ഭക്ഷണ ശീലങ്ങൾക്കും കുറഞ്ഞ അളവിൽ മാത്രം വ്യായാമം ചെയ്യുന്നതിനും സമാനമാണെന്നും ആത്യന്തികമായി അത് അകാല മരണത്തിലേക്ക് നയിക്കുമെന്നും വിവിധ പഠനങ്ങൾ തെളിയിച്ചിട്ടുണ്ട്.

ഇതൽപ്പം ഭാവുകത്വം നിറഞ്ഞ ഒന്നായി തോന്നാം, പക്ഷേ കൂട്ടുകെട്ട് എന്നത് അക്ഷരാർത്ഥത്തിൽ അതിജീവനത്തിനും അഭിവൃദ്ധി പ്രാപിക്കുന്നതിനും വേണ്ടി നമ്മുടെ മസ്തിഷ്കം നിർമ്മിച്ചിരിക്കുന്ന വഴിയാണ്.

എന്നാൽ ഈ പുസ്തകത്തിലെ വിഷയത്തിന്റെ ഉദ്ദേശ്യങ്ങൾക്കായി, അതിലും പ്രധാനപ്പെട്ട ഒരു വിശദാംശമുണ്ട് : നമുക്ക് ചുറ്റുമുള്ള ആളുകളുടെ എണ്ണമോ സാന്നിധ്യമോ മാത്രമല്ല, നമ്മുടെ ഇടപെടലുകളുടെ *ഗുണനിലവാരവും* പ്രധാനമാണ്. നമ്മുടെ മസ്തിഷ്കം പോലും ചെറിയ സംസാരത്തെ പുച്ഛിക്കുന്നതുപോലെ തോന്നുന്നു.

2010-ൽ മത്തിയാസ് മെഹൽ ഒരു പഠനം നടത്തി. പഠനത്തിൽ പങ്കെടുത്തവർ മൂന്ന് ദിവസം, അവരുടെ

ചുറ്റുപാടിലുള്ള ശബ്ദങ്ങൾ റെക്കോർഡു ചെയ്യുന്ന ഒരു ഉപകരണവുമായിനടന്നു.ഓരോപങ്കാളിയുംമറ്റ്ആളുകളുടെ സാന്നിധ്യത്തിൽ എത്രനേരം ഇരുന്നുവെന്നും, അവർ സാധാരണ സംഭാഷണങ്ങൾ നടത്തുകയാണോ അതോ കൂടുതൽ ഗൗരവമായ കാര്യങ്ങളെക്കുറിച്ച് സംസാരിക്കുക യാണോ എന്ന് ഗവേഷകർ വിശകലനം ചെയ്തു. അടിസ്ഥാന പരമായി, ഈ പങ്കാളികൾ ഏതൊക്കെ തരത്തിലുള്ള ഇടപെടലുകളിൽ പങ്കെടുക്കുന്നു, അവരുടെ ജീവിതത്തിൽ അവ ചെലുത്തിയ സ്വാധീനം എന്തെല്ലാം എന്നിവ പകർത്തുക യായിരുന്നു ഈ പഠനത്തിന്റെ ലക്ഷ്യം.

അതേസമയം, ഗവേഷകർ ആളുകളുടെ മൊത്തത്തി ലുള്ള സന്തോഷവും മാനസികവും ശാരീരികവുമായ ക്ഷേമവും അളന്നു. അടിസ്ഥാനപരവും ആഴത്തിലുള്ളതു മായ ചർച്ചകളും കൂടുതൽ ക്ഷേമവും സന്തോഷവും തമ്മിൽ വ്യക്തമായ ഒരു ബന്ധം ഉണ്ടെന്ന് അവർ കണ്ടെത്തി. ഇത് നിങ്ങൾ ഒരുപക്ഷേ സംശയിച്ചിട്ടുള്ളതോ അല്ലെങ്കിൽ നിങ്ങൾക്ക് മുമ്പ് തോന്നിയിട്ടുള്ളതോ ആയ ഒരു കാര്യമാണ്, എന്നാൽ ദുർബ്ബലരായിരിക്കുന്നതും മറ്റുള്ളവരുമായി കാര്യ ങ്ങൾ തുറന്നുപറയുന്നതും പല തലങ്ങളിൽ ഗഹനമായ സംതൃപ്തി നൽകുന്ന പ്രവർത്തനമാണ്.

ചെറിയ സംസാരത്തെ സംബന്ധിച്ചിടത്തോളം, സാരാം ശത്തിനും ആഴത്തിനും വിപരീതമായത് എന്താണ്? ശരി, ഇത് ക്ഷേമവും സന്തോഷവുമായി ഒരു നിഷേധാത്മകമായ ബന്ധമുണ്ടാക്കുന്നു, അതായത് ആളുകളെ അസന്തുഷ്ട രാക്കുന്നു. അതാ, ചെറിയ സംസാരം ഒഴിവാക്കണം, അല്ലെങ്കിൽ എത്രയും വേഗം അതിൽ നിന്ന് രക്ഷപ്പെടണം എന്നതിന്റെ യഥാർത്ഥ തെളിവ്.

ഗവേഷകനായ ആർതർ ആരോൺ 1997-ൽ ഒരു പഠനം നടത്തി, അതിൽ പരസ്പരം അറിയാത്ത ആളുകളെ ജോടിയാക്കുകയും അവർക്ക് ചോദിക്കാനുള്ള തികച്ചും വ്യക്തിപരമായ ചോദ്യങ്ങളുടെ ഒരു പട്ടിക നൽകുകയും ചെയ്തു. ചോദ്യങ്ങൾ ആക്ഷേപകരമായ രീതിയിൽ കടന്നു

കയറുന്നില്ലെങ്കിലും, അവ കേവലം ചെറിയ സംസാരം മാത്രമല്ല. ("നിങ്ങൾക്ക് പ്രശസ്തനാകാൻ താൽപ്പര്യമുണ്ടോ, എങ്കിൽ എങ്ങനെ?" "നിങ്ങൾ എങ്ങനെ മരിക്കും എന്നതിനെക്കുറിച്ച് നിങ്ങൾക്ക് എന്തെങ്കിലുമൊരു ഊഹം ഉണ്ടോ?" "നിങ്ങളുടെ ഏറ്റവും ഭയാനകമായ ഓർമ്മ എന്താണ്?" "നിങ്ങളുടെ അമ്മയുമായുള്ള നിങ്ങളുടെ ബന്ധത്തെക്കുറിച്ച് നിങ്ങൾക്ക് എന്തു തോന്നുന്നു?")

ഈ "ആഴത്തിലുള്ള ചോദ്യങ്ങളോട്" പങ്കെടുക്കുന്നവർ തുറന്ന മനസ്സോടെയും അടുപ്പത്തോടെയും പ്രതികരിച്ചതായി ആരോൺ കണ്ടെത്തി. ചോദ്യങ്ങൾ അവരുടെ സ്വകാര്യതയെ കടന്നാക്രമിക്കുകയോ ഏതെങ്കിലും വിധത്തിൽ ദുർബ്ബലപ്പെടുത്തുകയോ ചെയ്യുന്നതായി അവർക്ക് അനുഭവപ്പെട്ടില്ല. പകരം, ഈ ചോദ്യങ്ങൾ പങ്കെടുത്തവരിൽ സത്യസന്ധത, കൂടുതൽ വൈകാരിക ഒഴുക്ക്, ആത്മാർത്ഥത എന്നിവയെ പ്രോത്സാഹിപ്പിച്ചു. പരീക്ഷണത്തിന് മുമ്പ് തികച്ചും അപരിചിതരായ മറ്റ് പങ്കാളികളുമായി അവർക്ക് കൂടുതൽ അടുപ്പം തോന്നി. ഈ പഠനത്തിന്റെ ഭാവി ആവർത്തനങ്ങൾക്ക് "എങ്ങനെ 36 ചോദ്യങ്ങൾ കൊണ്ട് പ്രണയത്തിലാകാം" എന്നിങ്ങനെയുള്ള പേരുകൾ നൽകിയിട്ടുണ്ട്, കാരണം പങ്കാളികൾ തമ്മിൽ മുമ്പ് നിലവിലില്ലായിരുന്ന, ഒരു പുതിയ ബന്ധത്തിന് ഇത് ശക്തമായ സ്വാധീനം ചെലുത്തി.

ഈ രണ്ട് പഠനങ്ങൾ എന്താണ് അർത്ഥമാക്കുന്നതെന്ന് നിങ്ങൾക്ക് ഇതിനകം തന്നെ അറിയാം : നമ്മുടെ ആശയവിനിമയങ്ങളെ കൂടുതൽ ആഴത്തിൽ അല്ലെങ്കിൽ തീവ്രമായി പരിശോധിക്കുന്നത് നമ്മൾ വിചാരിക്കുന്നതിലും വളരെ വേഗത്തിൽ നല്ല ഫലങ്ങൾ സൃഷ്ടിക്കും. ഇപ്പോൾ ഒരു ചോദ്യം അവശേഷിക്കുന്നു : നമുക്ക് അത് എങ്ങനെ പ്രാവർത്തികമാക്കാൻ കഴിയും? ഈ പുസ്തകത്തിൽ, മറ്റുള്ളവരുമായി എങ്ങനെ കൂടുതൽ ഫലപ്രദമായി ഇടപഴകാമെന്നും ചെറിയ സംസാരങ്ങൾക്കപ്പുറത്തേക്ക് എങ്ങനെ നീങ്ങാമെന്നതിനും തുടക്കം മുതൽ അവസാനം വരെ ഒരു രൂപരേഖ നൽകുവാൻ ഞാൻ ആഗ്രഹിക്കുന്നു. ആശയവിനിമയം ആരംഭിക്കുന്നതിന് മുമ്പ് തന്നെ

നിങ്ങൾ സ്വയം എങ്ങനെ തയ്യാറാകണം എന്നതിൽ നിന്നും നമുക്ക് ആരംഭിക്കാം. കൂടാതെ കൂടുതൽ അർത്ഥവത്തായ ഒന്നിലേക്ക് എത്തിച്ചേരുന്നതിന് ചെറിയ സംഭാഷണത്തിന്റെ എല്ലാ ഘട്ടങ്ങളിലൂടെയും മുന്നോട്ട് പോകാം.

ഈ പുസ്തകം വായിക്കാനുള്ള പ്രതീക്ഷയിൽ, ഒരു സംഭാഷണത്തിൽ സ്വയം ആവേശത്തോടെ പങ്കെടുക്കുന്നതിലും അതിൽ നിങ്ങൾക്ക് എന്ത് ചെയ്യുവാനാകുമെന്ന് കാണുന്നതിലും നിങ്ങൾ അമിതമായി ആവേശഭരിതരായിരിക്കാം. എല്ലാത്തിനുമുപരി, നിങ്ങൾ ഈ പുസ്തകം വായിക്കുന്നത് ഒരു കാരണത്താലാണ്, പ്രചോദനം നിങ്ങളെ അമിതമായി ആകാംക്ഷാഭരിതരാക്കും—എന്നാൽ തിരക്കുകൂട്ടുന്നത് തൽക്കാലം തെറ്റായിരിക്കും. അത് നിങ്ങളുടെ പരിചയോ വാളോ പടച്ചട്ടയോ ഇല്ലാതെ യുദ്ധത്തിൽ ഓടുന്നതിന് തുല്യമായിരിക്കും.

ചെറിയ സംസാരത്തിന്റെ ചിന്താഗതി

കാര്യമായ തയ്യാറെടുപ്പില്ലാതെ സംസാരിക്കുന്നതിലും, രസകരവും സൗഹൃദപരവുമായ കളിയാക്കലോ തമാശകളോ സൃഷ്ടിക്കുകയും ചെയ്യുന്നതിനേക്കാൾ കൂടുതൽ കാര്യങ്ങൾ, ഒരു സംഭാഷണത്തിൽ അടങ്ങുന്നുണ്ട്. നമ്മളിൽ വളരെ കുറച്ചുപേർക്ക് സ്ഥിരമായ അടിസ്ഥാനത്തിൽ അത് ചെയ്യുവാൻ കഴിയും, കൂടുതൽ സുസ്ഥിരവും എളുപ്പവും പ്രായോഗികവുമായ കാര്യം ഒരു സംഭാഷണത്തിന് വേണ്ടി മുൻകൂട്ടി തയ്യാറെടുക്കുക എന്നതാണ്.

വ്യക്തമായി പറഞ്ഞാൽ, ജോലി സംബന്ധമായ അഭിമുഖങ്ങൾ പോലെയുള്ള പ്രത്യേക സംഭാഷണങ്ങൾക്കായി നിങ്ങൾ തയ്യാറെടുക്കുന്നില്ല — പകരം, പൊതുവിലുള്ള സാമൂഹികമായ ഇടപെടലുകളിൽ തിളങ്ങാൻ നിങ്ങൾ സ്വയം തയ്യാറെടുക്കുകയാണ്. രണ്ടും തമ്മിൽ ഒരു പ്രത്യേക വ്യത്യാസമുണ്ട്. നിങ്ങൾ സംഭാഷണങ്ങൾക്കായി തയ്യാറെടുക്കുമ്പോൾ, നർമ്മോക്തിയോടു കൂടി സംസാരിക്കുന്നത് കൂടുതൽ ലഭ്യവും എളുപ്പവുമാണെന്ന് നിങ്ങൾ കണ്ടെത്തും.

അതിനാൽ രസകരമായ നർമ്മോക്തി കലർന്ന സംഭാഷണങ്ങൾക്കും ചെറിയ സംസാരത്തിനുമുള്ള ആദ്യപടി മനഃശാസ്ത്രപരമായി തയ്യാറാകുക എന്നതാണ്—അങ്ങനെ പുതിയ ഒരാളെ കണ്ടുമുട്ടുന്നത് നിങ്ങളെ വിഷമിപ്പിക്കുകയില്ല. ഇത് യഥാർത്ഥത്തിൽ എന്താണ് അർത്ഥമാക്കുന്നത്? നിങ്ങൾ ഉറക്കമുണർന്നെഴുന്നേൽക്കുമ്പോൾ നിങ്ങളുടെ ശബ്ദം ചരൽ നിറഞ്ഞ പോലുള്ളതും എളുപ്പം മനസ്സിലാക്കുവാൻ കഴിയാത്തതുമാണ്. നിങ്ങളുടെ ചിന്തകൾ അസംഘടിതവും ചുഴിയിൽ അകപ്പെട്ടതുപോലെയുള്ളതുമാണ്, ആ സമയത്ത് നിങ്ങളുടെ വായിൽ നിന്ന് വരുന്ന എന്തിനോടും "...നിങ്ങൾ എന്താണ് പറഞ്ഞത്?" എന്ന ചോദ്യത്തോടെ മറ്റുള്ളവർ പ്രതികരിക്കുവാൻ സാധ്യതയുണ്ട്.

നിങ്ങൾ പാതി ഉണർന്നിരിക്കുമ്പോൾ, എന്തിനോടെങ്കിലും പ്രതികരിക്കേണ്ടി വരുമ്പോൾ നിങ്ങൾ അതിനായി തയ്യാറായിരിക്കുന്ന അവസ്ഥയിലല്ല, മറിച്ച് നിങ്ങൾ ശ്രദ്ധയും അവബോധവും ഇല്ലാത്ത അവസ്ഥയിലായിരിക്കും. ഇതാണ് നമ്മുടെ സാമൂഹിക നില—ഇത്തരത്തിലാണ് നമ്മൾ സാധാരണയായി ഈ ലോകത്തിലൂടെ സഞ്ചരിക്കുകയും മുന്നോട്ട് നയിക്കപ്പെടുകയും ചെയ്യുന്നത്. അതിനാൽ മാനസികമായി തയ്യാറാവുകയെന്നത്, നമ്മുടെ സാമൂഹിക പേശികളെ ഉണർത്തുവാനും സജ്ജമാക്കുവാനും തുടങ്ങുന്നതിനാൽ നമ്മൾ പ്രവർത്തനത്തിന് തയ്യാറാകുന്നു.

നിങ്ങൾ ഒരു ബാറിലോ അല്ലെങ്കിൽ മറ്റുള്ളവരുമായി ഇടപഴകേണ്ടിവരുന്ന ഒരു പരിപാടിയിലോ ആയിരിക്കുമ്പോൾ, ശരിയായ മതിപ്പ് ഉണ്ടാക്കാൻ നിങ്ങൾക്ക് ഒരേയൊരു അവസരം മാത്രമേയുള്ളൂ. എന്നാൽ കാലാകാലങ്ങളായി അനിവാര്യമായും സംഭവിക്കുന്നതുപോലെ, നിങ്ങൾ പരാജയപ്പെടുകയാണെങ്കിൽ, എന്താണ് സംഭവിക്കുകയെന്ന് ഊഹിക്കുക? അത് ലക്ഷ്യത്തിലേക്കുള്ള നിങ്ങളുടെ ഒരേയൊരു അവസരമായിരുന്നു—നിങ്ങൾ അത് പരമാവധി പ്രയോജനപ്പെടുത്തുമോ?

അപരിചിതരോട് ഒരിക്കലും സംസാരിക്കരുതെന്ന്

കുട്ടിക്കാലത്ത് നമ്മെ എപ്പോഴും ഉപദേശിച്ചിരുന്നുവെന്ന കാര്യം ഓർക്കുക. നമ്മുടെ കുട്ടിക്കാലത്ത്, തന്ത്രശാലികളായ കുറ്റവാളികളുടെ ഇരകളാകാൻ സാധ്യതയുള്ള ഈ കാലത്ത്, ഈ സദുദ്ദേശ്യപരമായ നിർദ്ദേശം നമ്മെ നന്നായി സഹായിച്ചിരിക്കാം. ഉണ്ടാകുവാൻ ഇടയുള്ള *അപരിചിതമായ അപകടം* ഒഴിവാക്കേണ്ടത് ഒരു യഥാർത്ഥ കാര്യമായിരുന്നു.

പൊതുസ്ഥലങ്ങളിൽ, നമ്മൾ ചെവിയിൽ ഹെഡ്ഫോണുകൾ വയ്ക്കുകയും ഫോണുകളിൽ മുഖം ചേർത്തുവയ്ക്കുകയും ചെയ്യുന്നു. അറിയാത്ത ആളുകളുമായുള്ള ആശയവിനിമയം പരമാവധി കുറയ്ക്കുന്നതിന് നമ്മൾ മുൻഗണന നൽകുന്നു. ഈ ശീലം ഇപ്പോഴും നമ്മെ സഹായിക്കുന്നുണ്ടോ? സംഭാഷണത്തിലും ആകർഷണീയതയിലും മികച്ചവരാകുക എന്നതാണ് നമ്മുടെ ലക്ഷ്യമെങ്കിൽ, അതിന് സാധ്യതയില്ല. നാം ഈ പ്രവണത വേഗത്തിൽ ഉപേക്ഷിക്കണം, കാരണം മുതിർന്നവരെന്ന നിലയിൽ ഇത് മറ്റുള്ളവരിൽ നിന്ന് നമ്മെ ഒറ്റപ്പെടുത്തുവാൻ മാത്രമേ സഹായിക്കുകയുള്ളൂ. അത് സ്വയം ഉണ്ടാക്കിയ ഒരു സാമൂഹിക തടവറയിൽ നമ്മെ പൂട്ടിയിടുന്നു, ഒപ്പം നാം നന്നായി ഇടപഴകേണ്ട അവസരങ്ങളിൽ നിന്നും നമ്മെ സാമൂഹികമായി മാറ്റിനിർത്തുന്നു. ഏറ്റവും കുറഞ്ഞത്, ആളുകളുമായി ഇടപഴകുന്നതിന് തയ്യാറാകുന്നതിൽ നിന്നും ഇത് നമ്മെ അകറ്റുന്നു—അർദ്ധരാത്രിയിൽ നമ്മെ പതിയിരുന്ന് വീഴ്ത്തുന്നതുപോലെ.

എപ്ലിയും ഷ്രോഡറും ചേർന്ന് 2014-ൽ നടത്തിയ ഒരു പഠനത്തിൽ ട്രെയിനുകളിലും ബസുകളിലും യാത്രചെയ്യുന്ന യാത്രക്കാരെ മൂന്ന് സംഘങ്ങളായി തിരിച്ചു—ആദ്യത്തെ സംഘത്തിലുള്ളവരോട് അവരുടെ അടുത്തുള്ള ഒരു അപരിചിതനുമായി ഇടപഴകുവാനും രണ്ടാമത്തെ സംഘത്തിലുള്ളവരോട് അവരിലേക്ക് തന്നെ ശ്രദ്ധയൂന്നുവാനും മൂന്നാമത്തെ സംഘത്തിലുള്ളവരോട് സാധാരണ രീതിയിൽ യാത്ര ചെയ്യുവാനും നിർദ്ദേശിച്ചു. ഓരോ സംഘത്തിലേയും പങ്കാളികൾ മറ്റുള്ളവരുമായി ഇടപഴകാതെ, തങ്ങളിലേക്ക്

ഒതുങ്ങുമ്പോൾ കൂടുതൽ നന്നായി തോന്നുമെന്ന് പ്രവചിച്ചുവെങ്കിലും, പരീക്ഷണത്തിന്റെ ഫലം വിപരീത മായിരുന്നു. അവരുടെ യാത്രയുടെ അവസാനം, അപരിചിത നമായി ഇടപഴകിയ യാത്രക്കാരുടെ സംഘം മറ്റുള്ളവരെ ക്കാൾ കൂടുതൽ നല്ല അനുഭവം റിപ്പോർട്ട് ചെയ്തു. അപരി ചിതനായ ഒരു വ്യക്തിയുമായുള്ള സമ്പർക്കം അസ്വസ്ഥത മാത്രമേ ഉണ്ടാക്കുകയുള്ളൂ എന്ന് നമുക്ക് തോന്നുന്നു, എന്നാൽ അപ്രതീക്ഷിത ബന്ധങ്ങൾ നല്ല ഊർജ്ജം സൃഷ്ടിക്കുന്നു.

മേൽപ്പറഞ്ഞ കണ്ടെത്തലുകളെ പിന്തുണച്ചുകൊണ്ട്, സാൻഡ്സ്ട്രോമും ഡണും (2013) നടത്തിയ മറ്റൊരു പഠനം, ദിവസവും നമ്മൾ ഒരു കപ്പ് കാപ്പി വാങ്ങുമ്പോൾ, കാര്യ പ്രാപ്തിയുള്ള വ്യക്തികൾ എങ്ങനെ സന്തോഷവാനായിരി ക്കാനുള്ള അവസരം കവർന്നെടുക്കുന്നുവെന്ന് വെളിപ്പെ ടുത്തി. ഒരു പുഞ്ചിരിയില്ലാതെ നമ്മൾ പതിവായി ഇടപാടുകൾ നടത്തുമ്പോൾ, വ്യക്തിത്വരഹിതവും കാര്യക്ഷമവുമായ സമീപനത്തിൽ ഉറച്ചുനിൽക്കുന്നവരേക്കാൾ കൂടുതൽ നല്ല വികാരങ്ങൾ ബാരിസ്റ്റയുമായി (കാപ്പി ഉണ്ടാക്കുന്ന ആൾ) ഹ്രസ്വ സംഭാഷണത്തിൽ ഏർപ്പെട്ട് പുഞ്ചിരിക്കുന്ന ആളുകൾ അനുഭവിച്ചതായി ഈ പഠനം കണ്ടെത്തി.

ഈ പഠനങ്ങളിൽ രണ്ട് പ്രധാന കണ്ടെത്തലുകളുണ്ട്. ഒന്നാമതായി, അപരിചിതരുമായി ഹ്രസ്വമായി ഇടപഴകുന്ന തിനേക്കാൾ തന്നിലേക്ക് ഒതുങ്ങുന്നതാണ് നല്ലതെന്ന് നമ്മൾ *ചിന്തിക്കുകയോ അനുമാനിക്കുകയോ* ചെയ്യുന്നു. രണ്ടാമത്തെ കാര്യം, നമ്മുടെ ആ ആദ്യത്തെ അനുമാനങ്ങൾ തെറ്റാണ് എന്നതാണ്. കുറഞ്ഞ സമയങ്ങളിൽ പോലും ആളുകളുമായി ഇടപഴകുന്ന ലളിതമായ പ്രവൃത്തി നമ്മെ കൂടുതൽ സന്തോഷിപ്പിക്കുകയും സാമൂഹികമായി ഇടപഴ കുവാൻ കൂടുതൽ പ്രാപ്തരാക്കുകയും ചെയ്യുന്നു, കൂടാതെ, സംഭാഷണങ്ങളിലും ചെറിയ സംസാരങ്ങളിലും സന്ദർഭം പരിഗണിക്കാതെ തന്നെ മികച്ചവരാകാൻ മാനസികമായും മനഃശാസ്ത്രപരമായും ഊഷ്മളമാകാൻ ഇത് നമ്മെ സഹായി ക്കുകയും ചെയ്യുന്നു.

ഗവേഷകനായ സ്റ്റീവൻ ഹാൻഡൽ "പത്ത് സെക്കൻഡ് ബന്ധങ്ങൾ" എന്ന് വിളിക്കുന്നതുപോലുള്ള ഹ്രസ്വമായ ഇടപെടലുകളിൽ നമ്മൾ കൂടുതൽ ഏർപ്പെടേണ്ടതുണ്ട്. കാരണം അവയ്ക്ക് നമ്മുടെ മാനസികാവസ്ഥയെ പരിപോഷിപ്പിക്കുവാനും നമ്മുടെ കാഴ്ചപ്പാടുകൾ മാറ്റുവാനും സാമൂഹികമായി നമ്മെ ഊഷ്മളമാക്കുവാനും കഴിയും.

തീർച്ചയായും, ഹ്രസ്വമായ ഇടപെടലുകളുടെ പ്രയോജനങ്ങൾ നമ്മൾ ഇപ്പോൾ തിരിച്ചറിഞ്ഞേക്കാമെങ്കിലും, തികച്ചും അപരിചിതനുമായി ഒരു സംഭാഷണം ആരംഭിക്കുന്നതിനെക്കുറിച്ചുള്ള ചിന്ത സാമൂഹിക ചിത്രശലഭങ്ങളല്ലാത്ത നമ്മെ പുറകോട്ട് വലിക്കുന്നതോ നമ്മിൽ ആശങ്കയുളവാക്കുന്നതോ ആയിരിക്കുന്നത് എങ്ങനെയെന്ന് ഇപ്പോഴും മനസ്സിലാക്കാവുന്നതേയുള്ളൂ. ഫലപ്രദമായ സാമൂഹിക ഇടപെടലിൽ ഏർപ്പെടാൻ നമ്മൾ സജ്ജരല്ലെന്ന് തോന്നുന്നു, അതിനാൽ തന്നിലേക്ക് തന്നെ ഒതുങ്ങിക്കൂടുന്നതിനുള്ള ഏകാന്തതയാണ് നമ്മൾ ഇഷ്ടപ്പെടുന്നത്. എങ്ങനെ ഇതിനെ പ്രതിരോധിക്കുകയും മറ്റുള്ളവരുമായി പതിവായി സംഭാഷണം നടത്തുന്നതിന് സ്വയം പ്രാപ്തരാവുകയും ചെയ്യാം? ആളുകളിൽ താൽപ്പര്യമുള്ളവരായിരിക്കുകയും മതിയായ സാമൂഹിക ആത്മവിശ്വാസം വളർത്തിയെടുക്കുകയും ചെയ്യുന്ന ശീലം എങ്ങനെ നേടാം, എങ്ങനെ ആ താൽപ്പര്യത്തെ അർത്ഥവത്തായ ഇടപെടലുകളാക്കി മാറ്റാം?

ശരി, പത്ത് സെക്കൻഡ് ഇടപഴകലുകൾക്കായി മാത്രം ശ്രമിക്കുന്നതിന് പിന്നിലെ യുക്തിയുടെ ഭാഗമാണത്. നിങ്ങളുടെ താല്പര്യത്തെയും ആശ്വാസത്തെയും ആശ്രയിച്ച് നിങ്ങൾക്ക് ഇത് ഒരു സെക്കൻഡ് *(ഹലോ!)* അല്ലെങ്കിൽ അഞ്ച് സെക്കൻഡ് *(ഹായ്, നിങ്ങളുടെ ദിവസം എങ്ങനെ പോകുന്നു? അറിഞ്ഞതിൽ സന്തോഷം, ബൈ!)* എന്ന് ആക്കാം. പക്ഷേ, ലക്ഷ്യം ചെറുതാക്കി നിലനിർത്തുക.

ആശയവിനിമയം ഊഷ്മളമാക്കുന്നതിനും നിങ്ങളുടെ സാമൂഹിക ആത്മവിശ്വാസം വളർത്തുന്നതിനുമുള്ള ഒന്നിലധികം അവസരങ്ങൾ നിങ്ങൾ നിരന്തരം നേരിടുന്നു.

ഉദാഹരണത്തിന്, നിങ്ങളുടെ ഒരു സാധാരണ ദിവസത്തെക്കുറിച്ച് ചിന്തിക്കുക. നിങ്ങൾ ജോലിസ്ഥലത്തേക്ക് പോകുമ്പോൾ, നിങ്ങൾ തെരുവിലൂടെ കടന്നുപോകുന്നവരോ ലിഫ്റ്റിൽ കൂടെ നിൽക്കുന്നവരോ ആകട്ടെ, നിങ്ങൾ എത്രപേരെ ശ്രദ്ധിക്കാതെ കുറച്ച് സമയമെങ്കിലും ചെലവഴിക്കുന്നു? അവരിൽ ഒരാളെയെങ്കിലും *"സുപ്രഭാതം"* ചൊല്ലി അഭിവാദ്യം ചെയ്യുക, ഒന്നുകിൽ ഒരു അഭിനന്ദനം *("നല്ല കോട്ട്. വസ്ത്രം സുഖകരമായി തോന്നുന്നു.")*, ഒരു നിരീക്ഷണം *("ഇന്ന് ആകാശം മേഘരഹിതമാണ്. മഴ കുറയുന്നതായി തോന്നുന്നു.")* അല്ലെങ്കിൽ ഒരു ചോദ്യം *("നിങ്ങൾ ജോൺ ഗ്രിഷാം വായിക്കുന്നതായി ഞാൻ കാണുന്നു. അദ്ദേഹത്തിന്റെ നോവലുകളിൽ ഏതാണ് നിങ്ങൾക്ക് ഇഷ്ടപ്പെട്ടത്?")*.

ഉച്ചഭക്ഷണത്തിന്, നിങ്ങൾ ഓഫീസിലെ മേശപ്പുറത്ത് കുനിഞ്ഞിരുന്ന് ഒറ്റയ്ക്ക് ഭക്ഷണം കഴിക്കാറുണ്ടോ? പകരം നിങ്ങളുടെ ഓഫീസിലെ കഫേ അല്ലെങ്കിൽ അടുത്തുള്ള പിക്നിക് ഏരിയ പോലെയുള്ള ഇരിപ്പിടങ്ങളുള്ള പൊതുവായ സ്ഥലത്ത് നിങ്ങളുടെ ഉച്ചഭക്ഷണ സമയം ചെലവഴിക്കാൻ ശ്രമിക്കുക. നിങ്ങളുടെ കെട്ടിടത്തിൽ എപ്പോഴും കാണുന്ന, എന്നാൽ സംസാരിക്കാൻ ഇതുവരെ അവസരം ലഭിച്ചില്ലാത്ത ഒരു സഹപ്രവർത്തകന്റെ അരികിൽ ഇരിക്കുക, കമ്പനിയുടെ സമീപകാല പരിപാടികളെക്കുറിച്ച് ചോദിച്ച് സംഭാഷണം നടത്തുക *("നിങ്ങളുടെ ഡിപ്പാർട്ട്മെന്റ് ഒരു പുതിയ ഗവേഷണം ആരംഭിക്കുന്നുവെന്ന് ഞാൻ കേട്ടു. അത് എങ്ങനെ പോകുന്നു?")*.

അവസാനമായി, നിങ്ങൾ വീട്ടിലേക്കുള്ള വഴിയിൽ പലചരക്ക് സാധനങ്ങൾ വാങ്ങുമ്പോൾ, നിങ്ങൾ നിൽക്കുന്ന അതേ ഇടനാഴിയിലെ ഉൽപ്പന്നങ്ങളെക്കുറിച്ച് ചിന്തിക്കുന്ന മറ്റൊരാളുമായി സംസാരിക്കുക *("ഞാൻ ഈ സോസ് ഒരു ഓൺലൈൻ പാചകക്കുറിപ്പിൽ കണ്ടു. നിങ്ങൾ ഇത് ഉപയോഗിച്ച് പാചകം ചെയ്യാൻ ശ്രമിച്ചിട്ടുണ്ടോ?")*.

പണമിടപാട് കൗണ്ടറിൽ, പുഞ്ചിരിച്ച് കാഷ്യറെ

അഭിവാദ്യം ചെയ്യുക *("നിങ്ങളുടെ ഷിഫ്റ്റ് എങ്ങനെ പോകുന്നു?")*. സമൂഹത്തിലെ ഈ വിഭാഗം നിങ്ങളെ ഈ കാര്യങ്ങൾ പഠിക്കുവാനും ഊഷ്മളമാക്കുവാനും സഹായിക്കുന്നതിന് പ്രത്യേകിച്ചും അനുയോജ്യമാണ്—വാസ്തവത്തിൽ, അവർക്ക് യഥാർത്ഥത്തിൽ കൂടുതൽ തിരഞ്ഞെടുക്കാനില്ല. കാപ്പിക്കടയിൽ കാപ്പി ഉണ്ടാക്കുന്നയാൾ. ടാക്സി ഡ്രൈവർമാർ. കാഷ്യർമാർ. പലചരക്ക് സാധനങ്ങൾ കൊണ്ടുത്തരുന്ന പയ്യൻ. വെയിറ്റർമാർ. കാവൽക്കാർ. പരിചാരകൻ.

അവരുടെ ജോലി പ്രകടനം അവരുടെ ഉപഭോക്തൃ സേവന കഴിവുകളെ ആശ്രയിച്ചിരിക്കുന്നു, അവർക്ക് അവരുടെ ജോലി നിലനിർത്തണമെങ്കിൽ, അവർ നിങ്ങളോട് മര്യാദയുള്ളവരായിരിക്കണം. ഇതിന് മാത്രമേ ഏതെങ്കിലും സാമൂഹിക ഇടപെടലിൽ തകരുകയും അപമാനിക്കപ്പെടുകയും ചെയ്യുമെന്ന ഭയത്തെ ഇല്ലാതാക്കുവാനാകൂ, കാരണം അത് തടയുന്നതും നിങ്ങളുടെ തമാശകൾ കേട്ട് ചിരിക്കുന്നതും അവരുടെ ജോലിയാണ്. തകരുന്നതും അപമാനിക്കപ്പെടുന്നതും ഒരിക്കലും അത്ര മോശമല്ലെന്ന് നിങ്ങൾ കാണും, ആളുകൾ വേഗത്തിൽ മുന്നോട്ട് പോകുന്നു—അടുത്ത പത്ത് മിനിറ്റിനുള്ളിൽ അവർ ആ ആശയവിനിമയം മറന്നേക്കാം.

സ്റ്റോർ കൗണ്ടറിനോ ക്യാഷ് രജിസ്റ്ററിനോ പിന്നിൽ സാധാരണയായി ഇപ്പോഴും തടവിലാക്കപ്പെട്ട പ്രേക്ഷകരുമുണ്ട്. ഈ ജീവനക്കാർ സാധാരണയായി ദീർഘകാലത്തേക്ക് ഒരു സ്ഥാനത്ത് നിശ്ചലരായി തുടരുന്നു, മുകളിൽ പറഞ്ഞ ജോലികൾ ചെയ്യുന്നവർക്ക്... ഇത് ഏറ്റവും ആവേശകരമായ ജീവിതമല്ലെന്ന് നിങ്ങൾക്കറിയാം. മിക്കപ്പോഴും, അവരുടെ മനസ്സിൽ വിരസമാണ്, അതിനാൽ ആരെങ്കിലും അവരുമായി ഇടപഴകുന്നത് അവർക്ക് ഒരു നല്ല അനുഭവമായിരിക്കും. നിങ്ങൾ അവരുടെ ദിവസം വേഗത്തിൽ കടന്നുപോകുന്നതിനും അവർക്ക് എന്തെങ്കിലും നല്ല അനുഭവം ലഭിക്കുന്നതിന് അനുവദിക്കുകയും ചെയ്യും.

അവരോട് ആദരവോടെ പെരുമാറുന്നതും ഒരു വ്യക്തിയെന്ന നിലയിൽ അവരിൽ യഥാർത്ഥ താൽപ്പര്യം കാണിക്കുന്നതും നിങ്ങൾ മാത്രമായിരിക്കാം, അത് നിങ്ങളെ അവരുടെ ദിവസത്തിന്റെ പ്രധാന വിഷയമാക്കി മാറ്റും. മറ്റൊരു വിധത്തിൽ പറഞ്ഞാൽ, അവർ നിങ്ങളോട് സംസാരിക്കുന്നതിൽ സന്തോഷിക്കും.

സേവനങ്ങൾ നൽകുന്ന ആളുകളുമായി, നിങ്ങൾക്ക് വ്യത്യസ്ത കഥകൾ, പ്രതികരണങ്ങൾ, ശൈലികൾ, ആശംസകൾ, മുഖഭാവങ്ങൾ മുതലായവ പരീക്ഷിക്കുവാൻ കഴിയും. ആഴത്തിലുള്ള വ്യക്തിപരമായ രീതിയിൽ നിങ്ങൾ അവരെ വ്രണപ്പെടുത്തിയില്ലെങ്കിൽ, ഈ ആളുകൾ ഇപ്പോഴും നിങ്ങളോട് മര്യാദയുള്ളവരായിരിക്കും, എന്നാൽ നിങ്ങളുടെ എല്ലാ തന്ത്രങ്ങളോടും അവരുടെ പ്രതികരണങ്ങൾ എത്രത്തോളം പോസിറ്റീവ് ആണെന്ന് നിങ്ങൾക്ക് കണക്കാക്കാം. നിങ്ങൾക്ക് തുടർച്ചയായി നിങ്ങളുടെ കഴിവുകൾ മെച്ചപ്പെടുത്തുവാനും ഫലപ്രദമാക്കുവാനും കഴിയും. ഭാവിയിലെ ഇടപെടലുകൾക്കൊപ്പം നിങ്ങളുടെ പുരോഗതിക്ക് സാക്ഷ്യം വഹിക്കുവാനാകും. അവരുടെ പ്രതികരണങ്ങൾ മാറുന്നത് നിങ്ങൾ കാണുമ്പോൾ, നിങ്ങൾ ചെയ്യുന്നതെന്തെന്ന് നിങ്ങൾക്ക് മനസ്സിലാക്കുവാനും മികച്ചതാക്കുവാനും നിങ്ങളുടെ മത്സരത്തിൽ മുന്നേറുവാനും കഴിയും.

അടിസ്ഥാനപരമായി, വിധിയെക്കുറിച്ചോ പരിണിത ഫലങ്ങളെക്കുറിച്ചോ ഭയപ്പെടാതെ നിങ്ങളുടെ *സാമൂഹിക കഴിവുകൾ പരിശീലിക്കാനും മെച്ചപ്പെടുത്താനും കഴിയുന്ന സുരക്ഷിതമായ അന്തരീക്ഷത്തിലാണ്* നിങ്ങൾ. അതിലുപരിയായി, ആളുകളെ മനസ്സിലാക്കുവാനും അവരുടെ പെരുമാറ്റങ്ങൾ നിരീക്ഷിക്കുവാനും വ്യത്യസ്ത തരം ആളുകളുമായുള്ള നിങ്ങളുടെ ഇടപെടലുകളെ അളക്കുവാനും നിങ്ങൾക്ക് പഠിക്കാം. ഇത് പരീക്ഷണങ്ങളും പിഴവുകളും ഉൾക്കൊള്ളുന്ന ഒരു പ്രക്രിയയാണ്, എന്നാൽ നിങ്ങൾ കണ്ടുമുട്ടുന്ന ആളുകളുമായി ഇടപഴകുന്നതിലൂടെ നിങ്ങൾക്ക് ഇത് വേഗത്തിലാക്കാൻ കഴിയും.

അതിനാൽ ഓരോ ദിവസവും ഒരു അപരിചിതനുമായി ഒരു പത്ത് സെക്കൻഡ് ഇടപെടൽ ആരംഭിക്കുകയും പരീക്ഷിക്കുകയും ചെയ്യുക, പ്രത്യേകിച്ച് ചടങ്ങുകൾ, പരിപാടികൾ, വിരുന്നുകൾ എന്നിവയിലേക്കുള്ള വഴികളിൽ. ഇത് സംഭാഷണത്തിന് നിങ്ങളെ ഊഷ്മളമാക്കുകയും ആളുകളിൽ താൽപ്പര്യമുള്ള ശീലം വളർത്തുകയും ചെയ്യും.

ഒരു ശിശുതുല്യമായ വ്യായാമം

മനഃശാസ്ത്രപരമായി സ്വയം ഊഷ്മളമാക്കുകയും ദൈനംദിന അടിസ്ഥാനത്തിൽ സാമൂഹികവൽക്കരിക്കാനുള്ള പൊതുവായ മാനസികാവസ്ഥയിലേക്ക് പ്രവേശിക്കുകയും ചെയ്യുന്നത് ചെറിയ സംസാരത്തിൽ മികച്ചവരായിരിക്കുന്നതിന്റെ പ്രധാന വശങ്ങളാണ്, എന്നാൽ നിങ്ങളുടെ ശരീരം തയ്യാറാക്കുന്ന രീതിയും പ്രധാനമാണ്. ഇപ്രകാരം ചിന്തിക്കുക : സംഭാഷണം ഒരു ഓട്ടമാണ്, നിങ്ങൾ സ്വയം ഊഷ്മളമാക്കുകയും അതിനനുസരിച്ച് സ്വയം തയ്യാറാകുകയും വേണം.

കായികപരമായാലും സർവ്വകലാശാലാതലത്തിലായാലും നമ്മുടെ ഏറ്റവും മികച്ച ഓട്ടം വേണമെങ്കിൽ, നമ്മൾ എപ്പോഴും ഏതെങ്കിലും തരത്തിലുള്ള സന്നാഹത്തിൽ ഏർപ്പെടേണ്ടതുണ്ട്. നിങ്ങൾ ആഗ്രഹിക്കുന്ന തരത്തിലുള്ള പ്രകടനത്തിലേക്ക് നിങ്ങളുടെ ശരീരത്തെയും മനസ്സിനെയും മെരുക്കിയെടുക്കേണ്ടതുണ്ട് എന്നത് ഈ ഘട്ടത്തിൽ ഏതാണ്ട് വ്യക്തമായ കാര്യമാണ്. ഓട്ടക്കാർ ശരീരം ചലിപ്പിച്ചു ചൂടാക്കുന്നു, ഗായകർ ഉച്ചസ്ഥായിയിൽ പാടുന്നു. സംഭാഷണത്തിൽ ഏർപ്പെടുന്ന ആളുകളുടെ കാര്യമോ?

ശരി, സംസാരത്തിന് സഹായിക്കുന്ന നിങ്ങളുടെ പേശികൾക്ക് എത്രമാത്രം സഹായം ആവശ്യമുണ്ടെന്നും അവയെ മെരുക്കിയെടുക്കുന്നത് നിങ്ങളെ തൽക്ഷണം കൂടുതൽ ആകർഷകമാക്കുമെന്നും കണ്ട് നിങ്ങൾ ആശ്ചര്യപ്പെട്ടേക്കാം. നിങ്ങൾ സ്കൂളിൽ പഠിക്കുന്ന സമയത്ത് നടന്ന ഒരു സംഭവം ഓർക്കുക. നിങ്ങൾ ക്ലാസ്സിൽ ശ്രദ്ധിക്കാതിരുന്നപ്പോൾ ടീച്ചർ നിങ്ങളെ വിളിക്കുകയും, നിങ്ങൾ പ്രതീക്ഷി

ക്കാത്തതിനാൽ ഭയവും അസഹ്യതയുംകൊണ്ട് ശബ്ദം പുറത്തേക്ക് വരാൻ അഞ്ച് സെക്കൻഡ് ചെലവഴിക്കേണ്ടി വന്നതും ഓർക്കുക. അതാണ് ഞങ്ങൾ ഇല്ലാതാക്കാൻ ശ്രമിക്കുന്നത്, അതോടൊപ്പം നിങ്ങൾക്ക് ആത്മവിശ്വാസം പകരുന്നതിനും.

നിങ്ങളുടെ സംഭാഷണവും ചെറിയ സംസാര വൈദ ഗ്ധ്യവും ഊഷ്മളമാക്കുവാൻ, ഞങ്ങളുടെ ജീവിതത്തിൽ മിക്കവാറും എല്ലാ ദിവസവും ഞങ്ങൾ ചെയ്യുന്ന എന്തെങ്കിലും നിങ്ങൾ ചെയ്യേണ്ടതുണ്ട് : ഉറക്കെ വായിക്കുക എന്നതാണ് ഒരു കാര്യം.

ഇത് ലളിതമാണെന്ന് തോന്നുന്നു, എന്നാൽ ഈ സമയം ഉച്ചത്തിൽ വായിക്കുന്നത് മറ്റുള്ളതിൽ നിന്നും വ്യത്യസ്തമായിരിക്കും, കാരണം നിങ്ങൾക്ക് ഒരു ലക്ഷ്യമുണ്ട്. പബ്ലിക് ഡൊമെയ്നിലുള്ള *വിസാർഡ് ഓഫ് ഓസിൽ* നിന്നുള്ള ഒരു ഭാഗം ഞാൻ നൽകിയിട്ടുണ്ട്—അവിടെയുള്ള പകർപ്പവകാശ പ്രശ്നക്കാർക്കായി. ഇത് നിങ്ങളുടെ താൽപ്പര്യം ഉണർത്തുന്നില്ലെങ്കിൽ, നിങ്ങളുടെ സ്വന്തം ഉദ്ധരണി കണ്ടെ ത്താൻ നിങ്ങൾ മടിക്കേണ്ടതില്ല. വ്യത്യസ്ത കഥാപാത്രങ്ങളിൽ നിന്നുള്ള സംഭാഷണങ്ങൾക്കൊപ്പം, നിരവധി വികാരങ്ങൾ ഉൾപ്പെടുത്തിയിട്ടുണ്ടെന്ന് ഉറപ്പാക്കാൻ ശ്രമിക്കുക. ഇവിടെ ഇതാ :

> ചൈനാ വൻ മതിലിൽ നിന്ന് താഴേയ്ക്ക് ഇറങ്ങിയ ശേഷം, ചതുപ്പുനിലങ്ങളും ചെളി നിറഞ്ഞതും ഉയരമുള്ളതും ഉയർന്നതുമായ പുല്ലുകൾ കൊണ്ട് പൊതിഞ്ഞതുമായ ഒരു അരോചകമായ രാജ്യത്ത് യാത്രക്കാർ എത്തിച്ചേർന്നു. വളരെയധികം വളർന്ന പുല്ല് അവരുടെ മുന്നോട്ടുള്ള കാഴ്ചയെ തടയുന്നതിനാൽ, ചെളി നിറഞ്ഞ കുഴികളിൽ വീഴാതെ നടക്കുവാൻ ബുദ്ധിമുട്ടായിരുന്നു.
>
> എന്നിരുന്നാലും, ശ്രദ്ധാപൂർവ്വം അവരുടെ വഴി തിരഞ്ഞെടുത്ത്, സുരക്ഷിതമായി നടന്നുകൊണ്ട്,

അവർ ഉറപ്പുള്ള സ്ഥലത്ത് എത്തിച്ചേർന്നു. എന്നാൽ ഇവിടെ രാജ്യം എന്നത്തേക്കാളും വന്യമായതായി തോന്നി, കുറ്റിച്ചെടികൾക്ക് ഇടയിലൂടെയുള്ള നീണ്ടതും മടുപ്പിക്കുന്നതുമായ നടത്തത്തിന് ശേഷം അവർ മറ്റൊരു വനത്തിലേക്ക് പ്രവേശിച്ചു, അവിടെ അവർ ഇതുവരെ കണ്ടിട്ടില്ലാത്ത അത്രയും വലുതും പഴക്കം ചെന്നതുമായ മരങ്ങളാണ് ഉണ്ടായിരുന്നത്.

"ഈ വനം തികച്ചും മനോഹരമാണ്," തലവൻ സന്തോഷത്തോടെ ചുറ്റും നോക്കിക്കൊണ്ട് പറഞ്ഞു. "ഇതിലും മനോഹരമായ ഒരു സ്ഥലം ഞാൻ കണ്ടിട്ടില്ല."

"ഇത് ഇരുണ്ടതായി തോന്നുന്നു," വികൃത വേഷധാരിയായ മനുഷ്യൻ പറഞ്ഞു.

തലവൻ മറുപടി പറഞ്ഞു : "അൽപ്പം പോലും ഇല്ല. എന്റെ ജീവിതകാലം മുഴുവൻ ഇവിടെ ജീവിക്കാൻ ഞാൻ ആഗ്രഹിക്കുന്നു. നിങ്ങളുടെ കാലിനടിയിലെ ഉണങ്ങിയ ഇലകൾ എത്ര മൃദുലമാണെന്നും ഈ പഴയ മരങ്ങളിൽ പറ്റിപ്പിടിച്ചിരിക്കുന്ന പായൽ എത്ര സമ്പന്നവും പച്ചയാണെന്നും കാണുക. തീർച്ചയായും ഒരു വന്യമൃഗത്തിനും ഇതിലും സുഖപ്രദമായ ഒരു ഭവനം ആഗ്രഹിക്കാനാവില്ല."

"ഒരുപക്ഷേ ഇപ്പോൾ കാട്ടിൽ വന്യമൃഗങ്ങളുണ്ടാകാം," ഡൊറോത്തി പറഞ്ഞു.

തലവൻ തിരിച്ചു പറഞ്ഞു, "ഇവിടെയുണ്ടെന്ന് ഞാൻ കരുതുന്നു, പക്ഷേ അവയെയൊന്നും ഞാൻ കാണുന്നില്ല."

കൂടുതൽ ദൂരം പോകാൻ കഴിയാത്തവിധം ഇരുട്ടുന്നത് വരെ അവർ കാട്ടിലൂടെ നടന്നു. ഡൊറോത്തിയും ടോട്ടോയും തലവനും ഉറങ്ങാൻ കിടന്നു, വുഡ്മാനും വികൃതവേഷധാരിയായ മനുഷ്യനും പതിവുപോലെ അവർക്ക് കാവൽ നിന്നു.

എളുപ്പമുള്ള ജോലിയാണെന്ന് തോന്നുന്നു, അല്ലേ? മുന്നോട്ട് പോയി മുകളിലെ ഉദ്ധരണി സ്വയം ഉറക്കെ വായിക്കാൻ ശ്രമിക്കുക. ലജ്ജിക്കരുത്. നിങ്ങളത് യഥാർത്ഥത്തിൽ ചെയ്തിട്ടുണ്ടെങ്കിൽ, നിങ്ങളുടെ സ്വരനാളപാളി ഉപയോഗിച്ച തിന് ശേഷം നിങ്ങൾക്ക് അക്ഷരാർത്ഥത്തിൽ ഊഷ്മളതയും സംസാരവും സംഭാഷണവും തുടരാൻ കൂടുതൽ തയ്യാറാ ണെന്നും നിങ്ങൾ ശ്രദ്ധിക്കും. എന്നാൽ ഇത് ഒരു തുടക്കം മാത്രമാണ്. ഇനിയാണ് നിർദ്ദേശങ്ങൾ വരുന്നത്.

രണ്ടാം ക്ലാസ്സിലെ ഒരു ക്ലാസിൽ നിങ്ങൾ ഉദ്ധരണി ഉച്ചത്തിൽ വായിക്കുന്നത് പോലെ നടിക്കുക. നിങ്ങൾ ഒരു മത്സരത്തിൽ ഒരു പ്രകടനം നടത്തുന്നത് പോലെ ഉദ്ധരണി വായിക്കുക, അവർ എത്രമാത്രം വികാരഭരിതരും പരിഹാസ്യരുമാണെന്ന് വിലയിരുത്തി വിജയിയെ നിർണ്ണ യിക്കുന്നു! നിങ്ങൾ ഒരു സിനിമാ ട്രെയിലറിന്റെ ശബ്ദ നടനാണെന്ന് നടിക്കുക, വിശാലമായ വികാരങ്ങൾ അറിയി ക്കാൻ നിങ്ങളുടെ ശബ്ദം മാത്രമേയുള്ളൂ. കഴിയുന്നത്ര മുകളി ലേക്ക് പോകുക—ആദ്യം അത് കൂടുതൽ ആയിരിക്കില്ല.

നിങ്ങൾക്ക് കണ്ടെത്താനാകുന്ന എല്ലാ വികാരങ്ങ ളെയും പത്താം ഡിഗ്രി വരെ പെരുപ്പിച്ചു കാണിക്കുക. മറ്റ് ഭാഗങ്ങളിൽ മന്ത്രിക്കുമ്പോൾ കഥയുടെ ഭാഗങ്ങൾ ഉച്ചത്തിൽ പറയുക. വ്യത്യസ്ത കഥാപാത്രങ്ങൾക്കായി വ്യത്യസ്തവും പരിഹാസ്യവുമായ ശബ്ദങ്ങൾ ഉപയോഗിക്കുക. ഏത് ചിരിയും ഉന്മാദമാക്കുക, ഏത് ക്രോധവും ആളിക്കത്തി ക്കുക, ഏത് സന്തോഷത്തെയും ഭ്രാന്തമാക്കുക — നിങ്ങൾക്ക് ആശയം ലഭിക്കും. അതിനായി, നിങ്ങൾ വാചകത്തിൽ എന്ത് വികാരങ്ങളാണ് കൊണ്ടുവരുന്നത്? അത്തരമൊരു ചെറിയ ഉദ്ധരണിയിൽ പോലും, വൈകാരികമായ ഉയർ ന്നതും താഴ്ന്നതുമായ നിലകൾ ഉണ്ട്. അവ പ്രകടിപ്പിക്കുക, നിങ്ങളുടെ വികാരങ്ങളുടെ വ്യാപ്തി വർദ്ധിപ്പിക്കുന്നതിന് അവ പരമോന്നതി പോലെ തോന്നിപ്പിക്കുക.

നിങ്ങളുടെ സ്വരപ്രമാണം ശ്രദ്ധിക്കുക. നിങ്ങൾ ഏകസ്വര ത്തിൽ സംസാരിക്കുന്നത് ശീലമാക്കിയിട്ടുണ്ടോ? നിങ്ങൾ

പറയുന്നത് ശ്രദ്ധിച്ച് കഥാപാത്രമോ ആഖ്യാതാവോ എന്താണ് ചിന്തിക്കുന്നത് അല്ലെങ്കിൽ പറയാൻ ശ്രമിക്കുന്നത് എന്ന് ആർക്കെങ്കിലും പറയാൻ കഴിയുമോ? നിങ്ങളുടെ സ്വര ആവിഷ്കാര ശ്രേണി പരിശീലിക്കാൻ ഉദ്ധരണി ഉപയോഗിക്കുക—*വൈകാരിക വൈവിധ്യം* എന്ന പദം ഉൾക്കൊള്ളാൻ ശ്രമിക്കുക. മുന്നോട്ട് പോയി ഈ പുതിയ നിർദ്ദേശങ്ങൾക്കൊപ്പം ഇത് രണ്ടാം തവണയും പരീക്ഷിക്കുക.

നിങ്ങൾ ഒരു വ്യത്യാസം കേട്ടോ? ഇവിടെ ചില അധിക നിർദ്ദേശങ്ങൾ ഉണ്ട് : നിങ്ങളുടെ ഭാഷാ പ്രയോഗത്തിലും നിങ്ങൾ പറയുന്ന രീതിയിലും ശ്രദ്ധിക്കുക. ഒരർത്ഥത്തിൽ, നിങ്ങൾ നിങ്ങളുടെ നാവിനെ ചൂടാക്കുകയാണ്, അതിനാൽ നിങ്ങൾ മറ്റുള്ളവരോട് സംസാരിക്കുമ്പോൾ നിങ്ങളുടെ വാക്കുകൾ ഇടറുകയോ മുറിയുകയോ ചെയ്യരുത്. സംഭാഷണത്തോടൊപ്പം ഒരു ഉദ്ധരണി ഉണ്ടാകാനുള്ള മറ്റൊരു കാരണമാണിത്—നിങ്ങൾ വായിക്കുന്ന വാചകത്തിന്റെ വൈവിധ്യം കൂടുംതോറും നിങ്ങൾ നന്നായി ചൂടാകും. കുരങ്ങിനെപ്പോലെ പിറുപിറുക്കുന്ന ശീലം നിങ്ങൾക്കുണ്ടെങ്കിൽ, അത് നിർത്തുക, നിങ്ങൾ ഒരു അമ്പലമണി പോലെ വ്യക്തമായി സംസാരിക്കുന്നുവെന്ന് ഉറപ്പാക്കുക.

നിങ്ങളുടെ ശ്വസനം ശ്രദ്ധിക്കുക. നിങ്ങൾക്ക് ശ്വാസം മുട്ടുന്നത് പോലെ തോന്നുന്നുണ്ടോ? നിങ്ങളുടെ ഡയഫ്രം (ഉരോദരഭിത്തി) ദുർബ്ബലമായതിനാലും ആത്മവിശ്വാസം പ്രകടിപ്പിക്കുന്നതിനോ ശബ്ദമുണ്ടാക്കുന്നതിനോ ഉപയോഗിക്കാത്തതിനാലുമാണിത്. അതുകൊണ്ടാണ് ഗായകർ വയറ്റിൽ കൈ വയ്ക്കുന്നത്—അവരുടെ ഡയഫ്രങ്ങൾ പൂർണ്ണമായും മുഴുകിയിരിക്കുന്നുണ്ടോ എന്ന് പരിശോധിക്കുവാനാണിത്. ഇത് പരീക്ഷിച്ചു നോക്കൂ, നിങ്ങളുടെ ആമാശയം ഇറുകിയതും അയവില്ലാത്തതുമാണെന്ന് ഉറപ്പാക്കുക.

നിങ്ങൾ സംസാരിക്കുന്ന വാക്കുകളിലേക്ക് അക്ഷരാർത്ഥത്തിൽ ജീവൻ നൽകുക എന്നതാണ് ഇവിടെ പ്രധാനം. ഡയഫ്രം കൂടാതെ സംസാരിക്കുന്നവർ അനിവാര്യമായും ശാന്തരും സൗമ്യരും എലിയെപ്പോലെയുമാണ്. നിങ്ങളുടെ

ശബ്ദം എത്രത്തോളം മികച്ച രീതിയിൽ പ്രയോഗിക്കുവാനാകും, അത്രയും വിശാലമായ വൈകാരിക ശ്രേണി നിങ്ങൾക്ക് സൃഷ്ടിക്കുവാനാകും.

നിങ്ങൾ എന്തെങ്കിലും കാര്യം എങ്ങനെ പറയുന്നു എന്നതിന്റെ മറ്റൊരു പ്രധാന ഘടകം തീർച്ചയായും നിങ്ങളുടെ വേഗതയാണ്—നിങ്ങൾ സംസാരിക്കുന്നതിന്റെ വേഗത. നിങ്ങളുടെ സംസാര വേഗത ഒന്നുകിൽ നിങ്ങളുടെ സുഹൃത്തായിരിക്കാം അല്ലെങ്കിൽ നിങ്ങൾ പറയാൻ ശ്രമിക്കുന്നതിനെ ദുർബ്ബലപ്പെടുത്താം. സംസാര വേഗത സ്വയം ഒരു വികാരത്തെ സൂചിപ്പിക്കാം—ഉദാഹരണത്തിന്, ഒരു വലിയ കാര്യം പറയുമ്പോൾ, ആഘാതം അനുഭവപ്പെടാൻ അനുവദിക്കുന്നതിന് നിങ്ങളുടെ വേഗത കുറയ്ക്കണം. നിങ്ങൾ തെറ്റായ വേഗത ഉപയോഗിക്കുകയാണെങ്കിൽ അല്ലെങ്കിൽ നിങ്ങളുടെ സംസാര ശൈലി മോശമാണെങ്കിൽ, നിങ്ങൾക്ക് പറയാനുള്ള പലതും എളുപ്പത്തിൽ നഷ്ടപ്പെടുകയോ കേൾക്കുന്നയാൾ ആശയക്കുഴപ്പത്തിലാകുകയോ നിങ്ങൾ പറഞ്ഞത് തെറ്റായി വ്യാഖ്യാനിക്കപ്പെടുകയോ ചെയ്യാം. കൂടാതെ, സമയബന്ധിതമായ ഇടവേളകൾക്ക് വാക്കുകളിലൂടെ ഒരു പദപ്രയോഗം പോലെ തന്നെ പറയാൻ കഴിയും.

ഉദ്ധരണി ഒരിക്കൽ കൂടി വായിക്കാൻ തയ്യാറാണോ? നിങ്ങൾ ഇപ്പോൾ വായിച്ചതെല്ലാം ഉപയോഗിക്കുന്നുണ്ടെന്ന് ഉറപ്പാക്കുക. ഇപ്പോൾ നിങ്ങളുടെ മൂന്നാമത്തെ പതിപ്പും നിർദ്ദേശങ്ങളൊന്നുമില്ലാതെ നിങ്ങൾ ചെയ്ത ആദ്യ പതിപ്പുമായി താരതമ്യം ചെയ്യുക. സ്വയം അഭ്യസിക്കുന്നതും അല്ലാത്തതും തമ്മിലുള്ള വ്യത്യാസം ഇതാണ്, മിക്കവാറും, ആദ്യ പതിപ്പ് നിങ്ങൾ ഭൂരിഭാഗം സമയത്തും എങ്ങനെ വരുന്നു എന്നതാണ്. ഊഷ്മളമാക്കുന്നതിന്റെ പ്രയോജനങ്ങൾക്ക് ഇത് മതിയായ തെളിവാണെന്ന് പ്രതീക്ഷിക്കുന്നു.

ഈ വ്യായാമവും അതോടൊപ്പം എല്ലാ നിർദ്ദേശങ്ങളും നിങ്ങൾക്ക് ഒരു വലിയ വെല്ലുവിളിയായിരുന്നോ? ദൈനംദിന സംഭാഷണത്തിൽ നിങ്ങൾ എത്രത്തോളം തുറന്നു സംസാരിക്കുന്നുണ്ടെന്ന് വിലയിരുത്തുന്നത് നല്ലതായിരിക്കും.

അധിക ലാഭം എന്തെന്നാൽ, നിങ്ങൾക്ക് വിസ്ലിത്തവും അതിരുകടന്നതുമായി തോന്നുമ്പോൾ, വൈകാരികവും സ്വരസമ്പുഷ്ടവുമായ ആവിഷ്കാരത്തിന്റെ കാര്യത്തിൽ നിങ്ങൾ യഥാർത്ഥത്തിൽ നിങ്ങളുടെ പരിധികൾ വിശാലമാക്കുകയാണ്. നിങ്ങളുടെ സ്വന്തം ഇടത്തിൽ നിന്ന് പുറത്തു കടക്കുക എന്ന ലളിതമായ പ്രവൃത്തി, നിങ്ങളുടെ അതിരുകൾ വിപുലീകരിക്കുകയും പൊതുവെ നിങ്ങളെ കൂടുതൽ പ്രകടവും ആത്മവിശ്വാസവുമുള്ളതാക്കുകയും ചെയ്യും. ഇതെല്ലാം ഉറക്കെ വായിക്കുന്നതിൽ നിന്നാണോ? അതെ, ഉദ്ദേശ്യത്തോടെയും ആലോചനയോടെയും ചെയ്താൽ!

നിങ്ങളുടെ സംഭാഷണ സംഗ്രഹം

ഈ അധ്യായത്തിലെ മുൻ ആശയങ്ങൾ, സംഭാഷണത്തിന് മുമ്പുള്ള നിങ്ങളുടെ മനഃശാസ്ത്രത്തെയും ശരീരശാസ്ത്രത്തെയും കേന്ദ്രീകരിച്ചുള്ളതാണ്. മറ്റൊരു വിധത്തിൽ പറഞ്ഞാൽ, ഉടനടി ഒരു പ്രവർത്തനം ആരംഭിക്കുന്നതിനും ചെറിയ സംഭാഷണങ്ങൾ നടത്താനും, അതിനുള്ള മാനസികാവസ്ഥയിലെത്താനുള്ള വഴികൾ നിങ്ങൾ കണ്ടെത്തേണ്ടതുണ്ട്. എന്നിരുന്നാലും, യഥാർത്ഥത്തിൽ എന്താണ് പറയേണ്ടതെന്ന് നമ്മൾ ഇതുവരെ ചർച്ച ചെയ്തിട്ടില്ല, അല്ലേ? ഇപ്പോൾ നമ്മൾ അത് പരിഹരിക്കും.

മുമ്പ് സൂചിപ്പിച്ചതുപോലെ, സംഭാഷണം എന്നത് എല്ലായ്പ്പോഴും ആവേശത്തിന്റെ പുറത്ത് വേഗത്തിൽ ചിന്തിക്കുന്നതും പ്രതികരിക്കുന്നതുമല്ല. വികസിപ്പിച്ചെടുക്കാൻ കഴിയുന്ന തികച്ചും വ്യത്യസ്തമായ ഒരു വൈദഗ്ധ്യമാണിത്, എന്നാൽ ദൈനംദിന അടിസ്ഥാനത്തിൽ കൂടുതൽ എളുപ്പവും ഉപയോഗപ്രദവുമായത് നിങ്ങൾക്കായി ഒരു *സംഭാഷണ സംഗ്രഹം* സൃഷ്ടിക്കുക എന്നതാണ്, അത് നിങ്ങൾക്ക് മിക്കവാറും എല്ലാ സംഭാഷണങ്ങളിൽ നിന്നും ശേഖരിക്കുവാനാകും.

എന്താണ് ഇത് അർത്ഥമാക്കുന്നത്? ശരി, ഒന്നുരണ്ടു കാര്യങ്ങൾ പറയാം.

ഒന്നാമതായി, നമ്മൾ നമ്മളെക്കുറിച്ചും മറ്റുള്ളവർക്ക് നമ്മളെക്കുറിച്ച് താൽപ്പര്യമുള്ള കാര്യങ്ങളെക്കുറിച്ചും ചിന്തിക്കുന്നില്ല. നിങ്ങൾ എപ്പോഴെങ്കിലും "രണ്ട് സത്യങ്ങളും ഒരു നുണയും" എന്ന കളി കളിച്ചിട്ടുണ്ടോ? നിങ്ങളെക്കുറിച്ചുള്ള രസകരമായ വസ്തുതകൾക്കും കഥകൾക്കും പേരിടേണ്ട, പരസ്പരം അറിയാത്ത ആളുകളെ സംഭാഷണവും ആശയ വിനിമയവും ആരംഭിക്കുന്നതിലൂടെ കൂടുതൽ സുഖകരമാക്കാൻ സഹായിക്കുന്നതിന് രൂപകൽപ്പന ചെയ്തിരിക്കുന്നതുമായ ഒരു കളിയാണിത്—എന്നാൽ നമ്മളിൽ മിക്കവർക്കും ഇത് വളരെ ബുദ്ധിമുട്ടാണ്, കാരണം *'ആളുകൾ നമ്മെക്കുറിച്ച് എന്താണ് കേൾക്കാൻ ആഗ്രഹിക്കുന്നത്?'* എന്ന ചോദ്യം പലപ്പോഴും നാം സ്വയം ചോദിക്കാറില്ല. ഈ സംഗ്രഹം നിർമ്മിക്കുന്നത് നിങ്ങളുടെ വ്യക്തിത്വം, വൈചിത്ര്യങ്ങൾ, നേട്ടങ്ങൾ, അതുല്യമായ കാഴ്ചപ്പാടുകൾ എന്നിവയെ സ്ഥിരീകരിക്കാൻ സഹായിക്കുന്നു; വാസ്തവത്തിൽ, അത് സ്വയം അവബോധവും ആത്മവിശ്വാസവും നേടാൻ നമ്മെ സഹായിക്കുന്നു.

രണ്ടാമതായി, നമ്മൾ ഒരു സംഭാഷണത്തിന്റെ ആവേശത്തിലായിരിക്കുമ്പോൾ, അസഹനീയമായ ഒരു നിശബ്ദത ഉയർന്നുവരുമ്പോൾ, ചിലപ്പോൾ അത് നമ്മളിൽ സമ്മർദ്ദം ചെലുത്തുകയും നമ്മുടെ മനസ്സ് പൂർണ്ണമായും ശൂന്യമാവുകയും ചെയ്യും. നമ്മൾ പെട്ടെന്ന് പ്രതികരിക്കുവാനും ചിന്തിക്കുവാനും ശ്രമിക്കുന്നു, പക്ഷേ അനങ്ങാൻ കഴിയാത്ത വിധം നമ്മൾ പരിഭ്രമിക്കുന്നു. നിങ്ങൾ ആരാണെന്നതിന്റെ വ്യാഖ്യാനിച്ച അവലോകനമായതിനാൽ ഒരു സംഭാഷണ സംഗ്രഹം നിങ്ങളുടെ രക്ഷയ്ക്കായെത്തുന്നു. നിങ്ങളുടെ മികച്ചതും രസകരവുമായ കഥകൾ, നിങ്ങളുടെ ശ്രദ്ധേയമായ നേട്ടങ്ങൾ, നിങ്ങളുടെ അതുല്യമായ അനുഭവങ്ങൾ, പ്രസക്തവും കാലികവുമായ വിഷയങ്ങളിലെ കാഴ്ചപ്പാടുകൾ എന്നിവയുടെ ഒരു ഹ്രസ്വ പട്ടികയാണിത്. നിങ്ങളുടെ മികച്ച പതിപ്പുകൾ ഉപയോഗത്തിന് തയ്യാറാക്കി സൂക്ഷിക്കാൻ ഇത് നിങ്ങളെ അനുവദിക്കുന്നു.

ഒരു ജോലി അഭിമുഖത്തിനായി നിങ്ങൾ ഉപയോഗിക്കുന്ന ഒരു റെസ്യൂമെയിൽ നിന്ന് ഇത് വ്യത്യസ്തമല്ല – എന്നാൽ ഇവിടെ വളരെ വ്യത്യസ്തമായ ഉദ്ദേശ്യത്തോടെയാണ് ഇത് ഉപയോഗിക്കുന്നത്. നിങ്ങളുടെ വ്യക്തിപരമായ സംഭാഷണ സന്ദർഭങ്ങൾ അറിയുക, അവ പരിശീലിക്കുക, ആവശ്യമുള്ളപ്പോഴെല്ലാം അവ അഴിച്ചുവിടാൻ തയ്യാറാകുക. എന്നിരുന്നാലും, ഒരു ജോലിയ്ക്കായുള്ള അഭിമുഖത്തിലെന്നപോലെ, ഈ സംഗ്രഹത്തിൽ ഉള്ളത് മറ്റുള്ളവർ കാണണമെന്ന് നിങ്ങൾ ആഗ്രഹിക്കുന്ന നിങ്ങളുടെ പതിപ്പ് അവതരിപ്പിക്കുവാൻ നിങ്ങളെ അനുവദിക്കുന്നു.

അത്തരം ചിന്തകൾ തയ്യാറാക്കി വയ്ക്കുന്നത് അപ്രസക്തമാണെന്ന് തോന്നിയേക്കാം, എന്നാൽ നിങ്ങൾക്ക് നന്നായി സംസാരിക്കേണ്ടുന്ന ഒരു ജോലിയ്ക്കായുള്ള അഭിമുഖത്തിൽ നിശബ്ദത എത്രമാത്രം വേദനാജനകമാണെന്ന് സങ്കൽപ്പിക്കുക, അധികം ആലോചനയോ തയ്യാറെടുപ്പോ ഇല്ലാതെ നൽകുന്ന പെട്ടെന്നുള്ള പ്രതികരണം, നിങ്ങളുടെ വാക്കുകൾ പൊതുവായതോ ഉപയോഗശൂന്യമോ ആണെന്ന് അറിഞ്ഞുകൊണ്ട് പ്രതികരിക്കുക. നിങ്ങളുടെ ഏറ്റവും വലിയ പോരായ്മ എന്താണെന്ന് ആരെങ്കിലും നിങ്ങളോട് ചോദിച്ചാൽ, നിങ്ങൾക്ക് സ്വയം രക്ഷിക്കാൻ തീവ്രശ്രമം നടത്തേണ്ടതായി വരുന്നില്ല, പകരം നിങ്ങൾ വളരെയധികം അർപ്പണബോധമുള്ളവരും കഠിനാധ്വാനം ചെയ്യുന്നതും ഒരു ന്യൂനതയാകുന്നത് എന്തുകൊണ്ടാണെന്ന് വിശദീകരിക്കാൻ തുടങ്ങിയേക്കാം.

"കഴിഞ്ഞ വാരാന്ത്യത്തിൽ നിങ്ങൾ എന്താണ് ചെയ്തത്?" എന്ന് ആരെങ്കിലും ചോദിക്കുമ്പോൾ നല്ല ഉത്തരമോ കഥയോ ഉള്ളതിലുള്ള വ്യത്യാസമാണിത്. "ഓ, അധികം ഒന്നുമില്ല. കുറച്ച് സമയം ടി.വി കണ്ടു. നിങ്ങളോ?" ഇടറാതെയും തടസ്സപ്പെടാതെയും താഴെപ്പറയുന്ന കാര്യങ്ങൾക്ക് ഉത്തരം നൽകാൻ നമ്മിൽ എത്രപേർക്ക് കഴിയും : "അപ്പോൾ നിങ്ങളുടെ കഥ എന്താണ്?" എല്ലാത്തിനുമുപരി, നിങ്ങൾ അത്ര വിരസമായ ആളല്ലെന്നും ആളുകൾക്ക് നിങ്ങളോട് താൽപ്പര്യമുണ്ടാകാനും നിങ്ങൾക്ക് പറയാനുള്ളത് എന്താ

ണ്ണെന്ന് സ്വയം ഓർമ്മിപ്പിക്കുവാനും ഒരു സംഭാഷണ റെസ്യൂമെ അഥവാ സംഭാഷണ സംഗ്രഹം നിങ്ങളെ അനുവദിക്കുന്നു.

നിങ്ങളുടെ സംഭാഷണ സംഗ്രഹം വികസിപ്പിക്കുകയും നിരന്തരം പുതുക്കുകയും ചെയ്യുന്നത് അസുഖകരമായ നിശ്ശബ്ദതകളിൽ നിന്ന് നിങ്ങളെ രക്ഷിക്കുകയും മറ്റുള്ളവരുമായി ബന്ധപ്പെടുന്നത് ഏറെക്കുറെ ആയാസരഹിതമാക്കുകയും ചെയ്യും. ഇപ്പോൾ ഇത് നിർമ്മിക്കുവാൻ ബുദ്ധിമുട്ട് തോന്നിയേക്കാം, എന്നാൽ നിങ്ങളുടെ മറുപടിക്കായി കാത്തിരിക്കുന്ന ഒരാളുടെ സമ്മർദ്ദമില്ലാതെ അത് എത്ര എളുപ്പമാണെന്ന് സങ്കൽപ്പിക്കുക. മാനസിക വേദനയുടെ ഈ പ്രക്രിയയാണ് യഥാർത്ഥ സംഭാഷണ വിജയത്തിലേക്ക് വിവർത്തനം ചെയ്യുന്നത്. നിങ്ങളുടെ സംഗ്രഹത്തിൽ നിങ്ങൾ കൊണ്ടുവരുന്നത് എല്ലായ്പ്പോഴും ദൈനംദിന സംഭാഷണമായി മാറില്ല, എന്നാൽ നിങ്ങളുടെ തലച്ചോറിൽ അത് എത്രയധികം ഉണ്ടോ അത്രയധികം അത് മറ്റുള്ളവർക്ക് വ്യക്തമാകും, ഒപ്പം നിങ്ങളെ കൂടുതൽ ആകർഷകമാക്കുകയും ചെയ്യും.

നിങ്ങളുടെ സംഭാഷണ സംഗ്രഹത്തിൽ നാല് വിഭാഗങ്ങളുണ്ട്, ഓരോ രണ്ടാഴ്ച കൂടുമ്പോഴും അവ പുതുക്കുന്നത് ഒരു നല്ല ആശയമായിരിക്കും. സമ്മതിക്കുക, ഈ ചോദ്യങ്ങൾക്കൊന്നും ഉത്തരം നൽകാൻ നിങ്ങൾ മുമ്പൊരിക്കലും ചിന്തിച്ചിട്ടുണ്ടാകില്ല, അതിനർത്ഥം നിങ്ങളുടെ ഈ ഭാഗങ്ങൾ തീർച്ചയായും സംഭാഷണത്തിൽ വരുന്നില്ല എന്നാണ്. നിങ്ങളുടെ സ്വന്തം കഴിവുകളെയോ മൂല്യങ്ങളെയോ കുറച്ചുകാണരുത്!

ആരെങ്കിലും നിങ്ങളോട് ഒരു ചോദ്യം ചോദിച്ചാൽ, നിങ്ങൾ അവർക്ക് അക്ഷരാർത്ഥത്തിൽ ഉത്തരം നൽകേണ്ടതില്ല, പകരം നിങ്ങളുടെ സംഭാഷണ സംഗ്രഹത്തിൽ നിങ്ങൾ തയ്യാറാക്കിയ മറ്റെന്തെങ്കിലും കാര്യത്തിലേക്ക് അവരെ വഴിതിരിച്ചുവിടാമെന്ന കാര്യം ഓർമ്മിക്കുക. എല്ലാത്തിനുമുപരി, ആരെങ്കിലും "നിങ്ങളുടെ വാരാന്ത്യം എങ്ങനെ ഉണ്ടായിരുന്നു?" എന്ന് ചോദിക്കുമ്പോൾ അവർക്ക് വാരാന്ത്യത്തെ

ക്കുറിച്ച് അറിയണമെന്നില്ല, നിശബ്ദത ഒഴിവാക്കുവാൻ രസകരമായ എന്തെങ്കിലും കേൾക്കാൻ അവർ ആഗ്രഹിക്കുന്നു.

ദൈനംദിന ജീവിതം :

- വാരാന്ത്യത്തിൽ നിങ്ങൾ എന്താണ് ചെയ്തത്? ശ്രദ്ധേയമായ എന്തെങ്കിലും?
- നിങ്ങളുടെ ആഴ്ച/ദിവസം എങ്ങനെ പോകുന്നു? ശ്രദ്ധേയമായ എന്തെങ്കിലും?
- നിങ്ങളുടെ കുടുംബം/മറ്റുള്ളവർ എങ്ങനെയിരിക്കുന്നു? ശ്രദ്ധേയമായ എന്തെങ്കിലും?
- ജോലി എങ്ങനെ പോകുന്നു? ശ്രദ്ധേയമായ എന്തെങ്കിലും?

വ്യക്തിപരം :

- നിങ്ങളുടെ അഭിരുചികൾ എന്തൊക്കെയാണ്? ശ്രദ്ധേയമായ എന്തെങ്കിലും?
- ജോലിക്ക് ഉപരിയായി നിങ്ങളുടെ ഏറ്റവും വലിയ അഭിനിവേശമോ താൽപ്പര്യമോ എന്താണ്? ശ്രദ്ധേയമായ എന്തെങ്കിലും?
- നിങ്ങൾ എവിടെ നിന്ന് വരുന്നു? ശ്രദ്ധേയമായ എന്തെങ്കിലും?
- നിങ്ങളുടെ നിലവിലെ സ്ഥലത്ത് നിങ്ങൾ എത്ര കാലമായി താമസിക്കുകയും നിലവിലെ ജോലിയിൽ പ്രവർത്തിക്കുകയും ചെയ്തു? ശ്രദ്ധേയമായ എന്തെങ്കിലും?
- നിങ്ങൾ എവിടെയുള്ള സ്കൂളിലാണ് പഠിച്ചത്, ഏത് വിഷയങ്ങളിലും പ്രവർത്തനങ്ങളിലുമാണ് നിങ്ങൾ ഏർപ്പെട്ടിരുന്നത്? ശ്രദ്ധേയമായ എന്തെങ്കിലും?
- എന്ത് ജോലിയാണ് നിങ്ങൾ ചെയ്യുന്നത്? ശ്രദ്ധേയമായ എന്തെങ്കിലും?

ഗണനീയമായത് :

- നിങ്ങളുടെ ഏറ്റവും സവിശേഷമായ അഞ്ച് അനുഭവങ്ങൾ ഏതൊക്കെയാണ്?
- വ്യക്തിപരമായി നിങ്ങളുടെ ഏറ്റവും പ്രധാനപ്പെട്ട അഞ്ച് നേട്ടങ്ങൾ എന്തൊക്കെയാണ്?
- നിങ്ങളുടെ പത്ത് കഴിവുകൾ എന്തൊക്കെയാണ് — എത്ര വലുതായാലും ചെറുതായാലും ശരാശരിക്ക് മുകളിലുള്ള കാര്യങ്ങൾ.
- കഴിഞ്ഞ അഞ്ച് വർഷത്തിനിടെ നിങ്ങൾ യാത്ര ചെയ്ത പത്ത് സ്ഥലങ്ങളുടെ പേര് നൽകുക.
- കഴിഞ്ഞ അഞ്ച് തവണ നിങ്ങൾ പങ്കെടുത്ത സാമൂഹിക പരിപാടികളുടെ പേര് നൽകുക.
- നിങ്ങളുടെ ജീവിതത്തിൽ ഒഴിച്ചുകൂടാനാകാത്ത പത്ത് കാര്യങ്ങൾ പറയുക — ഈ ചോദ്യം അക്ഷരാർത്ഥത്തിൽ എടുക്കരുത്. ഇത് നിങ്ങളുടെ താൽപ്പര്യങ്ങളെക്കുറിച്ചാണ് ചോദിക്കുന്നത്, വീട്ടുപകരണങ്ങളെക്കുറിച്ചല്ല.

നിലവിലുള്ളത് :

- ഓരോ ആഴ്ചയിലെയും മാസത്തിലെയും മികച്ച അഞ്ച് പരിപാടികൾ ഏതൊക്കെയാണ്? അടിസ്ഥാന കാര്യങ്ങൾ പഠിക്കുകയും അവയിൽ ഒരു അഭിപ്രായവും നിലപാടും വികസിപ്പിക്കുകയും ചെയ്യുക.
- കഴിഞ്ഞ ആഴ്ചയിലെ നാല് രസകരമായ വ്യക്തിഗത സാഹചര്യങ്ങൾ ഏതൊക്കെയാണ്? ഒരു ചെറിയ കഥയായി അവയെ സംഗ്രഹിക്കുക.
- കഴിഞ്ഞ ആഴ്ചയിൽ നിങ്ങൾ വായിച്ചതോ കേട്ടതോ ആയ ഏറ്റവും രസകരമായ നാല് കാര്യങ്ങൾ ഏതൊക്കെയാണ്? ഒരു ചെറിയ കഥയായി അവയെ സംഗ്രഹിക്കുക.

നിങ്ങളുടെ മനസ്സ് ശൂന്യമായി പോകുന്നതായി നിങ്ങൾക്ക് എപ്പോഴെങ്കിലും തോന്നിയിട്ടുണ്ടെങ്കിൽ, ഇതാണ് പ്രതിവിധി. നിങ്ങൾ സ്വയം കുഴിച്ചെടുത്ത നിരവധി വിവരങ്ങളുണ്ട്, പറയാനുള്ള കാര്യങ്ങൾ തീർന്നുപോകുന്നത് മിക്കവാറും അസാധ്യമാണ്. നിങ്ങൾ സാമൂഹികമായി തീവ്രമായ സാഹചര്യങ്ങളിലേക്ക് പോകുന്നതിന് മുമ്പ് ഈ സംഭാഷണ സംഗ്രഹം അവലോകനം ചെയ്യാൻ ഓർക്കുക, നിങ്ങൾക്ക് ആരുമായും സമ്പർക്കം പുലർത്താൻ കഴിയും.

ചില ആളുകൾ മിന്നലിനേക്കാൾ വേഗത്തിലാണെന്ന് തോന്നുമെങ്കിലും, ആ നിമിഷം അവർ തങ്ങളെക്കുറിച്ച് കൂടുതൽ ഓർത്തിരിക്കാമെന്ന് നിങ്ങൾ മനസ്സിലാക്കിയേക്കാം.

സംഭാഷണ ഘട്ടങ്ങൾ

നോക്കൂ, ചെറിയ സംസാരം മോശം അഭിപ്രായം നേടുന്നു. എന്നാൽ ചെറിയ സംസാരത്തിന്റെ മൂല്യം മനസ്സിലാക്കുന്നതിൽ പരാജയപ്പെടുന്നത് നിങ്ങൾ വിവാഹിതനാകാൻ ആഗ്രഹിക്കുന്നുവെന്നും എന്നാൽ അതേസമയം ഒരു പങ്കാളിയെ പരിചയപ്പെടുന്നത് നിങ്ങൾ വെറുക്കുന്നുവെന്നും പറയുന്നത് പോലെയാണ്—ഒന്ന് മറ്റൊന്നിലേക്ക് നയിക്കുന്നതാണ്. അതിനാൽ, നിങ്ങളുടെ സാമൂഹിക കഴിവുകൾ മെച്ചപ്പെടുത്താൻ ശ്രമിക്കുമ്പോൾ ആദ്യം ഓർമ്മിക്കേണ്ടത്, സംഭാഷണ കലയിൽ ചെറിയ സംസാരത്തിന് വളരെ പ്രധാനപ്പെട്ട സ്ഥാനമാണുള്ളത് എന്നാണ്. അതിൽ കഴിവുള്ളവരായിരിക്കുന്നത് നിങ്ങളെ "വലിയ" സംസാരത്തിലേക്ക് വളരെ വേഗത്തിൽ നയിക്കും.

സംഭാഷണവും അതിന്റെ വിപുലീകരണത്തിലൂടെയും മറ്റും ആളുകളുമായുള്ള ബന്ധം വളർത്തിയെടുക്കുന്നതും ഘട്ടങ്ങളായി സംഭവിക്കുന്ന ഒന്നാണ്, എല്ലാം ഒറ്റയടിക്ക് നടക്കുന്നില്ല. നന്നായി നിരീക്ഷിച്ചാൽ ചെറിയ സംസാരം എവിടെയാണ് എത്തിച്ചേരുന്നതെന്നും അത് എന്തുകൊണ്ട് വളരെ പ്രധാനമാണെന്നും നിങ്ങൾക്ക് കാണുവാൻ കഴിയും—നിങ്ങളും മറ്റൊരു വ്യക്തിയും തമ്മിലുള്ള അകലം

കുറയ്ക്കുന്നതിനുള്ള നിരവധി ഘട്ടങ്ങളിൽ ആദ്യത്തേതാണ് ഇത്.

സംഭാഷണങ്ങൾ നാല് വ്യത്യസ്ത ഘട്ടങ്ങളിലൂടെ സംഭവിക്കുന്നതായി ചിന്തിക്കുന്നത് ഉപയോഗപ്രദമാണ്, ഓരോന്നും ക്രമേണ കൂടുതൽ അടുപ്പമുള്ളതായി മാറുന്നു. ഒരു വ്യക്തിയുമായി വിശ്വാസവും ബന്ധവും ക്രമേണ ഉറപ്പിക്കുന്നതിലൂടെ, നിങ്ങൾ ഒരു നല്ല ബന്ധത്തിന് അടിത്തറയിടാനുള്ള സാധ്യത കൂടുതലാണ്. അതുപോലെ, ഈ ഘട്ടങ്ങളിലൂടെ വേഗത്തിൽ കടന്നുപോകുക അല്ലെങ്കിൽ അവരെ തെറ്റിദ്ധരിപ്പിക്കുക, പൂർണ്ണമായും തെറ്റായ രീതിയിൽ എന്തെങ്കിലും ചെയ്തുകൊണ്ട് ഒരു മോശം തുടക്കം ഉണ്ടാക്കുക തുടങ്ങിയവ മറ്റൊരാളുമായുള്ള നല്ല ബന്ധം നശിപ്പിക്കുകയും ചെയ്യാം.

ആശ്ചര്യപ്പെടേണ്ടതില്ല, ആദ്യത്തെ ഘട്ടം ചെറിയ സംസാരം തന്നെയാണ്, കൈമാറ്റം ചെയ്യുന്ന സന്തോഷങ്ങൾ അല്ലെങ്കിൽ പൊതുവായ കുശലം പറച്ചിൽ എന്നും ഇതറിയപ്പെടുന്നു. ഒരു തണുത്ത തുടക്കം മുതൽ സംഭാഷണം മുന്നോട്ട് കൊണ്ടുപോകുന്നതാണിത്. അത് ചെറുതായിരിക്കണം. എല്ലാവർക്കും സുഖമായി ഇടപഴകാൻ കഴിയുന്ന ഒരു വിഷയത്തെ കേന്ദ്രീകരിച്ചായിരിക്കണം സംഭാഷണം ആരംഭിക്കേണ്ടത്. എല്ലാത്തിനുമുപരി, ഈ സമയത്ത് നിങ്ങളുടെ മുന്നിലുള്ള വ്യക്തിയെ നിങ്ങൾക്ക് അറിയില്ല എന്നതും നിങ്ങൾ ഓർക്കേണ്ടതുണ്ട്.

കാലാവസ്ഥ, വളരെ പൊതുവായ സമകാലിക സംഭവങ്ങൾ അല്ലെങ്കിൽ ഈ നിമിഷത്തിൽ സംഭവിക്കുന്ന എന്തും നല്ല വിഷയങ്ങളാണ്. ഈ ഘട്ടം നിങ്ങൾ സ്വയം ആരാണെന്ന് പങ്കിടുന്നതിനല്ല, മറിച്ച് സമ്പർക്കം പുലർത്തുന്നതിനും നല്ലതലത്തിൽ കാര്യങ്ങൾ ആരംഭിക്കുന്നതിനുമാണ്. വളരെ തീവ്രമായതോ പ്രത്യേകമായതോ ആയ, ദീർഘനേരം നേത്ര സമ്പർക്കം പുലർത്തുന്നതോ അല്ലെങ്കിൽ ശാരീരിക സ്പർശനം ഉളവാക്കുന്നതോ ആയ പെരുമാറ്റങ്ങൾ ഒഴിവാക്കുക. നന്നായി പുഞ്ചിരിക്കുക. അടുത്ത ഘട്ടത്തി

ലേക്ക് *സുഖമായി* നീങ്ങുക എന്നതാണ് നിങ്ങളുടെ ലക്ഷ്യം.

ചെറിയ സംഭാഷണത്തിന് ശേഷം, നിങ്ങൾ രണ്ടു പേർക്കും, രണ്ടാം ഘട്ടത്തിൽ വേണ്ടത്ര ആശ്വാസം ലഭിച്ചേക്കാം : ഇതാണ് വസ്തുത വെളിപ്പെടുത്തൽ ഘട്ടം.

നിങ്ങളുടെ ജീവിതത്തിന്റെ വിശദാംശങ്ങൾ പങ്കിടാൻ തുടങ്ങുന്ന "നിങ്ങളെ അറിയാനുള്ള" ഘട്ടമാണിത്—നിങ്ങൾ എവിടെയാണ് ജോലി ചെയ്യുന്നത് അല്ലെങ്കിൽ താമസിക്കുന്നത്, നിങ്ങളുടെ താൽപ്പര്യങ്ങൾ, നിങ്ങൾ ഇപ്പോൾ എന്താണ് ചെയ്യുന്നത്, അല്ലെങ്കിൽ മുമ്പത്തെ ചെറിയ സംസാരവുമായോ നിങ്ങൾ രണ്ടുപേരും നിലവിൽ കാണുന്ന സ്ഥാനവുമായോ ബന്ധിപ്പിക്കുന്ന എന്തെങ്കിലും. തന്റെ വിശ്വാസവും ആത്മവിശ്വാസവും വളർത്തിയെടുക്കാൻ ശ്രമിക്കുന്ന ഒരു വ്യക്തിയെന്ന നിലയിൽ കുറച്ചുകൂടി തുറന്നുപറയുവാനും സ്വയം പങ്കിടാനും നിങ്ങൾക്ക് ഇവിടെ അവസരം ലഭിക്കും. എന്നിരുന്നാലും, ഇത് സത്യം വെളിപ്പെടുത്തലാണെന്ന് ഓർമ്മിക്കുക—ശക്തമായ അഭിപ്രായങ്ങളും വികാരങ്ങളും ഇപ്പോൾ ഒഴിവാക്കുക.

മറ്റൊരാളെ, ക്രമേണ നിങ്ങളെ അറിയാൻ അനുവദിക്കുക. അവർക്ക് ഇടപഴകുവാൻ നല്ല അന്തരീക്ഷം സൃഷ്ടിക്കുന്നവരും നിങ്ങളുടെ വെളിപ്പെടുത്തലുകളോട് അവരുടേതായ രീതിയിൽ പ്രതികരിക്കുന്നവരുമാണെങ്കിൽ മാത്രം സംഭാഷണത്തിന്റെ തീവ്രത വർദ്ധിപ്പിക്കുക. ഇല്ലെങ്കിൽ, കുഴപ്പമില്ല, ഈ തലത്തിൽ തന്നെ തുടരുക. അവർ നിങ്ങളെക്കുറിച്ചുള്ള ചില വിവരങ്ങൾ സഹിതം അവരുടെ വിവരങ്ങൾ പങ്കിടുകയാണെങ്കിൽ, നിങ്ങൾക്ക് അടുത്ത ഘട്ടത്തിലേക്ക് നീങ്ങാം.

മൂന്നാമത്തെ ഘട്ടം അഭിപ്രായം വെളിപ്പെടുത്തൽ ആണ് —ഇത് നിങ്ങളെ രണ്ടുപേരെയും കൂടുതൽ അടുപ്പിക്കുന്നു.

പൊതുവായ താല്പര്യങ്ങൾ കണ്ടെത്തുന്നത് കാഴ്ചപ്പാടുകളും അഭിപ്രായങ്ങളും പങ്കിടാൻ നിങ്ങളെ അനുവദിക്കുന്നു. നിങ്ങളെ രണ്ടുപേരെയും ഒരേപോലെയാക്കുന്നത് എന്താ

ണെന്ന് കണ്ടെത്തുന്നത് സൗഹൃദത്തിനുള്ള കാരണങ്ങൾ തേടാനുള്ള ബോധപൂർവ്വമായ ശ്രമമാണ്. ആലോചന കൂടാതെ, സാമ്യമുള്ള ഒരു മേഖല കണ്ടെത്താൻ നിങ്ങളെ അനുവദിക്കുന്ന ചിന്തനീയമായ ചോദ്യങ്ങൾ ചോദിക്കുക.

പൊതുവായ താത്പര്യങ്ങളിൽ എത്തിച്ചേരുന്നതിന് നിങ്ങൾ കുറച്ച് സമയം സംസാരിക്കേണ്ടതായി വന്നേക്കാം, പക്ഷേ അത് ഒരു വലിയ ബന്ധം ആയിരിക്കണമെന്നില്ല. നിങ്ങളുടെ ചെറിയ സംസാരം നിങ്ങൾ നന്നായി ചെയ്യുകയും നിങ്ങളെക്കുറിച്ച് ചില ഉപയോഗപ്രദമായ വസ്തുതകൾ വെളിപ്പെടുത്തുകയും ചെയ്തിട്ടുണ്ടെങ്കിൽ (നിങ്ങൾ പറഞ്ഞ കാര്യങ്ങൾ ശ്രദ്ധിച്ചാൽ) ചർച്ച ചെയ്യുന്നതിനുള്ള രസകരമായ വിഷയങ്ങൾ കണ്ടെത്തുവാൻ നിങ്ങൾക്ക് കഴിയും.

നിങ്ങൾ സർവ്വകലാശാലയിൽ സമാനമായ ഒരു വിഷയം പഠിച്ചിട്ടുണ്ടോ, നിങ്ങൾ രണ്ടുപേർക്കും കുട്ടികളുണ്ടോ, അല്ലെങ്കിൽ അസാധാരണമായ താൽപ്പര്യം നിങ്ങൾ പങ്കിടുന്നുണ്ടോ?

നിങ്ങളുടെ സംഭാഷണത്തിന്റെ സന്ദർഭം, നിങ്ങൾ എത്രത്തോളം ആഴത്തിൽ പോകുന്നുവെന്ന് നിർണ്ണയിക്കും. ഒരു ബസ് സ്റ്റോപ്പിൽ, ഒരു അപരിചിതനുമായുള്ള ക്രമരഹിതമായ സംസാരം നിങ്ങളുടെ സഹോദരിയുടെ പ്രതിശ്രുത വരനെ കണ്ടെത്തുന്നതിനേക്കാൾ അൽപ്പം കൂടുതൽ ആഴം കുറഞ്ഞതായിരിക്കും. എന്നാൽ നടപടികൾ ഒന്നുതന്നെയായിരിക്കും. തങ്ങൾക്ക് മനസ്സിലാക്കുവാനോ ചോദ്യങ്ങൾ ചോദിക്കുവാനോ കഴിയുന്ന വസ്തുതകൾക്കും വിശദാംശങ്ങൾക്കും വേണ്ടി ശ്രദ്ധയോടെ കേൾക്കുവാൻ നന്നായി സംസാരിക്കുന്നവർക്ക് അറിയാം. നിങ്ങൾ ആളുകളോട് ശരിയായ ചോദ്യങ്ങൾ മാത്രം ചോദിച്ചാൽ ആളുകൾക്ക് നിങ്ങൾ ശരിക്കും ആകർഷകരായി അനുഭവപ്പെടും!

എന്നിരുന്നാലും, മുമ്പത്തെ ഘട്ടങ്ങളിൽ നിങ്ങൾ വിജയിച്ചില്ലെങ്കിൽ, മറ്റൊരു വ്യക്തി കൂടുതൽ സാവധാനത്തിൽ നീങ്ങാൻ ആഗ്രഹിക്കുന്നുവെങ്കിൽ, പൊതുവായ ബന്ധം തേടുന്നത് അൽപ്പം കൂടുതൽ വേഗത്തിൽ നീങ്ങുകയോ

അവരിൽ ഇഷ്ടക്കേടുണ്ടാക്കുകയോ ചെയ്യാം എന്ന കാര്യം ഓർമ്മിക്കുക. നിങ്ങൾ അബദ്ധത്തിൽ തർക്കത്തിന്റെയോ അനിഷ്ടത്തിന്റെയോ ഒരു ഉറവിടം കണ്ടെത്തിയേക്കാം, എന്നാൽ മുൻ ഘട്ടങ്ങളിൽ നിങ്ങൾ ഉണ്ടാക്കിയെടുത്ത കുറച്ച് നല്ല ബന്ധത്തിലും സൗഹൃദത്തിലും നിങ്ങൾക്ക് തിരിച്ചു വരാൻ കഴിയണം.

സംഭാഷണം ഒരു സന്തുലിതാവസ്ഥയാണ് — നിങ്ങൾക്ക് മറ്റുള്ളവരുമായി ബന്ധം സ്ഥാപിക്കുവാൻ ആഗ്രഹമുണ്ട്, എന്നാൽ നിങ്ങൾ ആദരവോടെയും നിരീക്ഷണത്തോടെയും തുടരുകയും മറ്റേ വ്യക്തിയെ അറിയുവാൻ ശ്രമിക്കുമ്പോൾ സുഖപ്രദമായ അകലം പാലിക്കുകയും വേണം. മറ്റൊരാൾക്ക് സത്യസന്ധമായി തുറന്നു പറയുന്നതിന് സമയവും വിശ്വാസവും ആവശ്യമാണെന്ന് മനസ്സിലാക്കുക, കാരണം അത് ധാരാളം അസ്വസ്ഥതകളിലേക്കോ തെറ്റിദ്ധാരണകളിലേക്കോ നയിച്ചേക്കാം. സംഭാഷണം സുഖകരവും നല്ലതുമാണെന്ന് തോന്നിയാൽ മാത്രം മൂന്നാം ഘട്ടത്തിലേക്ക് നീങ്ങുക.

നിങ്ങൾ കൂടുതൽ തുറന്ന് സംസാരിക്കുകയും വ്യക്തിപരമായ വികാരങ്ങൾ നേരിട്ട് പങ്കിടുകയും ചെയ്യുന്നിടത്താണ് വൈകാരിക വെളിപ്പെടുത്തലിന്റെ അവസാന ഘട്ടം. ഇത് സത്യസന്ധമായിരിക്കണം. ഈ തലത്തിലുള്ള അടുപ്പത്തിന് ഓരോരുത്തർക്കും വ്യത്യസ്തമായ പരിധികളുണ്ട്, അതിനാൽ സംഭാഷണ പങ്കാളികൾ പരസ്പരം ആധികാരികമായി വിശ്വസിക്കുകയും പരസ്പരം ആശ്വാസം പകരുകയും ചെയ്യേണ്ടത് പ്രധാനമാണ് — മുമ്പത്തെ എല്ലാ ഘട്ടങ്ങളിലും! നിങ്ങൾക്ക് ആവേശമോ ഭയമോ ഉള്ള ഒരു കാര്യത്തെക്കുറിച്ച് സംസാരിക്കാം, അല്ലെങ്കിൽ ആത്മാർത്ഥമായ അഭിനന്ദനമോ സ്വകാര്യ അഭിപ്രായമോ പങ്കിടാം.

തീർച്ചയായും, ഒരു നല്ല ബന്ധം ഈ അവസാന ഘട്ടത്തിൽ നിലനിൽക്കുകയും വികാരങ്ങളും കൂടുതൽ ദുർബ്ബലമായ ആശയങ്ങളും പരസ്പരം പങ്കിടുകയും ചെയ്യു

മ്പോൾ അത് കൂടുതൽ ആഴത്തിലാവുകയും ചെയ്യും. ഇത് ഒരു പ്രണയമോ ബിസിനസ്സോ കുടുംബ ബന്ധമോ ആകട്ടെ, ഈ ഘട്ടത്തിലെത്താൻ പരിശ്രമം ആവശ്യമാണ്, അത് നിസ്സാരമായി കാണേണ്ടതില്ല. ചെറിയ സംസാരം ചിലർക്ക് സമയം പാഴാക്കുന്നതായി തോന്നുമെങ്കിലും, ഒരു അടുത്ത ബന്ധത്തിന്റെ ആദ്യകാല അടിത്തറ പാകാനുള്ള പ്രതിജ്ഞാബദ്ധതയായി ഇതിനെ കാണുക.

പ്രധാന സൂചനകൾ :

- നമ്മൾ ഒരു സാമൂഹിക ജീവിയാണ്, ഒന്നിലധികം പഠനങ്ങൾ ഇത് സ്ഥിരീകരിക്കുന്നു. സാമൂഹിക ഇടപെടലിന്റെ *അഭാവം* തന്നെ ദോഷകരമാണ്, കൂടാതെ നമ്മുടെ ഉദ്ദേശ്യങ്ങൾക്ക്, സാമൂഹിക ഇടപെടലിന്റെ അഭാവം മികച്ചതൊന്നും ചെയ്യുന്നില്ല. ചെറിയ സംസാരത്തിലൂടെ വേഗത്തിൽ മുന്നോട്ട് പോകാനുള്ള കഴിവും വൈദഗ്ധ്യവും നേടുന്നത് നിങ്ങളുടെ ജീവിതത്തിലെ നിലവിലുള്ള ബന്ധങ്ങൾക്കും ഭാവിയിൽ ഉണ്ടാകാൻ പോകുന്ന ബന്ധങ്ങൾക്കും അവിശ്വസനീയമാം വിധം പ്രയോജനം നൽകുന്നു. എന്നിരുന്നാലും, സംഭാഷണ തന്ത്രങ്ങളിലേക്ക് കടക്കുന്നതിന് മുമ്പ്, ആരെയെങ്കിലും കണ്ടുമുട്ടുന്നതിനും അഭിവാദ്യം ചെയ്യുന്നതിനും മുമ്പ് നിങ്ങൾ സ്വയം തയ്യാറായിരിക്കുന്നത് സഹായകമാണ്. തുടർച്ചയായി മികച്ച ചെറിയ സംഭാഷണങ്ങളും ആശയവിനിമയങ്ങളും നടത്താൻ നമുക്ക് എങ്ങനെ മുൻകൂട്ടി തയ്യാറാകാം? പല തരത്തിൽ, അത് മാറുന്നു.
- ചെറിയ സംസാരത്തിനും ഊഷ്മളതയ്ക്കും തയ്യാറെടുക്കാൻ നമുക്ക് വിവിധ വഴികളുണ്ട്. രണ്ട് സമീപനങ്ങളാണ് നിങ്ങൾക്ക് ഊഹിക്കാവുന്നത് : ശരീരശാസ്ത്രപരമായും, മനഃശാസ്ത്രപരമായും. മനഃശാസ്ത്രപരമായ തയ്യാറെടുപ്പ് എന്നത് സാമൂഹ്യവൽക്കരിക്കാനുള്ള മാനസികാവസ്ഥയിൽ എത്തിച്ചേരുകയും ആശയവിനിമയം ആരംഭിക്കാൻ ശീലിക്കുകയും ചെയ്യുന്ന

താണ്. "പത്ത് സെക്കൻഡ് ബന്ധങ്ങൾ" ഉപയോഗിച്ച് ഇത് ചെയ്യുവാൻ കഴിയും, അത് നിങ്ങളെ ഒരു നിമിഷത്തേക്കെങ്കിലും അസുഖകരമായ അനുഭവത്തിലേക്ക് എത്തിക്കാം. ചെറുതും ഹ്രസ്വമായതുമായ സംഭാഷണങ്ങൾ കുറഞ്ഞ പ്രതീക്ഷകളോടെ ആരംഭിക്കുക എന്നതാണ് ആശയം. ഇത് എളുപ്പവും തികച്ചും സുരക്ഷിതവുമാണെന്ന് ഒടുവിൽ നിങ്ങൾക്ക് കാണുവാനാകും—നിങ്ങൾക്കിത് ആസ്വാദ്യകരമാണെന്ന് തോന്നിയേക്കാം, കൂടാതെ പത്ത് സെക്കൻഡുകൾ കൂടി നീട്ടാൻ ഇടയ്ക്കിടെ നിങ്ങൾ ആഗ്രഹിച്ചേക്കാം.

- ശാരീരികമായി, സാമൂഹികവൽക്കരിക്കുന്നതിന് മുമ്പ് ഉറക്കെ വായിച്ച് നിങ്ങൾ വൈകാരിക പ്രകടനത്തെയും വ്യതിയാനത്തെയും പെരുപ്പിച്ചു കാണിക്കുന്നുവെന്ന് ഉറപ്പാക്കുകയും ഊഷ്മളമാക്കാൻ ശ്രമിക്കുകയും വേണം. ഒരു ഭാഗം മൂന്ന് തവണ ഉച്ചത്തിൽ വായിക്കുകയും ഇടപഴകലിന്റെ വ്യത്യാസം ശ്രദ്ധിക്കുകയും ചെയ്യുക, നിങ്ങൾ എങ്ങനെ കണ്ടുമുട്ടുമെന്നതിന്റെ വൈരുദ്ധ്യം നിങ്ങൾക്ക് തൽക്ഷണം കാണുവാൻ കഴിയും. സ്കൂൾ പ്രായത്തിലുള്ള കുട്ടികൾക്ക് ഗ്രേഡ് നൽകാനായി നിങ്ങൾ ഒരു അദ്ധ്യാപകനെപ്പോലെ പ്രവർത്തിക്കുകയും വികാരങ്ങൾ, ഭാവങ്ങൾ, ശബ്ദങ്ങൾ എന്നിവയുടെ മുഴുവൻ ശ്രേണിയിലൂടെ സഞ്ചരിക്കുകയും വേണം. നന്നായി തയ്യാറെടുക്കുക. ഇത് നിങ്ങളെ ഊഷ്മളമാക്കാൻ ഉദ്ദേശിച്ചുള്ളതാണ്, അതുപോലെ തന്നെ നിങ്ങൾക്ക് ഒരു സാധാരണ നിലയിൽ എത്രമാത്രം ആവിഷ്കാരശേഷി കുറവാണെന്ന അവബോധം ഇത് കൊണ്ടുവരുന്നു.
- നിങ്ങളുടെ സ്വന്തം വിവരങ്ങളും ജീവിതവും ക്രമീകരിക്കുക എന്നതാണ് സംഭാഷണങ്ങൾക്ക് മുമ്പായി തയ്യാറെടുക്കുന്നതിനുള്ള ഒരു അധിക മാർഗ്ഗം, ഒരു സംഭാഷണ സംഗ്രഹം പിന്തുടരുന്നതിലൂടെ ഇത് ചെയ്യുവാനാകും. നിങ്ങളുടെ ഭൂതകാലത്തിലേക്ക് ആകർഷി

ക്കുകയും നിങ്ങളെ രസകരമായ ഒരു വ്യക്തിയാക്കുന്നത് എന്താണെന്ന് കണ്ടെത്തുകയും എളുപ്പമുള്ള ഉപയോഗത്തിനായി അതെല്ലാം നിങ്ങളുടെ നാവിന്റെ അറ്റത്ത് ഉണ്ടെന്ന് ഉറപ്പാക്കുകയും ചെയ്യുക എന്ന താണ് ഉദ്ദേശ്യം. ഒരു സംഭാഷണത്തിലേക്ക് കൊണ്ടുവരാൻ കഴിയുന്ന കാര്യങ്ങൾ നമ്മൾ പലപ്പോഴും മറക്കുന്നു, ലഭ്യമായ വിഷയങ്ങളുടെ അഭാവം സമ്മർദ്ദവും വിമുഖതയും വർദ്ധിപ്പിക്കുന്നു.

- നമുക്കാർക്കും ചെറിയ സംസാരം ഇഷ്ടമല്ല, പക്ഷേ അതിന് ഒരു വലിയ പങ്കുണ്ട്. ആരെയെങ്കിലും അടുത്തറിയുന്നത് ക്രമാനുഗതമായ രീതിയിലാണ് സംഭവിക്കുന്നത്, ആഴത്തിൽ പോകണമെങ്കിൽ നമുക്ക് ആ ഘട്ടങ്ങൾ ഒഴിവാക്കാനാവില്ല. ഒരു ഇടപെടലിന് നാല് ഘട്ടങ്ങളുണ്ടെന്ന് പറയാം, ചെറിയ സംസാരമാണ് ആദ്യത്തേത്, തുടർന്ന് വസ്തുത വെളിപ്പെടുത്തൽ, അഭിപ്രായം വെളിപ്പെടുത്തൽ, വൈകാരിക വെളിപ്പെടുത്തൽ. ഘട്ടങ്ങൾ പിന്തുടർന്ന് മുന്നോട്ട് പോകാം, എന്നാൽ ചെറിയ സംസാരത്തിന്റെ പങ്ക് മനസ്സിലാക്കുന്നത് പ്രധാനമാണ്.

അദ്ധ്യായം 2

പ്രാരംഭ ധാരണകൾ

മിക്ക ആളുകളും ആദ്യം തന്നെ സംഭാഷണത്തിൽ ഏർപ്പെടുന്നില്ല. പകരം, അവർ ആളുകളെയും സാഹചര്യത്തെയും പരിശോധിക്കുന്നു. നിങ്ങൾ മുമ്പൊരിക്കലും പരിചയപ്പെട്ടില്ലാത്ത ആരെയെങ്കിലും കണ്ടുമുട്ടുമ്പോൾ, നിങ്ങൾ ആദ്യം തന്നെ തുറന്നു സംസാരിക്കേണ്ടതില്ലെന്ന് നിങ്ങൾക്ക് സ്വാഭാവികമായും തോന്നും. അതുവഴി നിങ്ങളുടെ ഇടപെടലുകൾ അളക്കുവാനും നിങ്ങളുടെ പുതിയ പരിചയക്കാരനെ കൂടുതൽ മനസ്സിലാക്കുവാനും നിങ്ങൾക്ക് എത്രത്തോളം പരിചിതമോ അനായാസമോ ആയ ഇടപെടലുകൾ നടത്താമെന്ന് നിർണ്ണയിക്കുവാനും നിങ്ങൾക്ക് കഴിയും.

ഉദാഹരണത്തിന്, നിങ്ങൾ പ്രാഥമിക വിദ്യാലയത്തിൽ പഠിക്കുന്ന സമയത്തെക്കുറിച്ച് ഓർക്കുക, അടുത്ത ദിവസം നിങ്ങളുടെ അധ്യാപകന് ഒരു പകരക്കാരൻ ഉണ്ടായിരിക്കുമെന്ന് നിങ്ങൾ കരുതിയിരുന്നോ? നിങ്ങളുടെ അധ്യാപകനെ നിങ്ങൾ വെറുക്കുന്നില്ലെങ്കിൽ മിക്കവർക്കും അത് ഭയപ്പെടുത്തുന്ന നിമിഷമായിരിക്കണം. പകരക്കാരൻ എത്രമാത്രം കർക്കശക്കാരനോ മോശമായി പെരുമാറുന്ന ആളോ ആയിരിക്കുമെന്ന് നിങ്ങൾക്കറിയില്ല എന്നതിനാൽ ഇത് ഭയാനകമായിരുന്നു. മാത്രമല്ല നിങ്ങൾ അവരെ മനസ്സിലാക്കുന്നത് വരെ കുറച്ച് ദിവസത്തേക്ക് നിങ്ങളുടെ മികച്ച പെരുമാറ്റം നിങ്ങൾ കാഴ്ച വയ്ക്കുകയും വേണം. ഈ

പകരക്കാരനായ അധ്യാപകൻ ഒരു കർക്കശക്കാരനോ അതോ വരിയിൽ നിന്ന് പുറത്തുകടക്കാൻ ധൈര്യപ്പെട്ടതിന് നിങ്ങളെ ക്രൂരമായി ഉപദ്രവിക്കുന്ന തരമാണോ എന്ന് ആർക്കറിയാം?

പിറ്റേന്ന് രാവിലെ, നിങ്ങൾക്ക് എട്ട് വയസ്സായിട്ടുപോലും പകരക്കാരനായ ആ അധ്യാപകൻ കുറ്റമറ്റ ഭാവത്തിൽ നടന്ന് എല്ലാവരെയും "മിസ്റ്റർ", "മിസ്" എന്ന് അഭിസംബോധന ചെയ്യുന്നു. അവർ തിരഞ്ഞെടുത്ത ശൈലി അതാണ്, എന്നാൽ അത് നിങ്ങൾക്ക് അനുയോജ്യമാകണമെന്നില്ല. എന്നാൽ പകരക്കാരനായ അധ്യാപകൻ അയഞ്ഞ ഷർട്ടും സാധാരണ ചെരിപ്പും ധരിക്കുകയും വിദ്യാർത്ഥികളെ "ബഡീസ് (ചങ്ങാതിമാർ)" എന്നും "ഡ്യൂഡ്സ്" എന്നും അഭിസംബോധന ചെയ്യുകയും ചെയ്യുന്നു. ഒന്ന് മറ്റൊന്നിനേക്കാൾ ശ്രേഷ്ഠമാണെന്ന് ഞാൻ പറയുന്നില്ല, എന്നാൽ ഈ ഓരോ അധ്യാപകരും മനഃപൂർവ്വം ഒരു ശൈലി സജ്ജമാക്കുകയാണ്. വിദ്യാർത്ഥികളുമായി ഇടപഴകാൻ അവർ എങ്ങനെ ഇഷ്ടപ്പെടുന്നുവെന്നും അവരോട് എങ്ങനെ പെരുമാറണമെന്നും ഇത് നിങ്ങൾക്ക് കാണിച്ചുതരുന്നു.

ഓരോ സംഭാഷണത്തിലും, പ്രത്യേകിച്ച് ചെറിയ സംസാരം ആരംഭിക്കുമ്പോൾ, നമ്മൾ ഒരേ സൂചനകൾ അയയ്ക്കുന്നു, പക്ഷേ നമ്മൾ അത് മനസ്സിലാക്കിയേക്കില്ല. നാമെല്ലാവരും സമാനമായ രീതിയിൽ മറ്റുള്ളവരെ അളക്കുകയാണ്, ആളുകൾ നിങ്ങളോടും അത് തന്നെ ചെയ്യുന്നു. നിങ്ങൾ സ്വയം ആ ഇടപെടൽ എങ്ങനെ കൊണ്ടുപോകുന്നുവെന്ന് അവർ നോക്കുന്നു, ഇത് നിങ്ങൾ ഏത് തരത്തിലുള്ള ഇടപെടലാണ് ഇഷ്ടപ്പെടുന്നതെന്ന് അവരെ അറിയിക്കുന്നു. അപരിചിതർ, പരിചയക്കാർ, സുഹൃത്തുക്കൾ എന്നിവരിൽ പോലും നിങ്ങൾ ഏതുതരം പകരക്കാരനായ അധ്യാപകനെയാണ് കാണുന്നത്?

നിങ്ങൾ കണ്ടുമുട്ടുന്ന എല്ലാവരിലും നിങ്ങൾ ഒരു മതിപ്പ് ഉണ്ടാക്കുന്നുണ്ടെന്ന് അറിഞ്ഞുകൊണ്ട്, മറ്റുള്ളവരുമായി ശരിയായ ശൈലി സജ്ജീകരിക്കുന്നതിൽ നിങ്ങൾ

ബോധവാനായിരിക്കണം. ഏത് തരത്തിലുള്ള സൂചനകളാണ് നിങ്ങൾ അയയ്ക്കുന്നത്? നമ്മുടെ ഉദ്ദേശ്യങ്ങൾക്കായി, ആശ്വാസത്തിന്റെയും പരിചിതത്വത്തിന്റെയും ഒരു സൂചന അയയ്ക്കാൻ നമ്മൾ ആഗ്രഹിക്കുന്നു. ആശയവിനിമയത്തിനായി ആദ്യം നിങ്ങളെ സമീപിക്കുന്നത്, നിങ്ങൾക്ക് സുഖകരമായിരിക്കില്ല എന്നത് മനസ്സിലാക്കാവുന്നതേയുള്ളൂ, പക്ഷേ ഇത് പലപ്പോഴും, ആരാണ് ആദ്യം പിന്മാറുക എന്നറിയാൻ രണ്ട് ആളുകൾ ഒരു തർക്കത്തിൽ ഏർപ്പെടുന്ന സാഹചര്യത്തിലെത്തുന്നതിന് കാരണമാകുന്നു.

അപരിചിതരെപ്പോലെ സംസാരിച്ച്, അസ്വാസ്ഥ്യത്തിന്റെയും ദൂരത്തിന്റെയും സിഗ്നലുകൾ അയച്ച്, നമ്മൾ ഇതുവരെ സുഹൃത്തുക്കളല്ലെന്ന മട്ടിൽ പ്രവർത്തിച്ച് ചെറിയ സംസാരത്തിൽ നിന്ന് നമ്മൾ സ്വയം സംരക്ഷിക്കുന്നു. നിങ്ങൾ ആളുകളോട് അപരിചിതരെപ്പോലെ പെരുമാറുമ്പോൾ, അവരും അപരിചിതരെപ്പോലെ നിലനിൽക്കും. ശൈലി ക്രമീകരിക്കുക എന്നതിനർത്ഥം "നമ്മൾ ഇപ്പോൾ സുഹൃത്തുക്കളാണ്" എന്നതിലേക്ക് മാനസികമായ കുതിച്ചുചാട്ടം നടത്തുകയും അവരെ അങ്ങനെ പരിഗണിക്കുകയും ചെയ്യുക എന്നതാണ്.

ശൈലി സജ്ജമാക്കുക

അനാവശ്യമായി തോന്നാനുള്ള സാധ്യതയിൽ, ഏറ്റവും അടിസ്ഥാന തലത്തിൽ, ഇതിനർത്ഥം സുഹൃത്തുക്കളെ പോലെ സംസാരിക്കുകയും ഉദ്യോഗസംബന്ധമായ ഒരു പരിപാടിയിൽ നിങ്ങൾ അവരെ കണ്ടുമുട്ടിയതുപോലെ എല്ലാവരുമായും സംഭാഷണം നടത്തുകയും ചെയ്യുക എന്നാണ്. കൃത്യമായി പറഞ്ഞാൽ, *സുഹൃത്തുക്കൾ എങ്ങനെയാണ് സംസാരിക്കുന്നത്?*

സുഹൃത്തുക്കൾ, പരിചയക്കാർ, പെട്ടെന്ന് സുഹൃത്തുക്കളെ ഉണ്ടാക്കുന്നവർ തുടങ്ങിയവർ എങ്ങനെ സംസാരിക്കുന്നു എന്നതിനെക്കുറിച്ച് പങ്കിടാൻ എനിക്ക് ഉപയോഗപ്രദമായ ഒരു വ്യക്തിഗത സംഭവമുണ്ട്. ഇത് കുറച്ച്

വർഷങ്ങൾക്ക് മുമ്പായിരുന്നു, മറ്റേ കക്ഷി ആരാണെന്ന് നിങ്ങൾ ഒരിക്കലും ഊഹിക്കുവാൻ സാധ്യതയില്ല.

സാധാരണ നേരമ്പോക്കുകളും ചെറിയ സംഭാഷണ ങ്ങളും കൈമാറ്റം ചെയ്തുകൊണ്ട് ഞങ്ങൾ കുറച്ച് സമയം ചെലവഴിച്ചു, തുടർന്ന് ഞങ്ങൾ ബിസിനസ്സിലേക്ക് എത്തി. ആ കാര്യം പ്രത്യേകിച്ച് എന്റെ സംഭാഷണ പങ്കാളി എന്നോട് പറഞ്ഞതല്ല; അത് അവളുടെ സമീപനമായിരുന്നു. എന്റെ സംഭാഷണ പങ്കാളിക്ക് അടിസ്ഥാനപരമായി ഒരു തരത്തിലുള്ള മുഖവുരയും ഇല്ലായിരുന്നു, അവളുടെ മനസ്സിൽ വരുന്നതെന്തും അവൾ ചോദിച്ചു. അത് ഉന്മേഷ ദായകമായിരുന്നു, കൂടുതൽ പ്രസക്തമോ രസകരമോ ആയ ഒന്നിലേക്കുള്ള വ്യക്തമായ പാതയില്ലാത്ത സഞ്ചാരം പോലെ.

ചില ആളുകൾ വിഷയത്തിൽ നിന്ന് വിഷയത്തിലേക്ക് ആഴത്തിൽ സഞ്ചരിക്കുവാനും യഥാർത്ഥത്തിൽ ഇടപെടാ തിരിക്കുവാനും ഇഷ്ടപ്പെടുന്നു, ഇത് വിപരീത അനുഭവ മായിരുന്നു. ഒരു മറച്ചു വയ്ക്കലിന്റെ അഭാവം അർത്ഥമാക്കു ന്നത് സംഭാഷണം രസകരവും വികാര-പ്രേരിതവും കുറച്ചെല്ലാം അനുചിതവുമായ തലങ്ങളിലേക്ക് പോകും എന്നാണ്.

(തീർച്ചയായും, മികച്ച വിഷയങ്ങൾ എപ്പോഴും ഒരു പരിധിവരെ അനുചിതമാണ്. വളരെ കുറച്ച് വിഷയങ്ങൾ യഥാർത്ഥത്തിൽ അനുചിതമാണ്—നിങ്ങൾ അത്തരം വിഷയങ്ങളെക്കുറിച്ച് ഉചിതമായ രീതിയിൽ സംസാരിക്കണം.)

ഉചിതമായി തുടരാൻ വേണ്ടി അപ്രധാനമായ പല കാര്യങ്ങളെയും കുറിച്ച് സംസാരിക്കാൻ മടിക്കാത്ത ഒരാളു മായുള്ള സംഭാഷണം ഉന്മേഷദായകമായിരുന്നു. കാര്യങ്ങൾ മനസ്സിലാക്കുവാൻ "എന്തുകൊണ്ട്?" എന്ന് എത്ര തവണ ചോദിക്കേണ്ടി വന്നാലും ആഴത്തിലുള്ളതും കഠിനവുമായ ചോദ്യങ്ങൾ ചോദിക്കുവാൻ അവൾ ഭയപ്പെട്ടില്ല. പലപ്പോഴും,

ഞങ്ങളുടെ സംഭാഷണം മറ്റുള്ളവർ ഒഴിവാക്കുന്ന ഒരു തലത്തിലേക്ക് പോയി. ഞാൻ എന്താണ് പറയുന്നതെന്ന് ഞാൻ സ്വയം മനസ്സിലാക്കുന്നതിന് മുമ്പ് അവൾക്ക് കുറച്ച് തവണ ചോദിക്കേണ്ടി വന്നു.

അവിടെ മുൻവിധിയൊന്നും ഉണ്ടായിരുന്നില്ല, അവളുടെ ചോദ്യങ്ങൾ കേവലവും യഥാർത്ഥവുമായ ജിജ്ഞാസയാൽ ഉൾതിരിഞ്ഞതാണെന്ന് വ്യക്തമായിരുന്നു. ഇത് എനിക്ക് ആയാസരഹിതമായി അനുഭവപ്പെടുന്നതിനും എന്റെ കൂടുതൽ സ്വകാര്യ ചിന്തകൾ പങ്കിടുന്നതിനും ഇടയാക്കി. സാരാംശത്തിൽ, ഞങ്ങൾ ചെറിയ സംസാരത്തിന്റെയും പരസ്പരം ശ്രദ്ധാപൂർവ്വം നിരീക്ഷിക്കുകയും വിലയിരുത്തു കയും ചെയ്യുന്നതിന്റെയും മിക്ക ഘട്ടങ്ങളും ഒഴിവാക്കി, വളരെക്കാലമായി പരസ്പരം അറിയുന്ന ആളുകളെപ്പോലെ ഞങ്ങൾ സംസാരിച്ചു. തീർച്ചയായും ഈ പുസ്തകത്തിന്റെ തുടക്കത്തിൽ ചർച്ച ചെയ്ത പൊതുവായ ക്ഷേമവും സന്തോഷ വുമായി പരസ്പരബന്ധിതമായ ഒരു ഇടപെടലാണിത്.

നിങ്ങൾക്ക് ഇപ്പോൾ മനസ്സിലായിട്ടുണ്ടാകണം — ഒരു പരിചയക്കാരന്റെ വിരുന്നിൽ വച്ച് ഞാൻ കണ്ടുമുട്ടിയ ഒരു *എട്ട് വയസ്സുകാരിയായിരുന്നു* എന്റെ സംഭാഷണ പങ്കാളി. നമ്മളിൽ ഭൂരിഭാഗം പേർക്കും, സംഭാഷണത്തെക്കുറിച്ച് വളരെയധികം ചിന്തിക്കുമ്പോൾ പ്രശ്നമുണ്ട്. നമ്മൾ കാര്യ ങ്ങൾ നമ്മുടെ തലയിൽ വിശകലനം ചെയ്യുന്നു, ആസൂത്രണം ചെയ്യാൻ ശ്രമിക്കുന്നു, നമുക്ക് പറയാനുള്ളത് അനാവശ്യ മായി തിരഞ്ഞെടുക്കുന്നു. പുറത്തുവരുന്ന വിഷയങ്ങൾ അമിതമായ ഔപചാരികമോ അമിതമായ ചിന്തയിലൂടെയോ ആകാം.

നമ്മുടെ, ആഴത്തിൽ സഞ്ചരിക്കുന്ന ചിന്തകൾ എത്ര ആവേശകരമോ വൈകാരികമോ ആയാലും, അത് നമ്മുടെ വായിൽ നിന്ന് പുറപ്പെടുവിക്കുന്നത് തികച്ചും മങ്ങിയ രീതിയിലായിരിക്കും. പരീക്ഷിച്ചതും തെളിയിക്കപ്പെട്ടതുമായ സുരക്ഷിത വിഷയങ്ങളിൽ നമ്മൾ ഉറച്ചുനിൽക്കുന്നു. ആവേ ശവും ഗൂഢാലോചനയും നമ്മൾ തരം തിരിച്ചെടുക്കുന്നു,

കാരണം നമുക്ക് ആളുകളെ ശല്യപ്പെടുത്തുവാനോ മടുപ്പിക്കുവാനോ ആഗ്രഹമില്ല, അല്ലെങ്കിൽ ആ കാര്യത്തിൽ നമ്മൾ സ്വയം ബോധമുള്ളവരാണ്.

കുട്ടികൾക്ക് ഈ പ്രശ്നമില്ല, അതാണ് അവർ നിശ്ചയിക്കുന്ന ശൈലി. തൽഫലമായി, ജിജ്ഞാസയുള്ളവരും സാമൂഹിക സ്വഭാവമുള്ളവരുമായ കുട്ടികളോട് നാമെല്ലാവരും ഒരു പ്രത്യേക രീതിയിൽ പെരുമാറുന്നു, അല്ലേ? നമ്മൾ അവരുടെ മാതൃക പിന്തുടരുന്നു. നിങ്ങൾക്കും എപ്പോഴും ഇതുപോലെ തിരഞ്ഞെടുക്കുവാനുള്ള അവകാശമുണ്ട്. വ്യക്തമായി പറഞ്ഞാൽ, ഒരു കുട്ടിയെപ്പോലെ പെരുമാറരുത്, നിർബന്ധമായും ഒരു കുട്ടിയെപ്പോലെ പെരുമാറരുത് എന്നതാണ് ലക്ഷ്യം. മറ്റുള്ളവരുമായി ഇടപഴകുമ്പോൾ നാമെല്ലാവരും ചില സൂചനകൾ നൽകുന്നുണ്ടെന്നും, കുട്ടികൾ വളരെ സവിശേഷമായ സൂചനകൾ നൽകുന്നുവെന്നും മനസ്സിലാക്കുക എന്നതാണ് ഇതിന്റെ ലക്ഷ്യം. അവ സാധാരണയായി നമ്മെ തുറന്നുകാട്ടുകയും ഇടപെടലുകൾ സുഖകരവും രസകരവുമാക്കുകയും ചെയ്യുന്നു.

അത്രയധികം ഗൗരവമുള്ളവരായിരിക്കരുതെന്ന് ഓർക്കുക; നിങ്ങളുടെ ചങ്ങാതിമാരോട് നിങ്ങൾക്ക് ഇതിനകം ഉള്ളതുപോലെയുള്ള തമാശ നിറഞ്ഞ, സുഖകരമായ മനോഭാവം തികച്ചും നല്ലതാണ്. പ്രവചനാതീതമായിരിക്കുക, അപ്രതീക്ഷിതവും പാരമ്പര്യേതരവുമായ ഉത്തരങ്ങൾ നൽകുക. നിങ്ങളുടെ ഗതാഗതം എങ്ങനെയായിരുന്നുവെന്ന് ആരെങ്കിലും ചോദിച്ചാൽ, കേവലം വിവരണാത്മകവും കൃത്യവുമായ ഉത്തരം നൽകരുത്. എന്തെങ്കിലും രസകരമായ ഉത്തരം നൽകുക, അല്ലെങ്കിൽ നിങ്ങൾ ഉദ്ദേശിച്ചതിന് വിപരീതമായി പറയുക (ചുരുക്കത്തിൽ പരിഹാസം നിറച്ചുകൊണ്ട് സംസാരിക്കുക). ഭാഷ ഉപയോഗിച്ച് കളിക്കുക, വർണ്ണാഭമായ ശൈലികളും പദപ്രയോഗങ്ങളും ഉപയോഗിക്കുക. നിങ്ങളുടെ കാർ നിങ്ങളുടെ രഥമാണ്, സൂര്യൻ എൽട്ടൺ ജോണിന്റെ സൺഗ്ലാസ് പോലെ തിളങ്ങുന്നു, ഓറഞ്ച് നിറമുള്ള കൃത്രിമമായ പഞ്ചസാര നിറച്ച ട്രക്ക് പോലെ മധുരമുള്ളതാവണം നിങ്ങളുടെ സംസാരം.

അൽപ്പം പെരുപ്പിച്ചുകാട്ടുകയോ അസംബന്ധം പറയുകയോ ആളുകളെ ഇരുത്തി ശ്രദ്ധയിൽപ്പെടുത്തുന്ന വിധത്തിൽ സംസാരിക്കുകയോ ചെയ്തുകൊണ്ട് നിങ്ങൾക്ക് അൽപ്പം നിസ്സാരത കൊണ്ടുവരാനാകും. സമ്മർദ്ദപൂരിതമായ ഒരു ഡോക്ടറുടെ അപ്പോയിന്റ്മെന്റിൽ, ഒരു പിതാവ് തന്റെ പിഞ്ചുകുഞ്ഞുങ്ങളെ നിർവ്വികാരമായ ഭാവത്തോടെ നോക്കി, "ഡോക്ടർ, ഇവരെ ദത്തു നൽകാൻ വൈകിയോ?" എന്നു പറഞ്ഞുകൊണ്ട് മാനസികാവസ്ഥ ലഘൂകരിച്ചേക്കാം.

ഒരു സാഹചര്യത്തെ തികച്ചും അസംബന്ധമായ രീതിയിൽ ബോധപൂർവ്വം തെറ്റായി വ്യാഖ്യാനിക്കുന്നത് ഫലപ്രദമാണെന്ന് നിങ്ങൾ കണ്ടെത്തിയേക്കാം. അവർ ചെറിയ കുട്ടികളെ സ്നേഹിക്കുന്നുവെന്ന് ആരെങ്കിലും പറഞ്ഞാൽ, നിങ്ങൾക്ക് അവിടെ തുടർന്ന് വരുന്ന ശൂന്യത പൂരിപ്പിക്കാം.

ജീവിതത്തിലെ പതിവ് തിരക്കുകളിൽ നിന്ന് ആളുകളെ മോചിപ്പിക്കുവാൻ സാങ്കൽപ്പിക ചോദ്യങ്ങൾ ഉന്നയിക്കുക, അല്ലെങ്കിൽ ഒരു മണ്ടൻ നാടകം നടത്തുക. നിങ്ങൾ ലൈബ്രറിയിലാണെന്ന് സങ്കൽപ്പിക്കുക, ആരുടെയോ പെൻസിൽ മേശയിൽ നിന്ന് നിങ്ങളുടെ നേരെ ഉരുണ്ടു വരുന്നു. നിങ്ങൾ പെൻസിൽ കൈയിലെടുത്ത് പെൻസിലിനെ ശകാരിക്കുന്നതായി നടിക്കുന്നു, തുടർന്ന് മറ്റേ വ്യക്തിയെ സങ്കടത്തോടെ നോക്കുന്നു. "ക്ഷമിക്കണം, നിങ്ങളുടെ പെൻസിൽ നിങ്ങളെ ഇഷ്ടപ്പെടുന്നില്ലെന്ന് എനിക്ക് തോന്നുന്നു..."

പരിഹാസം മറ്റൊരു ആയുധമാണ്. ഡിഎംവിയിലെ നിങ്ങളുടെ ദിവസം എങ്ങനെയായിരുന്നുവെന്ന് ഒരു പരിചയക്കാരൻ നിങ്ങളോട് ചോദിക്കുമ്പോൾ നിങ്ങൾ വിശാലമായി പുഞ്ചിരിച്ചുകൊണ്ട് പറയും, "അതിശയകരം! നിങ്ങൾ ആസ്വദിച്ചിട്ടുണ്ടോ? വർഷത്തിലെ ഈ സമയം ആഡംബര ഹോട്ടലിനുള്ളിൽ കുടുങ്ങിക്കിടക്കുന്നത് വളരെ *മനോഹരമാണ്*."

ചിലപ്പോൾ, നിങ്ങൾ രണ്ടുപേർക്കും ഇപ്പോൾ പൊതുവായിട്ടുള്ള ഒരു സാഹചര്യത്തിലേക്ക് മനഃപൂർവ്വം ശ്രദ്ധ ആകർഷിക്കുന്നത് ഒരു സൗഹൃദബോധം സൃഷ്ടിക്കും.

നിങ്ങൾ "നാലാമത്തെ ഘട്ടം തകർക്കുമ്പോൾ" നിങ്ങൾ എന്താണ് സംഭവിക്കുന്നതെന്ന് കൃത്യമായി സംസാരിക്കും, ഒരുപക്ഷേ നിങ്ങൾ നടത്തുന്ന സംഭാഷണത്തെക്കുറിച്ച് തന്നെ ഒരു സംഭാഷണം നടത്തിയേക്കാം. "ആഹാ. അപ്പോൾ ഇതല്പം വിചിത്രമാണ്, അല്ലേ?" എന്ന് ധൈര്യത്തോടെ പറയാൻ കഴിഞ്ഞ ഒരാൾ പല പ്രയാസകരമായ സംഭാഷണങ്ങളെയും പുനരുജ്ജീവിപ്പിച്ചിട്ടുണ്ട്. അപ്രതീക്ഷിതമായ എന്തെങ്കിലും കാരണത്താൽ നെഞ്ചിലെ രോമങ്ങളുടെ ഗുണങ്ങളെക്കുറിച്ച് ചർച്ച ചെയ്യാൻ നിങ്ങൾ ഇരുപത് മിനിറ്റ് ചെലവഴിക്കുകയാണെങ്കിൽ, ഇത് സ്വയം പരാമർശിക്കുന്നതിനുള്ള ഒരു അന്വേഷണമായി ചൂണ്ടിക്കാണിക്കുന്നത് ന്യായമായ കാര്യമായിരിക്കും.

അല്ലെങ്കിൽ നിങ്ങൾ എങ്ങനെയാണ് സുഹൃത്തുക്കളോട് പെരുമാറുന്നത്? ഒരു കപടഭാവവുമില്ല, കളിയാക്കലുകൾ നേരിട്ട് നിങ്ങൾക്ക് പരിചയമുണ്ട്, നിങ്ങളുടെ മനസ്സിലുള്ളത് നിങ്ങൾ പറയുന്നു, നിങ്ങളുടെ വികാരങ്ങൾ പ്രകടിപ്പിക്കുന്നു, ജിജ്ഞാസയിൽ നിന്ന് ഉയർന്നുവരുന്ന ആഴത്തിലുള്ള ചോദ്യങ്ങൾ ചോദിക്കുന്നു. അടുത്ത തവണ നിങ്ങൾ ഒരു കൂട്ടം സുഹൃത്തുക്കളോടൊപ്പം സമയം ചെലവഴിക്കുമ്പോൾ, നിങ്ങളുടെ മുന്നിലുള്ള ആശയവിനിമയം ശാന്തമായി വിശകലനം ചെയ്യാൻ ശ്രമിക്കുക. ആളുകൾ പരസ്പരം എങ്ങനെയുള്ള ബന്ധമാണ് പുലർത്തുന്നത്, എല്ലാവരും എന്തൊക്കെ ചോദ്യങ്ങളാണ് ചോദിക്കുന്നത്, നിങ്ങൾ എല്ലാവരും പരസ്പരം ആശ്വാസം പകരുന്നവരും പരിചിതരുമാണെന്ന് സൂചിപ്പിക്കുന്ന ലക്ഷണങ്ങൾ എന്തൊക്കെയാണ്?

ചർച്ച ചെയ്യപ്പെടുന്ന വിഷയങ്ങളും ശ്രദ്ധാപൂർവ്വം ശ്രദ്ധിക്കുക. മുൻ അദ്ധ്യായത്തിലെ ചെറിയ സംഭാഷണ ഘട്ടങ്ങളുമായി അവ പൊരുത്തപ്പെടുന്നത് നിങ്ങൾക്ക് വളരെ പെട്ടെന്ന് ശ്രദ്ധിക്കുവാനാകും. ആളുകളുടെ ജീവിതത്തിൽ നിന്നുള്ള കഥകൾ അല്ലെങ്കിൽ രസകരമായ സംഭവങ്ങൾ പോലുള്ള ചില വസ്തുതകൾ പങ്കുവെക്കപ്പെടും. തുടർന്ന് ആളുകൾ അഭിപ്രായങ്ങൾ പങ്കുവെക്കലിലും കൈമാറ്റത്തിലും ഏർപ്പെടുകയും ആ അഭിപ്രായങ്ങൾ വികാരങ്ങളെ

എങ്ങനെ സ്വാധീനിക്കുന്നുവെന്ന് കൂടുതൽ ആഴത്തിൽ പരിശോധിക്കുകയും ചെയ്യും.

ചിലപ്പോഴൊക്കെ നമ്മൾ സ്വയം എങ്ങനെ അവതരിപ്പിക്കുന്നു എന്നതിനെക്കുറിച്ച് ജാഗ്രത പാലിക്കുകയും സുരക്ഷിതമായി പെരുമാറുകയും ചെയ്യുന്നതാണ് നല്ലത്. എന്നിരുന്നാലും, അത്തരം സന്ദർഭങ്ങൾ നമ്മുടെ ജീവിതത്തിന്റെ ഭൂരിഭാഗവും ഉൾക്കൊള്ളുന്നില്ല. ഈ വിഭാഗത്തിൽ നിന്നുള്ള ഏറ്റവും വലിയ പാഠം എന്തെന്നാൽ, നമുക്ക് തീർച്ചയായും ശൈലി ക്രമീകരിക്കാൻ കഴിയും എന്നതാണ്, നമ്മളിൽ മിക്കവരും അത് സ്വയം പരാജയപ്പെടുത്തുന്ന രീതിയിലാണ് ചെയ്യുന്നത് — എന്നാൽ നമ്മൾ അല്പം പരിശ്രമിച്ചാൽ അത് മാറ്റുവാൻ നമുക്ക് കഴിയും.

ആദ്യ നീക്കം നടത്തുക

നമ്മൾ സംഭാഷണം ആരംഭിക്കാൻ തയ്യാറാണ്. തീർച്ചയായും, ഞാൻ സംസാരിക്കുന്നത് പരസ്പരം പരിചയപ്പെടുന്നതിനെക്കുറിച്ചാണ്. നമ്മിൽ മിക്കവരും, ഒരു പ്രാരംഭ മതിപ്പ് സൃഷ്ടിക്കാൻ ശ്രമിക്കുമ്പോൾ സങ്കൽപ്പിക്കുന്നതും ഇതാണ്.

വ്യക്തമായി പറഞ്ഞാൽ, നമുക്ക് എന്ത് പറയണമെന്ന് അറിയില്ല എന്നല്ല—അതായത് ഒരാളുടെ പേര് മറന്നുപോകുന്നത് പോലെയുള്ള സാഹചര്യങ്ങളിൽ, നമുക്ക് വേണ്ടത് നേടാനുള്ള ഏറ്റവും നേരിട്ടുള്ള വഴി നമുക്കറിയാം. നമ്മൾ പേര് ചോദിച്ചാൽ മതി. അതുകൊണ്ട് തന്നെ ഏറ്റവും എളുപ്പത്തിലും നേരിട്ടും കാര്യങ്ങൾ പറഞ്ഞു മനസ്സിലാക്കാൻ കഴിയുന്ന മാർഗ്ഗം ഹലോ പറഞ്ഞുകൊണ്ട് നിങ്ങളുടെ പേര് പറഞ്ഞുകൊണ്ട് നിങ്ങളെ സ്വയം പരിചയപ്പെടുത്തുക എന്നതാണ്. പക്ഷേ, ഇത് നമ്മളിൽ മിക്കവർക്കും സഹായകരമല്ല, കാരണം സാധാരണയായി ഇത്ര നേരിട്ട് സംസാരിക്കുന്നതിൽ നമുക്ക് വളരെ അസ്വസ്ഥത തോന്നുന്നു. ഇവിടെയാണ് പരോക്ഷമായ മാർഗ്ഗങ്ങളിലൂടെ നമുക്ക് ആവശ്യമുള്ളത് നേടിയെടുക്കാൻ തന്ത്രപരമായ മാർഗ്ഗങ്ങൾ പ്രയോഗിക്കേണ്ടതിന്റെ ആവശ്യകത ഉയർന്നുവരുന്നത്.

നമ്മുടെ അസ്വസ്ഥത പല കാരണങ്ങളാൽ സംഭവിക്കുന്നു, നമ്മൾ ആളുകളെ തടസ്സപ്പെടുത്തുകയോ അല്ലെങ്കിൽ അവരെ അസൗകര്യപ്പെടുത്തുകയോ ചെയ്യുന്നുവെന്ന തോന്നൽ ഇതിന് കാരണമാകുന്നു. അപരിചിതരുമായി ഇടപഴകുന്നത് വളരെ ലളിതമായ കാര്യമാണെങ്കിൽ പോലും, നമുക്കത് ബുദ്ധിമുട്ടാണ്. കാരണം, "അവർ എന്ത് ചിന്തിക്കും" അല്ലെങ്കിൽ "ഇങ്ങനെ സംഭവിച്ചാലോ" തുടങ്ങിയ ചിന്തകൾ നമ്മുടെ തലച്ചോറിൽ കറങ്ങിക്കൊണ്ടിരിക്കുന്നു.

വിഷമകരമായ സന്ദർഭം ഒഴിവാക്കുവാൻ എനിക്ക് എന്ത് പറയാൻ കഴിയും? ഞാൻ അവരെ തടസ്സപ്പെടുത്തിയാൽ എന്തുചെയ്യും? ഞാൻ മണ്ടനാണെന്ന് അവർ കരുതുമോ? അവർ തിരക്കിലാണെങ്കിൽ എന്തുചെയ്യും? ഞാൻ എന്ത് പറയണം? എനിക്ക് എന്ത് പറയാൻ കഴിയും?

ഉദാഹരണത്തിന്, നമ്മൾ ഒരു അപരിചിതനുമായി സംസാരിക്കുകയോ സംഭാഷണം നടത്തിക്കൊണ്ടിരുന്ന രണ്ട് ആളുകളുമായി ഇടപഴകുകയോ ചെയ്യുമ്പോൾ, നമുക്ക് പേടി തോന്നുന്നു :

- ഞാൻ ഒരു വിചിത്ര സ്വഭാവമുള്ള വ്യക്തിയാണെന്ന് അവർ കരുതും.
- ഞാൻ ഒരു വിരസനായ വ്യക്തിയാണെന്ന് അവർ കരുതും.
- ഞാൻ പരുക്കനാണെന്ന് അവർ കരുതും.
- അവർ അസ്വസ്ഥരാകും.
- സ്വകാര്യമായി സംസാരിക്കാൻ അവർ ആഗ്രഹിക്കുന്നുവെങ്കിൽ എന്തുചെയ്യും?
- അവർക്ക് എന്റെ മുഖം ഇതിനകം തന്നെ വെറുപ്പാണെങ്കിലോ?

ഇവ സത്യമല്ല എന്നത് ഇവിടെ പ്രസക്തമല്ല — കാരണം അവ സത്യമാണെന്ന് നമ്മൾ *കരുതുന്നു*, അതിനാൽ ആളുകളുമായി ഇടപഴകുന്നതിനുള്ള എളുപ്പ വഴികളിൽ

നിന്ന് അവ നമ്മെ തടയുന്നു. സ്വയം പരിചയപ്പെടുത്തുന്ന വേളയിൽ, നമ്മൾ സ്വയം നടത്തുന്ന വിധിന്യായങ്ങളെയും അനുമാനങ്ങളെയും ഒഴിവാക്കുവാനുള്ള തന്ത്രങ്ങൾ നാം കണ്ടെത്തേണ്ടതുണ്ട്.

അപ്പോൾ ആയാസകരമായ രീതിയിൽ ആളുകളുമായി ഇടപഴകുവാൻ എങ്ങനെ കഴിയും? പരോക്ഷമായി അത് ചെയ്യുന്നതിലൂടെ.മറ്റൊരു വിധത്തിൽ പറഞ്ഞാൽ,ആരോടെങ്കിലും സംസാരിക്കാൻ എന്തെങ്കിലും ഒഴിവുകഴിവോ ന്യായീകരണമോ ഉള്ളപ്പോൾ—അല്ലെങ്കിൽ നമ്മൾ ഒരു കാരണം കണ്ടെത്തുമ്പോൾ, പെട്ടെന്ന് ആളുകളെ തടസ്സപ്പെടുത്തുകയോ അപരിചിതരുടെ അടുത്തേക്ക് നടക്കുകയോ ചെയ്യുന്നത് എളുപ്പമാണ്.

ഉദാഹരണത്തിന്, നിങ്ങൾ വളരെ ലജ്ജാശീലനും പരിഭ്രാന്തനുമാണെന്ന് കരുതുക. നിങ്ങൾ മിക്ക സാമൂഹിക ഇടപെടലുകളും ഒഴിവാക്കുന്നു. പക്ഷേ, നിങ്ങൾ പൂർണ്ണമായും വഴിതെറ്റിപ്പോയ അവസ്ഥയിലായിരിക്കുകയും ക്ഷീണത്തിന്റെ വക്കിലായിരിക്കുകയും ചെയ്താൽ, ആരുടെയെങ്കിലും അടുത്തേക്ക് ചെന്ന് വഴി ചോദിക്കാൻ നിങ്ങൾക്ക് ബുദ്ധിമുട്ടുണ്ടാകുമോ? സംശയാസ്പദമാണ്, അത് വെറും ആവശ്യം കൊണ്ട് മാത്രമല്ല. സംസാരിക്കാൻ നിങ്ങൾക്ക് ഒരു ശക്തമായ കാരണമുണ്ടെന്ന് നിങ്ങൾക്ക് തോന്നുന്നു, അത് നിങ്ങളുടെ വിധിക്കപ്പെടുമെന്നുള്ള ഭയത്തെ മറികടക്കുന്നതിന് സഹായിക്കുന്നു. ഈ സന്ദർഭത്തിൽ പരോക്ഷമായതിന്റെ അർത്ഥം ഇതാണ്: ഒരാളെ സമീപിക്കുവാൻ നിങ്ങൾക്ക് ഒരു യഥാർത്ഥ കാരണമുണ്ട്, നമുക്ക് സ്വയം ഒരു കാരണം സൃഷ്ടിക്കുവാൻ കഴിയുമ്പോൾ, കൂടുതൽ എളുപ്പത്തിൽ നടപടിയെടുക്കാൻ നമ്മെ ബോധ്യപ്പെടുത്തുവാൻ നമുക്ക് കഴിയും. മറ്റു സന്ദർഭങ്ങളിൽ, നിങ്ങൾക്ക് ഇതിനെ *വിശ്വസനീയമായ നിഷേധിക്കലിന്റെ* വികാരം എന്ന് വിളിക്കാം —നിങ്ങൾ പരുഷമായോ വിചിത്രമായോ പെരുമാറുന്ന വ്യക്തിയാണെന്ന് ആർക്കും തോന്നാത്ത വിധത്തിൽ സംഭാഷണം ആരംഭിക്കാൻ നിങ്ങൾക്ക് വിശ്വസനീയമായ ഒരു കാരണമുണ്ട്. *വാസ്തവത്തിൽ, അവർ നിങ്ങളെ പരുഷമായോ*

വിചിത്രമായോ കരുതുന്നുവെങ്കിൽ, അവർ തന്നെയാണ് പരുഷമായോ വിചിത്രമായോ പെരുമാറുന്നത്.

അതുകൊണ്ട്, ഒരു സംഭാഷണം ആരംഭിക്കുവാൻ വേണ്ടി മാത്രം ഒരാളുടെ അടുത്തേക്ക് പോകേണ്ടതില്ലാത്ത തിനാൽ, സുരക്ഷിതത്വം അനുഭവിക്കാൻ സഹായിക്കുന്ന മൂന്ന് പരോക്ഷ രീതികൾ അവതരിപ്പിക്കുവാൻ ഞാൻ ആഗ്രഹി ക്കുന്നു. ഏറ്റവും വലിയ ഭാഗം മറ്റുള്ളവരുമായി ഇടപഴകു ന്നത് സ്വീകാര്യമാണെന്ന് തോന്നിപ്പിക്കുക എന്നതാണ്— അത് "എനിക്ക് എന്ത് പറയണമെന്ന് അറിയില്ല" എന്നതിനേ ക്കാൾ "എനിക്ക് ആത്മവിശ്വാസമോ സുഖമോ തോന്നുന്നില്ല" എന്ന പ്രശ്നമാണ്. ക്ഷീണത്തിന്റെ വക്കിൽ വഴി ചോദിക്കുന്നത് ആ ആശങ്കകളെല്ലാം ഒഴിവാക്കുന്നുവെന്ന് ഓർക്കുക.

ആദ്യത്തെ, പരോക്ഷമായ രീതി, ആളുകളോട് *വസ്തു നിഷ്ഠമായ വിവരങ്ങൾ* അല്ലെങ്കിൽ *ആത്മനിഷ്ഠമായ അഭി പ്രായം* ചോദിക്കുക എന്നതാണ്. ഇവ വളരെ നിയമാനു സൃതവും പ്രധാനപ്പെട്ടതുമായ ചോദ്യങ്ങളാകാം, അവ ഒരു അപരിചിതനോട് സംസാരിക്കാൻ നിങ്ങളെ നിർബന്ധിത മാക്കുന്നതാകാം. നിങ്ങൾ ചോദിക്കുന്ന വ്യക്തിയ്ക്ക് ഉത്തരം അറിയുമോയെന്നത് പ്രധാനമല്ല; അത് ഒരു സംഭാഷണം ആരംഭിക്കാനുള്ള ഒരു മാർഗ്ഗം മാത്രമാണ്. ആ കാര്യത്തിൽ, നിങ്ങൾക്ക് ഉത്തരം അറിയില്ല എന്നത് പോലും പ്രശ്നമല്ല.

- ക്ഷമിക്കണം, പ്രസംഗങ്ങൾ എപ്പോഴാണ് ആരംഭിക്കു ന്നതെന്ന് നിങ്ങൾക്കറിയാമോ?
- ഏറ്റവും അടുത്തുള്ള സ്റ്റാർബക്സ് എവിടെയാണെന്ന് നിങ്ങൾക്കറിയാമോ?
- സിഇഒയുടെ പ്രസംഗത്തെക്കുറിച്ച് നിങ്ങൾക്ക് എന്തു തോന്നുന്നു?
- നിങ്ങൾക്ക് ഇവിടുത്തെ ഭക്ഷണം ഇഷ്ടമാണോ?

ആദ്യത്തെ രണ്ട് ഉദാഹരണങ്ങൾ വസ്തുനിഷ്ഠമായ വിവരങ്ങ ളെക്കുറിച്ച് അന്വേഷിക്കുന്നതാണ്, രണ്ടാമത്തെ ഉദാഹര ണങ്ങൾ ആത്മനിഷ്ഠമായ അഭിപ്രായം ചോദിക്കുന്നതും.

രണ്ടാമത്തെ, പരോക്ഷമായ രീതി, പരിസ്ഥിതിയിലോ, സന്ദർഭത്തിലോ, പ്രത്യേക സാഹചര്യത്തിലോ ഉള്ള എന്തെങ്കിലും കാര്യത്തെക്കുറിച്ച് അഭിപ്രായം പറയുക എന്നതാണ്. അവ ഒരു നിരീക്ഷണം പോലെ ലളിതമായിരിക്കാം. നിങ്ങൾ ആഴത്തിൽ ചിന്തിക്കുകയും ആളുകളെ ഉത്തരം നൽകാൻ പ്രേരിപ്പിക്കുകയും ചെയ്യുന്നുവെന്ന് സങ്കൽപ്പിക്കുക.

- ചുമരിലെ ആ കലാസൃഷ്ടി കണ്ടോ? എന്തൊരു ഭ്രാന്തൻ ആശയം.
- ഇവിടുത്തെ വെളിച്ചം മനോഹരമാണ്. എന്റെ വീട്ടിലുള്ളതിനേക്കാൾ വിലയേറിയതാണെന്ന് ഞാൻ കരുതുന്നു.
- ഇതൊരു അത്ഭുതകരമായ ഡിജെയാണ്. ൪0-കളിലെ എല്ലാ റോക്ക് ഗാനങ്ങളും ഉൾക്കൊള്ളിച്ചിരിക്കുന്നു.

ഇവയെല്ലാം പ്രസ്താവനകളാണെന്നും നേരിട്ടുള്ള ചോദ്യങ്ങളല്ലെന്നും ശ്രദ്ധിക്കുക. ഇടപെടാൻ ആവശ്യപ്പെടുന്നതിനുപകരം നിങ്ങളുടെ പ്രസ്താവനയിൽ അഭിപ്രായം പറയാൻ നിങ്ങൾ ആരെയെങ്കിലും ക്ഷണിക്കുകയാണ്. അവർ ഇടപെടാൻ തീരുമാനിച്ചില്ലെങ്കിൽ, ദോഷമോ ഉപദ്രവമോ ചെയ്യരുത്. പ്രതികരിക്കാൻ നിങ്ങൾ അവരുടെ മേൽ ഒരു സമ്മർദ്ദവും ചെലുത്തുന്നില്ല, കൂടാതെ നിങ്ങൾ ഒരു ഉത്തരം പ്രതീക്ഷിക്കേണ്ടതുമില്ല.

മൂന്നാമത്തേതും അവസാനത്തേതുമായ പരോക്ഷമായ രീതി, നിങ്ങൾ രണ്ടുപേരും പങ്കിടുന്ന ഒരു പൊതുതത്ത്വത്തെക്കുറിച്ച് അഭിപ്രായം പറയുക എന്നതാണ്. ഉദാഹരണത്തിന്, നിങ്ങൾ രണ്ടുപേരും നിങ്ങളുടെ സുഹൃത്ത് ജാക്കിന്റെ അപ്പാർട്ട്മെന്റിൽ എന്തിനാണ് പോയത്? തല്ലഹാസിയിലെ ഈ കോൺഫറൻസിലേക്ക് നിങ്ങളെ രണ്ടുപേരെയും കൊണ്ടുവന്നത് എന്താണ്? ഇന്ന് രാവിലെ എന്ത് നിർഭാഗ്യകരമായ സംഭവമാണ് നിങ്ങളെ ഡിഎംവി-യിൽ എത്തിച്ചത്?

- അപ്പോൾ നിങ്ങൾക്ക് ഇവിടെ ആരെയാണ് അറിയാവുന്നത്?
- അപ്പോൾ നിങ്ങൾക്ക് ജാക്കിനെ എങ്ങനെ അറിയാം?
- ജാക്ക് തന്റെ നായയുമായി സ്കീയിംഗിന് പോയ സമയത്തെക്കുറിച്ച് നിങ്ങളോട് പറഞ്ഞിട്ടുണ്ടോ?

ഈ പൊതുതത്ത്വങ്ങളുടെ ആശയം, അവയ്ക്ക് പിന്നിൽ വ്യക്തമായ ഒരു ഉത്തരം ഉണ്ടായിരിക്കുമെന്നതിനാൽ അവ തൽക്ഷണം സംഭാഷണ വിഷയങ്ങളായി മാറുന്നു എന്നതാണ്. ഈ പരോക്ഷ ഇടപെടലുകൾ ബുദ്ധിമുട്ടുള്ള വിഷയമല്ല, പക്ഷേ അവയുടെ പ്രധാന മൂല്യം ആരെയെങ്കിലും സംഭാഷണത്തിൽ ഉൾപ്പെടുത്താൻ നിങ്ങളെ പ്രേരിപ്പിക്കുക എന്നതാണ്, അതാണ് യഥാർത്ഥ പ്രശ്നം. ഒടുവിൽ ഒരാളുടെ അടുത്തേക്ക് നടന്ന് ഹസ്തദാനം നൽകുന്നതിൽ നിങ്ങൾക്ക് സുഖം തോന്നുന്ന ഒരു അവസ്ഥയിലേക്ക് നിങ്ങൾ എത്തിയേക്കാം, എന്നാൽ അതിനിടയിൽ, നിങ്ങൾക്ക് ഇവിടെ നിന്ന് ആരംഭിക്കാം.

സാമ്യം കണ്ടെത്തുക

ഒരു പരിപാടിയിലോ പാർട്ടിയിലോ നിങ്ങൾ പുതിയ ഒരാളെ അവസാനമായി കണ്ടുമുട്ടിയതിനെക്കുറിച്ച് ചിന്തിക്കുക. നിങ്ങളുടെ വായിൽ നിന്ന് ആദ്യം പുറത്തുവന്ന വിഷയം എന്തായിരുന്നു? അത് ഇനിപ്പറയുന്നവയിൽ ഒന്നായിരിക്കാം :

- നിങ്ങൾ എവിടെ നിന്നാണ് വരുന്നത്?
- നിങ്ങൾക്ക് ഇവിടെ ആരെയൊക്കെ അറിയാം?
- നിങ്ങളുടെ വാരാന്ത്യം എങ്ങനെയുണ്ടായിരുന്നു?
- നിങ്ങൾ എവിടെയുള്ള സ്കൂളിലാണ് പോയത്?
- നിങ്ങൾ എന്താണ് ചെയ്യുന്നത്?
- നിങ്ങൾ ഇവിടെ നിന്ന് വളരെ അകലെയാണോ താമസിക്കുന്നത്?

ഇവ സാധാരണ ചെറിയ ചോദ്യങ്ങളാണെങ്കിലും, നമ്മൾ അവ സഹജമായി ചോദിക്കുന്നത് അവ സംഭാഷണം തുടങ്ങുന്നതിന് സമർത്ഥമായതുകൊണ്ടല്ല. വാസ്തവത്തിൽ, നിങ്ങൾക്കറിയാവുന്നതുപോലെ, അവ സാധാരണയായി ഇടപെടലുകൾ ആരംഭിക്കുന്നതിൽ ഭയങ്കരമാണ്, മാത്രമല്ല ആളുകളെ പെട്ടെന്ന് വിരസമാക്കുകയും ചെയ്യും. ആ നിർദ്ദേശങ്ങൾ വായിക്കുമ്പോൾ നിങ്ങൾക്ക് മോശമായ ശാരീരിക പ്രതികരണം ഉണ്ടായിട്ടുണ്ടാകാം.

നമ്മൾ ഈ ചോദ്യങ്ങൾ സഹജമായി ചോദിക്കുന്നത്, നമ്മൾ പൊതുവായ കാര്യങ്ങൾക്കായി തിരയുന്നതിനാലാണ്. ആഴത്തിലുള്ള ചർച്ചയ്ക്ക് തുടക്കമിടാനും അതുവഴി പ്രാരംഭ മതിപ്പ് മെച്ചപ്പെടുത്താനും കഴിയുന്ന "എനിക്കും!" എന്ന നിമിഷത്തിനായി നമ്മൾ തിരയുകയാണ്. ഉദാഹരണത്തിന്, "നിങ്ങൾ എവിടെയുള്ള സ്കൂളിലാണ് പോയത്?" എന്ന ചോദ്യം നമ്മൾ ചോദിച്ചാൽ, നമ്മുടെ അതേ സർവ്വകലാശാലയിലോ അല്ലെങ്കിൽ നമുക്ക് പരസ്പരം സുഹൃത്തുക്കളുള്ള ഒരു സർവ്വകലാശാലയിലോ അവർ പഠിച്ചിട്ടുണ്ടാകുമെന്ന് നമ്മൾ പ്രതീക്ഷിക്കുന്നു. "ആഹാ! എന്തൊരു ചെറിയ ലോകം അല്ലേ. നിങ്ങൾക്ക് ജെയിംസ് ടെയ്‌ലറെ അറിയാമോ? നിങ്ങളുടെ പഠന കാലത്ത് അദ്ദേഹവും അവിടെ പോയിരുന്നു" എന്നതിന്റെ ഒരു വകഭേദമാണ് അടുത്ത ചോദ്യം.

നിങ്ങൾക്ക് അത് മനസ്സിലാകുന്നില്ലായിരിക്കാം, പക്ഷേ നിങ്ങൾ എല്ലായ്പ്പോഴും സമാനതകൾ തേടിക്കൊണ്ടിരിക്കുന്നു. സൗഹൃദം, പരിചയം, ആശ്വാസം, തുറന്ന മനസ്സ് എന്നിവയുടെ ഒരു സ്വരം സൃഷ്ടിക്കുന്നതിനുള്ള മറ്റൊരു മാർഗ്ഗമാണ് സമാനതകൾ. നിങ്ങളുടെ സുഹൃത്തുക്കളുമായി നിങ്ങൾ പങ്കിടുന്ന തരത്തിലുള്ള വികാരമാണിത്, നിങ്ങളുടെ ബന്ധത്തെ തൽക്ഷണം കുതിച്ചുയരാൻ സഹായിക്കുന്ന അതേ വികാരമാണിത്.

നമ്മൾ തുറന്ന മനസ്സുള്ളവരാണെന്നും എല്ലാ പശ്ചാത്തലങ്ങളിൽ നിന്നും സ്ഥലങ്ങളിൽ നിന്നുമുള്ള ആളുകളുമായി ഇണങ്ങിച്ചേരാൻ നമുക്ക് കഴിയുമെന്നും കരുതാൻ നമ്മൾ

ആഗ്രഹിക്കുന്നുണ്ടെങ്കിലും, നമ്മളെപ്പോലെയാണെന്ന് അല്ലെങ്കിൽ നമ്മുടെ താല്പര്യങ്ങൾക്ക് സമാനമാണെന്ന് കരുതുന്ന ആളുകളുമായി നമുക്ക് സാധാരണയായി ഏറ്റവും നന്നായി ഇണങ്ങിച്ചേരാൻ കഴിയും എന്നതാണ് യാഥാർത്ഥ്യം. വാസ്തവത്തിൽ, നമ്മൾ അന്വേഷിക്കുന്നതും അവരെയാണ്.

ലിറ്റിൽ ഇറ്റലി, ചൈനാ ടൗൺ, കൊറിയാ ടൗൺ തുടങ്ങിയ സ്ഥലങ്ങൾ നിലനിൽക്കുന്നതിന്റെ കാരണം ഈ സ്വഭാവമാണ്. വംശം, ചർമ്മത്തിന്റെ നിറം, മതം, അല്ലെങ്കിൽ ലൈംഗിക ആഭിമുഖ്യം എന്നിവയെക്കുറിച്ച് മാത്രമല്ല ഞാൻ സംസാരിക്കുന്നത്. നമ്മുടെ മൂല്യങ്ങൾ പങ്കുവെക്കുന്ന, ലോകത്തെ നമ്മൾ കാണുന്ന അതേ രീതിയിൽ കാണുന്ന, നമ്മുടേതിന് സമാനമായ കാഴ്ച്ചപ്പാടുള്ള ആളുകളെക്കുറിച്ചാണ് ഞാൻ സംസാരിക്കുന്നത്. ഒരേ തൂവൽ പക്ഷികൾ ഒരുമിച്ചു കൂടുന്നു എന്ന് പറയുന്നതുപോലെ. നമ്മുടെ ജീവിവർഗ്ഗങ്ങൾ എങ്ങനെ വികസിച്ചു എന്നതിൽ വേരൂന്നിയ, മനുഷ്യന്റെ ഒരു പൊതുവായ പ്രവണതയാണിത്. തുണ്ട്രയിലോ (ഉത്തരധ്രുവത മേഖലാ പ്രദേശത്തെ മരവിച്ച വൃക്ഷശൂന്യ സമതല മൈതാനം) കാട്ടിലോ നടക്കുമ്പോൾ, അപരിചിതമായതോ സംശയകരമായതോ ആയ കാര്യങ്ങൾ ഒഴിവാക്കുവാൻ നിങ്ങൾ നിർബന്ധിതരാകും, കാരണം അവ നിങ്ങളെ അപായപ്പെടുത്താനുള്ള സാധ്യത കൂടുതലാണ്.

സമാനതകൾ നമ്മെ മറ്റുള്ളവരുമായി ആഴത്തിലുള്ള ബന്ധം സ്ഥാപിക്കുവാൻ സഹായിക്കുന്നു, കാരണം അവർ നമ്മെ കൂടുതൽ ആഴത്തിൽ മനസ്സിലാക്കുമെന്ന് നമ്മൾ കരുതുന്നു. നമ്മൾ ഒരു പ്രധാന സാമ്യമെങ്കിലും പങ്കിടുന്നുവെങ്കിൽ, എല്ലാത്തരം നല്ല സ്വഭാവവിശേഷങ്ങളും നമ്മെ പിന്തുടരും, കാരണം നമ്മൾ അവരെ നമ്മുടെ സമകാലികരായി കാണുന്നു, അടിസ്ഥാനപരമായി നമ്മുടെ തന്നെ ഒരു വിപുലീകരണമായി. ആരെങ്കിലും നിങ്ങളുടെ തലത്തിലാണെന്ന് നിങ്ങൾ കരുതുമ്പോൾ, നിങ്ങൾ അവരുമായി ബന്ധപ്പെടാൻ ആഗ്രഹിക്കും, കാരണം അവർ നിങ്ങളെ മറ്റുള്ളവരെക്കാളും നന്നായി മനസ്സിലാക്കിയേക്കാം.

നിങ്ങൾ ദക്ഷിണാഫ്രിക്കയിലെ ഒരു ചെറിയ ഗ്രാമത്തിൽ ജനിച്ചുവെന്ന് കരുതുക. ആ ഗ്രാമത്തിലെ ജനസംഖ്യ 900 മുതൽ 1000 വരെയാണ്. നിങ്ങൾ ഇപ്പോൾ ലണ്ടനിൽ താമസിക്കുന്നു, ഒരു സുഹൃത്തിന്റെ വീട്ടിൽ ഒരു വിരുന്നിൽ പങ്കെടുക്കുകയാണ്. ദക്ഷിണാഫ്രിക്കയിലെ ആ ചെറിയ ഗ്രാമത്തിൽ നിന്നുള്ള ഒരാളെ നിങ്ങൾ കണ്ടുമുട്ടുന്നു. എട്ട് വയസ്സ് മാത്രം പ്രായമുള്ള ഒരാളെ, എന്നാൽ നിങ്ങൾ ഒരിക്കലും പരസ്പരം കണ്ടിട്ടില്ല.

ഈ വ്യക്തിയോട് നിങ്ങൾക്ക് ഉടനടി എന്തെല്ലാം ഊഷ്മളമായ വികാരങ്ങൾ തോന്നാം, അയാളെക്കുറിച്ച് നിങ്ങൾ എന്തെല്ലാം അനുമാനങ്ങൾ ഉണ്ടാക്കും? ഭാവിയിൽ അവരുമായി ബന്ധപ്പെടുന്നതിലും കൂടുതൽ സമയം ഒരുമിച്ച് ചെലവഴിക്കുന്നതിലും നിങ്ങൾക്ക് എത്രത്തോളം താൽപ്പര്യമുണ്ടാകും? മറ്റാരുമായും നിങ്ങൾക്ക് ഇതുവരെ ചെയ്യാൻ കഴിയാത്ത ഏത് ആന്തരിക തമാശകളെക്കുറിച്ചോ പ്രത്യേക വിഷയങ്ങളെക്കുറിച്ചോ നിങ്ങൾക്ക് ചർച്ച ചെയ്യുവാൻ കഴിയും?

ഈ ദൃഷ്ടാന്തം സമാനതയുടെ മൂല്യത്തെയും അത് മറ്റൊരാളുമായുള്ള സംഭാഷണ ബന്ധത്തെ എങ്ങനെ നയിക്കുന്നു എന്നതിനെയും വ്യക്തമാക്കുന്നു എന്ന് പ്രതീക്ഷിക്കുന്നു. അതുകൊണ്ട്, മുന്നേ പറഞ്ഞതുപോലെ, സമാനതകൾ കണ്ടെത്താൻ നമ്മൾ സാധാരണയായി ചെറിയ ചോദ്യങ്ങൾ ഉപയോഗിക്കുന്നു, എന്നാൽ ആളുകളുമായുള്ള പൊതുവായ കാര്യങ്ങൾ കണ്ടെത്തുന്നതിന് കൂടുതൽ മികച്ചതും ഫലപ്രദവുമായ മാർഗ്ഗങ്ങളുണ്ട്. ഉദാഹരണത്തിന്, നമ്മൾ എപ്പോഴും സമാനതകൾ *തേടുകയോ* അവയ്ക്കായി അവസരങ്ങൾ *സൃഷ്ടിക്കുകയോ* ചെയ്യണം. അവ രണ്ടിനും പരിശ്രമവും മുൻകൈ എടുക്കുകയും ചെയ്യേണ്ടത് ആവശ്യമാണ്. ആദ്യം സമാനതകൾ തിരയുന്നതിനെക്കുറിച്ച് സംസാരിക്കാം.

ആളുകളോട് സൂക്ഷ്മമായ ചോദ്യങ്ങൾ ചോദിച്ചുകൊണ്ടും, എത്ര ചെറുതാണെങ്കിലും അവരുടെ ഉത്തരങ്ങൾ അടിസ്ഥാനമായി ഉപയോഗിച്ച് കൊണ്ടും നമുക്ക്

സമാനതകൾ *കണ്ടെത്തുവാൻ* കഴിയും. ആളുകൾ എങ്ങനെയുള്ളവരാണ്, അവർ എന്തിനെ ഇഷ്ടപ്പെടുന്നു, എങ്ങനെ ചിന്തിക്കുന്നു എന്നിവ മനസ്സിലാക്കുവാൻ ചോദ്യങ്ങൾ ചോദിക്കുക. തുടർന്ന് അവരുടെ പ്രിയപ്പെട്ട ബേസ്ബോൾ ടീമുകൾ അല്ലെങ്കിൽ ലഹരിപാനീയങ്ങൾ പോലുള്ള ചെറിയ പൊതു താല്പര്യങ്ങൾ കണ്ടെത്താൻ ആഴത്തിൽ ശ്രമിക്കുക. ആ ചെറിയ പൊതുതത്ത്വങ്ങളിലൂടെ, അവയെ ആകർഷകമാക്കുന്നത് എന്താണെന്ന് നിങ്ങൾക്ക് കണ്ടെത്താനും തൽക്ഷണം ബന്ധം സ്ഥാപിക്കുന്നതിന് കൂടുതൽ ആഴത്തിലുള്ള സമാനതകൾ കണ്ടെത്താനും കഴിയും. ആ ചെറിയ ദക്ഷിണാഫ്രിക്കൻ പട്ടണത്തിൽ നിന്നുള്ള ഒരാളെ കണ്ടുമുട്ടുന്നതിൽ നിങ്ങൾക്ക് ആവേശം തോന്നുന്നതുപോലെ, നിങ്ങളുടെ അതേ അജ്ഞാത വിനോദത്തിൽ താൽപ്പര്യമുള്ള ഒരാളെ കണ്ടുമുട്ടുന്നതിലും നിങ്ങൾക്ക് ആഹ്ലാദം തോന്നും.

ഇതിന് മാസങ്ങളോ വർഷങ്ങളോ എടുക്കുന്നില്ല, സൈനിക പരിശീലന ക്യാമ്പിലൂടെ കടന്നു പോകുന്നത് പോലുള്ള ഒരു പ്രത്യേക സാഹചര്യവും ആവശ്യമില്ല. ഇതിന് നിങ്ങൾ പുറത്തേക്ക് നോക്കുകയും ആളുകൾ പൊതുവായ മനോഭാവങ്ങളും അനുഭവങ്ങളും വികാരങ്ങളും പങ്കിടുന്നുണ്ടെന്ന് മനസ്സിലാക്കുകയും ചെയ്യേണ്ടതുണ്ട്—നിങ്ങൾ അവ കണ്ടെത്തേണ്ടതുണ്ട്. ചോദ്യങ്ങൾ ചോദിക്കുന്നതിലും ആഴത്തിൽ ചിന്തിക്കുന്നതിലും ആയാസരഹിതമായിരിക്കുക. (തുടർച്ചയായി അഞ്ച് ചോദ്യങ്ങൾ ചോദിക്കുന്നത് നിങ്ങൾക്ക് വിചിത്രമായിതോന്നുന്നുവോ? അങ്ങനെയായിരിക്കരുത്.) ആദ്യം അത് അൽപ്പം കടന്നുകയറ്റമായി തോന്നിയേക്കാം. സമാനമായി പങ്കിട്ട അനുഭവങ്ങൾ കണ്ടെത്തി അവ ഉപയോഗിക്കുക.

ഓരോ വിഷയത്തിനും, ഒരു ജോലിയ്ക്കായുള്ള അഭിമുഖം പോലുള്ള ആഴമില്ലാത്ത വിഷയങ്ങളിൽ ചുറ്റിക്കറങ്ങുന്നതിനുപകരം, നിങ്ങൾക്ക് ബന്ധം സ്ഥാപിക്കുന്നതിനും അടുപ്പം വർദ്ധിപ്പിക്കുന്നതിനും കഴിയുന്ന ഒരു ഭാഗം കണ്ടെത്താനാകും. ആദ്യത്തെ വിഷയത്തിൽ സംഭാഷണം നിർത്തരുത് — ഉദാഹരണത്തിന്, ആരെങ്കിലും ബേസ്ബോൾ ഇഷ്ടപ്പെടുന്നു

വെന്ന് പറഞ്ഞാൽ, അത് എന്തുകൊണ്ടാണെന്നും ഒരു വലിയ വടികൊണ്ട് പന്ത് അടിക്കുന്ന ഗെയിമിനോട് അവർക്ക് ഇത്രയധികം ആരാധന തോന്നുന്നത് എന്തുകൊണ്ടാണെന്നും മനസ്സിലാക്കുവാൻ ശ്രമിക്കാം. ബേസ്ബോളിനോടുള്ള അവരുടെ സ്നേഹം അവരുടെ പിതാവിൽ നിന്നാണ് വന്നതെന്ന് കരുതുക, അവർ അദ്ദേഹവുമായി വളരെ അടുപ്പമുള്ളവരാണ് — ശരി, നിങ്ങൾക്ക് ഒരു പിതാവ് ഉണ്ട് (അല്ലെങ്കിൽ ഉണ്ടായിരിക്കാം), നിങ്ങളും നിങ്ങളുടെ പിതാവുമായി നല്ല ബന്ധം നിലനിർത്തുന്നുവെന്ന് ഓർക്കുക. അതൊരു ശക്തമായ സമാനതയാണ്. മിക്ക സന്ദർഭങ്ങളിലും സമാനതകൾ തിരയുന്നത് കൂടുതൽ എളുപ്പമായിരിക്കും.

നിലവിലുള്ളത് എന്താണെന്ന് അന്വേഷിക്കുന്നതിനു പുറമേ, നമുക്ക് ചില വഴികളിൽ സമാനതകൾക്കുള്ള അവസരങ്ങൾ *സൃഷ്ടിക്കാൻ* കഴിയും—ആളുകളുടെ ശരീരഭാഷ, ശബ്ദത്തിന്റെ സ്വരഘടന, സംസാരവേഗത, മൊത്തത്തിലുള്ള രൂപഭാവം എന്നിവ അനുകരിക്കുന്നതിലൂടെ. ഇത് *മിററിംഗ് (പ്രതിബിംബിക്കൽ)* എന്നറിയപ്പെടുന്നു, കൂടാതെ ഇത് പരീക്ഷിക്കപ്പെടുമ്പോൾ നല്ല പ്രതികരണങ്ങൾ ഉളവാക്കുന്നതായി തെളിയിക്കപ്പെട്ടിട്ടുണ്ട് (ആൻഡേഴ്സൺ, 1998). മറ്റുള്ളവരെ എങ്ങനെ അവതരിപ്പിക്കുന്നു എന്നതിൽ നിന്നും അവർ എങ്ങനെ ആംഗ്യങ്ങൾ കാണിക്കുന്നു എന്നതിൽ നിന്നും സമാനതയുടെ വികാരങ്ങളിൽ നിന്ന് പ്രയോജനം നേടുന്നതിന്, മറ്റുള്ളവരെപ്പോലെ അനുഭവപ്പെടുന്നതിന് നിങ്ങളെത്തന്നെ ക്രമീകരിക്കുക എന്നതാണ് നിങ്ങൾ ചെയ്യേണ്ടത്.

അവരുടെ വാക്കുകൾ, സ്വരഭേദം, പെരുമാറ്റരീതികൾ എന്നിവയെല്ലാം നിങ്ങൾക്ക് പ്രതിഫലിപ്പിക്കുവാൻ കഴിയും. ഇത് ആ വ്യക്തിയെ മൊത്തത്തിൽ പ്രതിഫലിപ്പിക്കുക മാത്രമല്ല എന്ന് ഓർമ്മിക്കുക. പകരം, നിങ്ങൾ സമാന മൂല്യങ്ങൾ പങ്കിടുന്നുണ്ടെന്നും അടുത്ത ബന്ധം പുലർത്തുവാനുള്ള കഴിവുണ്ടെന്നും അവരെ അറിയിക്കുക എന്നതാണ് ഇതിന്റെ ലക്ഷ്യം.

നിങ്ങൾക്ക് ശാരീരിക സൂചനകൾ, അടയാളങ്ങൾ,

പെട്ടെന്നുള്ള ചലനങ്ങൾ, പെരുമാറ്റ രീതികൾ എന്നിവ പ്രതിഫലിപ്പിക്കുവാൻ കഴിയും. ഉദാഹരണത്തിന്, സംസാരിക്കുമ്പോൾ ഒരാൾ ധാരാളം ആംഗ്യങ്ങൾ ഉപയോഗിക്കുന്നത് നിങ്ങളുടെ ശ്രദ്ധയിൽപ്പെട്ടാൽ, നിങ്ങളും അങ്ങനെ തന്നെ ചെയ്യണം. അതുപോലെ, ഒരാളുടെ ശരീരഭാഷയിൽ അവർ കുനിഞ്ഞും കൈകൾ കെട്ടിവെച്ചു ഇരിക്കുന്നതായി നിങ്ങളുടെ ശ്രദ്ധയിൽപ്പെട്ടാൽ, നിങ്ങൾ അവരുടെ മാതൃക പിന്തുടരണം. അവരുടെ വാക്കുകളുടെ പ്രകടനശേഷിയും ആവിഷ്കാര വൈഭവവും—ശബ്ദത്തിന്റെ സ്വരഭേദം, പദാവലി, പദാവലിയുടെ തിരഞ്ഞെടുപ്പ്, ഗ്രാമ്യഭാഷയും പദാവലിയും, വൈകാരികമായ ഉച്ചാരണവും, ആവേശവും ഊർജ്ജസ്വലതയും—നിങ്ങൾക്ക് പ്രതിഫലിപ്പിക്കാൻ കഴിയും. ഇത് ആളുകളിൽ നിങ്ങൾ അവരെ കേൾക്കുന്നുവെന്ന തോന്നൽ സൃഷ്ടിക്കുന്നു, ഉപബോധമനസ്സിൽ കൂടുതൽ സുഖകരവും നിങ്ങളുമായിപരിചിതവുമാണെന്ന് തോന്നുന്നതിന് കാരണമാകുന്നു, കൂടാതെ താരതമ്യേന വേഗത്തിൽ അടുപ്പത്തിന്റെ വികാരങ്ങൾ വളർത്തുന്നു.

സമാനതകൾക്കുള്ള അവസരങ്ങൾ സൃഷ്ടിക്കുന്നതിനുള്ള രണ്ടാമത്തെ മാർഗ്ഗം, നിങ്ങൾ വ്യക്തിപരമായ വിവരങ്ങൾ ധാരാളം പങ്കുവെക്കുകയും വിശദാംശങ്ങൾ വെളിപ്പെടുത്തുകയും ചെയ്യുന്നുണ്ടെന്ന് ഉറപ്പാക്കുക എന്നതാണ്—ഒരുപക്ഷേ നിങ്ങൾക്ക് പരിചിതമായതിനേക്കാൾ കൂടുതൽ.

കഴിഞ്ഞ മാസം നിങ്ങൾ എന്താണ് ചെയ്തത്?

പ്രസ്താവന ഒന്ന് : *കഴിഞ്ഞ മാസം നിങ്ങൾ സ്കീയിംഗിന് പോയി.*

പ്രസ്താവന രണ്ട് : *കഴിഞ്ഞ മാസം നീ നിന്റെ രണ്ട് സഹോദരന്മാരോടൊപ്പം സ്കീയിംഗിന് പോയി, കാൽ ഒടിയാൻ വരെ പോയി. ഭാഗ്യവശാൽ, നിനക്ക് നല്ല നൃത്ത പശ്ചാത്തലം ഉള്ളതിനാൽ ഗുരുതരമായ പരിക്കുകൾ ഒഴിവാക്കാൻ കഴിഞ്ഞു.*

ഈ കഥകളിൽ ഏതാണ് കൂടുതൽ എളുപ്പത്തിൽ

ബന്ധപ്പെടാനും സാമ്യം കണ്ടെത്താനും സഹായിക്കുന്നത്? രണ്ടാമത്തെ പതിപ്പ് തന്നെയായിരിക്കണം, കാരണം അതിൽ അക്ഷരാർത്ഥത്തിൽ നാലിരട്ടി വിവരങ്ങൾ അടങ്ങിയിരിക്കുന്നു. മറ്റുള്ളവരുമായി ബന്ധപ്പെടുന്നതിൽ നിങ്ങൾക്ക് പ്രശ്നമുണ്ടെങ്കിൽ, നിങ്ങളെക്കുറിച്ച് ഒന്നും പങ്കിടാതെ തന്നെ ഒരു സാമ്യം കണ്ടെത്താൻ നിങ്ങൾ പ്രതീക്ഷിക്കുന്നുണ്ടാകാം. നമുക്ക് മറ്റൊന്ന് ചെയ്യാം.

നിങ്ങളുടെ ഈ ആഴ്ച എങ്ങനെയുണ്ട്?

പ്രസ്താവന ഒന്ന് : *ഈ ആഴ്ച വളരെ തിരക്കിലായിരിക്കുമെന്ന് തോന്നുന്നു.*

പ്രസ്താവന രണ്ട് : *വളരെ തിരക്കിലാണ്, എന്റെ അമ്മായിയമ്മ പട്ടണത്തിലേക്ക് വരുന്നു, അതിനാൽ "രസകരമായിരിക്കും." ഞാൻ പോകുന്ന ഒരു പാർട്ടിക്ക് ഒരു കോബ്ളറും (ഒരു പലഹാരം) ഒരു ഐസ്ക്രീം കേക്കും കൂടി സംഘടിപ്പിക്കേണ്ടതുണ്ടെന്ന് ഞാൻ കരുതുന്നു.*

ഇത്രയും വിശദാംശങ്ങൾ പങ്കുവെക്കുന്നതിൽ നിങ്ങൾക്ക് അസ്വസ്ഥതയും അസ്വാഭാവികതയും തോന്നുന്നുവെങ്കിൽ, നിങ്ങളുടെ സംഭാഷണ പങ്കാളികൾക്ക് നിങ്ങൾ അധികം ഇടപെടാൻ അവസരം നൽകുന്നില്ല എന്നതിന്റെ സൂചനയാണിത്, കൂടാതെ മറുപടി ലഭിക്കുമ്പോൾ നിങ്ങൾ സംഭാഷണത്തിൽ നിന്ന് ഒഴിഞ്ഞുമാറുകയാണ്. പലപ്പോഴും അസ്വസ്ഥമായ നിശബ്ദതയ്ക്ക് കാരണമാകുന്നത് നിങ്ങളായിരിക്കാം, കാരണം മറ്റുള്ളവർ അങ്ങോട്ടും ഇങ്ങോട്ടുമുള്ള സംഭാഷണ ഒഴുക്ക് പ്രതീക്ഷിക്കും, പക്ഷേ എന്താണ് തെറ്റ് എന്ന് നിങ്ങൾ ചിന്തിക്കുമ്പോൾ അവർ മാത്രം സംഭാഷണം മുന്നോട്ട് കൊണ്ട് പോകുന്ന തലത്തിലേക്കെത്തുന്നു. മറ്റൊരു വിധത്തിൽ പറഞ്ഞാൽ, ഈ അസ്വസ്ഥതയുമായി പൊരുത്തപ്പെടുക, കാരണം ഇത് നിങ്ങൾ മെച്ചപ്പെടുത്തേണ്ട ഒന്നാണ്.

സമാനതകൾ തേടുന്നതിനും അവയ്ക്കായി അവസരങ്ങൾ സൃഷ്ടിക്കുന്നതിനും പുറമെ, ഒരേ വിഷയത്തോടുള്ള *സമാനമായ അനിഷ്ടം* ഉപയോഗപ്രദമായ ഒരു ബന്ധത്തിന് സഹായി

ക്കുന്നതാണ്. സംഭാഷണം നല്ല രീതിയിൽ തുടരുന്നത് ചിലപ്പോൾ അസാധ്യമാണെന്ന് നിങ്ങൾ ശ്രദ്ധിച്ചിട്ടുണ്ടോ, കൂടാതെ സംഭാഷണം നിങ്ങൾ രണ്ടുപേർക്കും ഇഷ്ടപ്പെടാത്ത ഒരു കാര്യത്തെക്കുറിച്ചാകുമ്പോൾ പരാതികളുടെ ഒരു കൂട്ടത്തിലേക്ക് തിരിയുകയും ചെയ്യും. ലളിതമായി പറഞ്ഞാൽ, ഒരേ വിഷയത്തോടുള്ള *അനിഷ്ടം* ഒരു ആവേശബോധം സൃഷ്ടിക്കുന്നു, അത് പലപ്പോഴും *ഇഷ്ടമുള്ള* വിഷയങ്ങളേക്കാൾ ശക്തമായിരിക്കും.

ഉദാഹരണത്തിന്, നിങ്ങൾ രണ്ടുപേരും ഒരേ റസ്റ്റോറന്റിൽ പോയെന്നും, ഒരേ വെയിറ്റർ തന്നെയാണ് ഭക്ഷണം വിളമ്പിയതെന്നും, രണ്ടുപേർക്കും അയാളെ വെറുപ്പാണെന്നും കണ്ടെത്തുന്നത് പോലെ. നിഷേധാത്മകതയെക്കുറിച്ച് സംസാരിക്കുന്നത് ഒരു മോശം കാര്യമാണെന്ന് ആളുകൾ കരുതുന്നതിനാൽ, ഈ ഇടപെടലുകളെ അവഗണിക്കാൻ എളുപ്പമാണ്. എന്നിരുന്നാലും, നിഷേധാത്മകതയെക്കുറിച്ച് സംസാരിക്കുന്നത് നിഷേധാത്മകമല്ല, കാരണം അത് മറ്റേതൊരു വികാരത്തെയും പോലെയുള്ള ഒന്നാണ്, നിങ്ങളുടെ ഇടപെടലിൽ നിങ്ങൾക്ക് കൂടുതൽ വികാരങ്ങൾ സൃഷ്ടിക്കുവാൻ കഴിയുംതോറും നിങ്ങൾക്ക് ഒരു വലിയ മതിപ്പ് സൃഷ്ടിക്കുവാൻ കഴിയും.

ആത്യന്തികമായി പ്രധാനപ്പെട്ട കാര്യം ഏതെങ്കിലും രീതിയിൽ നേരിട്ട് കാണുക എന്നതാണ്, പ്രത്യേകിച്ച് നിങ്ങളുടെ അഭിപ്രായങ്ങൾ, കാഴ്ചപ്പാടുകൾ, വികാരങ്ങൾ, അല്ലെങ്കിൽ തിരഞ്ഞെടുപ്പുകൾ/തീരുമാനങ്ങൾ എന്നിവയെക്കുറിച്ചുള്ളത്. അവ നല്ലതോ മോശമോ ആകാം— എന്തെങ്കിലും കാര്യത്തിൽ ഒത്തുചേരുക എന്നതാണ് ലക്ഷ്യം.

ബന്ധം നിർമ്മിക്കുക

ചിലപ്പോൾ, സൗഹൃദപരമായ ഒരു മനോഭാവം സ്ഥാപിക്കുന്നതിനും, ആദ്യ ചുവടുവെപ്പ് നടത്തുന്നതിനും, വിലമതിക്കാനാവാത്ത ചില സമാനതകൾ കണ്ടെത്തുന്നതിനും നിങ്ങൾ എത്രയൊക്കെ അടിത്തറ പാകിയിട്ടുണ്ടെങ്കിലും,

ആളുകൾ അധികം ഇടപഴകിയെന്നുവരില്ല. ചില ആളുകൾ അത്ര തുറന്ന മനസ്സോടെ സംസാരിക്കില്ല. അവരോട് സംസാരിക്കുന്നത് വ്യക്തമായ കാരണമില്ലാതെ മതിലുകളോട് സംസാരിക്കുന്നത് പോലെയാകും. നിങ്ങൾ അവരോട് കളങ്കമില്ലാത്ത എന്തെങ്കിലും ചോദിച്ചാൽ, അവർ ഒഴിഞ്ഞുമാറുകയോ, മടിച്ചു നിൽക്കുകയോ, ഒറ്റവാക്കിൽ ഉത്തരം നൽകുകയോ ചെയ്യാം. എന്തുതന്നെയായാലും, ഇപ്പോൾ സംഭാഷണം പൂർണ്ണമായി നിലച്ചിരിക്കുന്നു.

നിർഭാഗ്യവശാൽ, അവർ നിങ്ങളെ ഒരു അപരിചിതനെപ്പോലെ പരിഗണിക്കാനും ഒരു കൈയകലത്ത് നിർത്താനുമുള്ള ശൈലി സജ്ജീകരിച്ചിരിക്കുന്നു, ഇത് നിങ്ങൾ സ്വയം ചെയ്യുന്നില്ലെന്ന് ഞങ്ങൾ ഉറപ്പാക്കുന്നു. ഇതിനുള്ള കാരണങ്ങൾ വ്യത്യസ്തമായിരിക്കാം, പക്ഷേ അവയിൽ മിക്കതും നിങ്ങളുമായി ബന്ധപ്പെട്ടതല്ല. മാത്രമല്ല, പലപ്പോഴും നമുക്കിത് നിയന്ത്രിക്കാൻ കഴിയുകയുമില്ല. പക്ഷേ അത് കുഴപ്പമില്ല, ഇത്തരത്തിലുള്ള ഇടപെടലുകളെ മറികടക്കുവാൻ വഴികളുണ്ട് (അവർക്ക് നിങ്ങളുമായി ഇടപഴകാൻ താൽപ്പര്യമുണ്ടെന്ന് നിങ്ങൾക്ക് ഉറപ്പുണ്ടെങ്കിൽ, നിങ്ങൾ അവരെ വെറുതെ വിടുമെന്ന് പ്രതീക്ഷിച്ച് നിങ്ങൾക്ക് ഇരുവർക്കുമിടയിൽ മതിൽ നിർമ്മിക്കുന്നതിന് വിപരീതമായി). നിങ്ങളുടെ സംഭാഷണ/ചെറിയ സംഭാഷണ പങ്കാളി നിങ്ങൾക്ക് നൽകുന്നതെന്തുതന്നെയായാലും, ഒരർത്ഥത്തിൽ, ഇത് നിങ്ങൾ ഒന്നുമില്ലായ്മയിൽ നിന്ന് ഒരു ബന്ധം സൃഷ്ടിക്കുക എന്നതാണ്.

ഇവിടെയാണ് *എലിസിറ്റേഷൻ* അഥവാ *വെളിപ്പെടുത്തുക* എന്ന രീതി പ്രസക്തമാകുന്നത്. ആളുകളെ കൂടുതൽ പങ്കുവെക്കാനും സംസാരിക്കാനും പ്രോത്സാഹിപ്പിക്കുന്നതിന് ഒരു പ്രത്യേക സംഭാഷണ ശൈലി ഉപയോഗിച്ചുകൊണ്ടുള്ള ഒരു തരം ചോദ്യം ചെയ്യലാണിത്. ചോദ്യം ചെയ്യലുകളിൽ ഉപയോഗിക്കുന്നതിനായി ഫെഡറൽ ബ്യൂറോ ഓഫ് ഇൻവെസ്റ്റിഗേഷൻ (എഫ്ബിഐ) ആണ് ഇത് ആദ്യം വികസിപ്പിച്ചെടുത്തത്, എന്നാൽ എതിരാളികളിൽ നിന്ന്

രഹസ്യ വിവരങ്ങൾ നേടുന്നതിനായി കോർപ്പറേറ്റ് ചാരന്മാർ പെട്ടെന്ന് തന്നെ ഈ രീതി സ്വീകരിച്ചു.

ഇതിന്റെ ഉത്ഭവം നിങ്ങളെ ഒരു നിമിഷം ചിന്തിപ്പിച്ചേക്കാം, പക്ഷേ ഈ വിദ്യകളെല്ലാം നന്മയ്ക്കും തിന്മയ്ക്കും ഒരുപോലെ ഉപയോഗിക്കാം. ഈ രീതികൾ തന്നെ നിഷ്പക്ഷമാണ്, കൂടാതെ മനുഷ്യ മനസ്സിനെ പരിശോധിക്കുന്നതിന്റെ ഫലവുമാണ്.

എലിസിറ്റേഷൻ ഉപയോഗിക്കുമ്പോൾ, വിവിധ കാരണങ്ങളാൽ പ്രതികരിക്കാനുള്ള മറ്റേ വ്യക്തിയുടെ ആഗ്രഹത്തെ മുതലെടുക്കുന്ന ഒരു പ്രസ്താവനയാണ് നിങ്ങൾ നടത്തുന്നത്. ഇടപെടാൻ മുമ്പ് താൽപ്പര്യമില്ലെങ്കിൽ പോലും, മറ്റേ വ്യക്തി പ്രതികരിക്കാൻ പ്രേരിതനാകും. തങ്ങൾക്ക് മറ്റ് മാർഗ്ഗമില്ലെന്ന് അവർക്ക് തോന്നും. ഒരു നേരിട്ടുള്ള ചോദ്യത്തിന് എല്ലായ്പ്പോഴും ഉത്തരം ലഭിക്കണമെന്നില്ല; അതിനാൽ, തുറന്ന മനസ്സും ഇടപെടലും പ്രോത്സാഹിപ്പിക്കുന്നതിന് പരോക്ഷമായ ചോദ്യങ്ങൾ ചോദിക്കേണ്ടത് പ്രധാനമാണ്.

എലിസിറ്റേഷൻ എങ്ങനെ പ്രവർത്തിക്കുന്നു എന്നതിന്റെ ഒരു ഉദാഹരണം ഇതാ. നിങ്ങൾ ഒരാൾക്ക് വേണ്ടി, അവർ അറിയാതെ ഒരു പാർട്ടി ആസൂത്രണം ചെയ്യാൻ ശ്രമിക്കുകയാണ്, അതിനാൽ നിങ്ങൾ അവരുടെ ഓരോ ദിവസത്തെയും പദ്ധതികൾ, സുഹൃത്തുക്കളെ ബന്ധപ്പെടുന്നതിനുള്ള വിവരങ്ങൾ, അവരുടെ ഭക്ഷണപാനീയ മുൻഗണനകൾ എന്നിവ അറിയേണ്ടതുണ്ട്. തീർച്ചയായും, നിങ്ങൾക്ക് അദ്ദേഹത്തോട് നേരിട്ട് ഈ വിവരങ്ങൾ ചോദിക്കുവാൻ കഴിയില്ല. അപ്പോൾ നിങ്ങൾക്ക് എങ്ങനെ പരോക്ഷമായി ഈ വിവരങ്ങൾ അദ്ദേഹത്തിൽ നിന്ന് ലഭിക്കും? എല്ലെൻ നെയ്ലർ, 2016-ൽ പ്രസിദ്ധീകരിച്ച *വിൻ/ലോസ് അനാലിസിസ്* എന്ന തന്റെ പുസ്തകത്തിൽ, ആളുകളെ സംസാരിക്കാൻ പ്രേരിപ്പിക്കുന്ന ചില എലിസിറ്റേഷൻ സാങ്കേതിക വശങ്ങളെക്കുറിച്ച് എഴുതിയിട്ടുണ്ട്.

അംഗീകാരം. ആളുകളിൽ എന്തെങ്കിലും നല്ലത് തിരിച്ചറിയുമ്പോൾ അവർ അഭിവൃദ്ധി പ്രാപിക്കുന്നു. "എനിക്ക്

നിങ്ങളുടെ സ്വെറ്റർ വളരെ ഇഷ്ടമായി" എന്ന് പരാമർശിച്ചാൽ, സ്വെറ്റർ ധരിച്ചയാൾക്ക് അത് എങ്ങനെ ലഭിച്ചു എന്നതിനെക്കുറിച്ചുള്ള ഒരു കഥ നിങ്ങൾക്ക് ലഭിക്കും. "നിങ്ങൾ വളരെ സൂക്ഷ്മതയുള്ള ആളാണ്" എന്ന് പരാമർശിക്കുമ്പോൾ, ആ വ്യക്തി സൈനിക സ്കൂളിൽ പോയി എല്ലായ്പ്പോഴും സമഗ്രത പുലർത്താൻ പഠിച്ചതിനെക്കുറിച്ചുള്ള ഒരു കഥ നിങ്ങൾക്ക് ലഭിക്കും. മുമ്പ് അവർ വായ് മൂടിക്കെട്ടിയിരുന്നിരിക്കാം, പക്ഷേ പ്രശംസ വർദ്ധിപ്പിക്കാനുള്ള ഏതൊരു അവസരവും അവർ സ്വാഗതം ചെയ്യുന്നു. അംഗീകരിക്കപ്പെടുകയും അഭിനന്ദിക്കപ്പെടുകയും ചെയ്യുന്നതിനുള്ള സ്വാഭാവിക ആഗ്രഹം ആളുകൾക്ക് ഉണ്ട്, അതിനാൽ അവർക്ക് അൽപ്പം മിടുക്ക് കാണിക്കാൻ അവസരം നൽകുക.

നിങ്ങൾക്ക് ഒരാളോട് നന്ദി പ്രകടിപ്പിക്കാനും അവരെ അഭിനന്ദിക്കാനും കഴിയും. ഇത് അംഗീകാരത്തിന് സമാനമാണ്; ആളുകൾ അവരുടെ നേട്ടങ്ങൾ വിശദീകരിക്കുവാനുള്ള അവസരം വളരെ അപൂർവ്വമായി മാത്രമേ നിരസിക്കാറുള്ളൂ.

പരാതിപ്പെടൽ. ആളുകൾ ഒരേപോലെ അനിഷ്ടമുള്ള കാര്യങ്ങൾ ഇഷ്ടപ്പെടുന്നതിനെക്കുറിച്ച് നമ്മൾ കഴിഞ്ഞ അദ്ധ്യായത്തിൽ പറഞ്ഞിട്ടുണ്ട്. ആളുകൾ പരാതിപ്പെടാനും ഇഷ്ടപ്പെടുന്നു, അതിനാൽ സഹതാപം തോന്നാൻ എന്തെങ്കിലും നൽകി ഒരാളെ തുറന്നുപറയാൻ പ്രേരിപ്പിക്കുന്നത് എളുപ്പമാണ്. ആദ്യം പരാതി പറയുക, അവർ ആ അവസരം മുതലെടുക്കും. അവർ അതിൽ പങ്കുചേർന്നില്ലെങ്കിൽ, നിങ്ങൾ പരാതിപ്പെടുന്നതിനെ ന്യായീകരിക്കുവാൻ നിർബ്ബന്ധിതരാകുന്നതിലൂടെ അവർക്ക് മുന്നിൽ മറ്റൊരു വഴി തുറന്നേക്കാം. എന്തുതന്നെയായാലും, നിങ്ങൾ അവരെ തുറന്നു പറയുവാൻ നിർബ്ബന്ധിതരാക്കുന്നു.

"ജോലി സമയത്തിനപ്പുറം വേതനം ഇല്ലാത്ത മണിക്കൂറുകൾ നീളുന്ന ഈ ജോലി എനിക്ക് വെറുപ്പാണ്" എന്ന് ജോലിസ്ഥലത്ത് നിങ്ങൾ ഒരാളോട് പറഞ്ഞേക്കാം. അയാൾ സമ്മതിക്കുകയും ആവശ്യത്തിന് വേതനം ലഭിക്കാത്ത

തിനാൽ അയാൾക്ക് പണം എത്രത്തോളം ആവശ്യമാണെന്ന് കൂടുതൽ വിശദമായി പറയുകയും ചെയ്യും. ഇത് അയാളുടെ കുടുംബജീവിതത്തെക്കുറിച്ചും, എത്ര കുട്ടികളുണ്ടെന്നും, സാമ്പത്തികവുമായി ബന്ധപ്പെട്ട ദാമ്പത്യ പ്രശ്നങ്ങളെക്കുറിച്ചും കൂടുതൽ വെളിപ്പെടുത്തുവാൻ ഇടയാക്കും. നീണ്ട മണിക്കൂറുകൾക്കുള്ള ന്യായീകരണത്തിനും ഇത് അയാളെ പ്രേരിപ്പിച്ചേക്കാം. എന്തുതന്നെയായാലും, ഇപ്പോൾ നിങ്ങൾക്ക് അയാളെക്കുറിച്ച് കൂടുതൽ വിവരങ്ങൾ അറിയാം.

ഈ സാങ്കേതികതയുടെ താക്കോൽ ആളുകൾക്ക് വീമ്പിളക്കുവാനും പരാതിപ്പെടാനും മറ്റ് അസംസ്കൃത വികാരങ്ങൾ പ്രകടിപ്പിക്കുവാനും സുരക്ഷിതമായ ഒരു അന്തരീക്ഷം സൃഷ്ടിക്കുക എന്നതാണ്. നിങ്ങൾ ആദ്യം പരാതിപ്പെടുകയാണെങ്കിൽ, നിങ്ങൾ ഒരു വിധി-രഹിത മേഖല സ്ഥാപിക്കുന്നു. അവിടെ നിങ്ങളുമായി ഒരു പ്രശ്നമുണ്ടാകുമെന്ന് അവർക്ക് തോന്നുന്നില്ല. ഇത് ആരംഭിക്കുവാൻ നിങ്ങൾ പരാതിപ്പെടേണ്ടതില്ല; നിങ്ങളുടെ സ്വന്തം മോശം വികാരങ്ങൾ, ദുർബ്ബലതകൾ അല്ലെങ്കിൽ നിരാശകൾ പ്രകടിപ്പിച്ചാൽ മതി.

തിരുത്തൽ. ആളുകൾ എപ്പോഴും തങ്ങൾ പറയുന്നത് ശരിയായിരിക്കാൻ ഇഷ്ടപ്പെടുന്നു. ഏതൊരു ഇന്റർനെറ്റ് വാദത്തിന്റെയും അടിസ്ഥാനം ഇതാണ്. അതിനാൽ നിങ്ങൾ എന്തെങ്കിലും തെറ്റ് പറഞ്ഞാൽ, അവർ സന്തോഷത്തോടെ നിങ്ങളെ തിരുത്താൻ ശ്രമിക്കും. ആളുകൾക്ക് അവരുടെ അഹങ്കാരം പ്രകടിപ്പിക്കുവാൻ അവസരം നൽകിയാൽ, മിക്കവരും അത് സന്തോഷത്തോടെ ഏറ്റെടുക്കും.

ഇത് ചെയ്യാനുള്ള ഒരു എളുപ്പമാർഗ്ഗം, നിങ്ങൾക്ക് വ്യക്തമായി തെറ്റാണെന്ന് അറിയാവുന്ന എന്തെങ്കിലും പറയുക എന്നതാണ്, അവർ ഇടപെട്ട് മൗനം വെടിയുമോ എന്ന് നോക്കുക. അവർക്ക് ഈ പ്രാഥമിക പ്രേരണയെ ചെറുക്കാൻ കഴിയുമോ എന്ന് നോക്കുക.

നിഷ്കളങ്കൻ. വ്യക്തമായി പറഞ്ഞാൽ, മണ്ടത്തരം കാണിക്കുക എന്നല്ല ഇതിനർത്ഥം; മനസ്സിലാക്കലിന്റെ കൊടുമുടിയിലാണെന്ന് നടിക്കുക എന്നതാണ് ഇതിനർത്ഥം. നിഷ്കളങ്കമായി പെരുമാറുന്നത് ആളുകളെ പഠിപ്പിക്കുവാനും, വിവരങ്ങൾ നൽകുവാനും, അവരുടെ അറിവ് പ്രകടിപ്പിക്കുവാനും നിർബ്ബന്ധിതരാക്കുന്നു. ആളുകൾക്ക് നിങ്ങളെ പ്രബുദ്ധരാക്കാതിരിക്കാൻ കഴിയില്ല, പ്രത്യേകിച്ചും നിങ്ങൾ 95 ശതമാനം കാര്യവും അവിടെ പറഞ്ഞിട്ടുണ്ടെങ്കിൽ, ആളുകൾ ചെയ്യേണ്ടത് നിങ്ങളുടെ വാചകം ആലങ്കാരികമായി പൂർത്തിയാക്കുക എന്നതാണ്. "ഈ സിദ്ധാന്തത്തിന്റെ ഭൂരിഭാഗവും എനിക്ക് മനസ്സിലാകും, പക്ഷേ എനിക്ക് വ്യക്തമല്ലാത്ത ഒരു കാര്യം മാത്രമേയുള്ളൂ. ഇതിന് ഒരുപാട് കാര്യങ്ങൾ അർത്ഥമാക്കാം..." ആളുകൾക്ക് ഈ വാചകത്തിൽ സ്വയം ഇടപെടുന്നത് തടയാൻ കഴിയില്ല.

പ്രചോദനത്തിന്റെ ആവേശത്തിൽ, എനിക്ക് വ്യക്തിപരമായി വളരെ നന്നായി പ്രവർത്തിക്കുന്നതായി ഞാൻ കണ്ടെത്തിയ ചില പരോക്ഷ രീതികൾ ഇതാ.

ഉത്തരം ലഭിക്കില്ലെന്ന് നിങ്ങൾ കരുതുന്ന ഒരു ചോദ്യം ചോദിക്കുമ്പോൾ, അവർ അതിന് ഉത്തരം നൽകിയതുപോലെ പെരുമാറുകയും ആ സാങ്കൽപ്പിക ഉത്തരത്തോട് പ്രതികരിക്കുകയും ചെയ്യുക.

നിങ്ങൾ : ആ പ്രോജക്ട് അത്ര നന്നായി നടന്നില്ല എന്ന് കേട്ടല്ലോ?

ബോബ് : അതെ. അത്ര നല്ലതല്ല.

നിങ്ങൾ : അതെ, കാൽഭാഗം അവസാനിക്കാറായ സമയത്ത് ആ ചെറിയ കുഴപ്പം ഒഴിവാക്കി കാര്യങ്ങൾ നന്നായി പോകുന്നുണ്ടെന്ന് ഞാൻ കേട്ടു. പക്ഷേ അത് ആരുടേയും തെറ്റല്ല. ആ പ്രോജക്ടിന്റെ ആ ഭാഗം വളരെ സങ്കീർണ്ണമാണ്. അത് ഭ്രാന്ത് പിടിപ്പിക്കുന്നതാണ്. അതിന് അനുമതി ലഭിച്ചുവെന്ന് എനിക്ക് വിശ്വസിക്കുവാൻ കഴിയുന്നില്ല.

ഇതെല്ലാം നിങ്ങൾ പറയുമ്പോൾ, അവർക്ക് ഇടപെട്ട് ഉത്തരം നൽകുകയോ മറുപടി പറയുകയോ തിരുത്തുകയോ സ്ഥിരീകരിക്കുകയോ നിരസിക്കുകയോ ചെയ്യുന്നത് മിക്കവാറും തടുക്കാനാകാത്തതായിരിക്കും. അതാണ് പ്രധാന ഭാഗം— നിങ്ങൾ (1) ഒരു ചോദ്യം ചോദിക്കുന്നു, (2) അവർ ചോദ്യത്തിന് ഉത്തരം നൽകിയതുപോലെ പ്രവർത്തിക്കുന്നു, (3) തുടർന്ന് അവരുടെ ഉത്തരത്തെക്കുറിച്ചുള്ള നിങ്ങളുടെ അനുമാനത്തോട് അവർ എങ്ങനെ പ്രതികരിക്കുന്നുവെന്ന് വീക്ഷിക്കുന്നു. നിങ്ങളുടെ ചോദ്യത്തിന് അവർ പ്രതികരിക്കുന്നതുവരെ കാത്തിരിക്കരുത്; നിങ്ങളുടെ തുടർന്നുള്ള ഉത്തരത്തിന് പ്രതികരിക്കാൻ അവർക്ക് അവസരം നൽകുക. ഇവിടെ അടിസ്ഥാനം എന്തെന്നാൽ, അവർക്ക് നിങ്ങളോട് സംസാരിക്കാൻ താൽപ്പര്യമില്ലെങ്കിൽ പോലും, ഏതെങ്കിലും വിധത്തിൽ ഇടപെടാൻ അവർ നിർബ്ബന്ധിതരാകും. നിങ്ങൾക്ക് ഏറ്റവും രസകരമായ ഉത്തരങ്ങൾ ലഭിച്ചേക്കില്ല. പക്ഷേ പ്രധാന കാര്യം, നിങ്ങൾ അവരെ സംസാരിക്കുവാനോ ഇടപഴകുവാനോ പ്രാപ്തരാക്കുന്നു എന്നതാണ്, അതാണ് എല്ലാറ്റിലും ഏറ്റവും ബുദ്ധിമുട്ടുള്ള ഭാഗം.

ആളുകളെ ഇടപഴകാനോ സംസാരിക്കുവാനോ പ്രേരിപ്പിക്കുന്ന ഈ രീതിയിൽ മറ്റൊരു വകഭേദം കൂടിയുണ്ട്. *നിങ്ങൾ ഒരാളോട് ഒരു ചോദ്യം ചോദിക്കുമ്പോൾ, അവർ ഒരു പ്രത്യേക രീതിയിൽ ഉത്തരം നൽകുമെന്നും ആ വികാരം വിശദീകരിച്ചു കൊണ്ടിരിക്കുമെന്നും കരുതുക.* വീണ്ടും, നിങ്ങൾ ഭാഗ്യവാനാണെങ്കിൽ, ആളുകൾ നിങ്ങളെ തിരുത്താനും നിങ്ങളുടെ ചോദ്യത്തിനുള്ള അവരുടെ യഥാർത്ഥ ഉത്തരം എന്താണെന്ന് വ്യക്തമാക്കുവാനും നിർബന്ധിതരാകും.

നിങ്ങൾ : അപ്പോൾ അവധിക്കാലം എങ്ങനെയുണ്ടായിരുന്നു? ആ പുഴുക്കളും ചീങ്കണ്ണികളുമെല്ലാം ഉണ്ടായിരുന്നതുകൊണ്ട് അത് ഭയങ്കരമായിരുന്നു എന്ന് എനിക്ക് ഉറപ്പുണ്ട്. വെള്ളവും ഈർപ്പവും എനിക്കത്ര ഇഷ്ടമല്ല.

ബോബി : ശരിയാണ്, വാസ്തവത്തിൽ...

നിങ്ങൾ പറഞ്ഞത് ശരിയാണ്! അതേ രീതിയിൽ, തെറ്റാണെന്ന് നിങ്ങൾക്ക് അറിയാവുന്ന ഒരു കാര്യത്തെക്കുറിച്ച് സംസാരിച്ചുകൊണ്ട്, അവർ ഇടപെടാൻ കാത്തിരിക്കുന്നതിലൂടെ, ആളുകളെ സംസാരിപ്പിക്കുവാനും കൂടുതൽ കാര്യങ്ങൾ തുറന്നു പറയുവാനും പ്രേരിപ്പിയ്ക്കുവാൻ കഴിയും.

നിങ്ങൾ : ആ ബന്ധം വളരെ നല്ലതായി തോന്നുന്നു, കാരണം അവന് നല്ലൊരു കാർ ഉണ്ട്, അല്ലേ? അത്രയേ വേണ്ടൂ. ഒരു കോർവെറ്റ് ആകുമ്പോൾ അത് മതിയാകുമെന്ന് ഞാൻ കരുതുന്നു. പണമാണ് ജീവിതം.

ബോബി : ശരിയാണ്, വാസ്തവത്തിൽ...

കാര്യങ്ങൾ നേരെയാക്കുവാനുള്ള ആളുകളുടെ സഹജാവബോധത്തെ മുതലെടുക്കുന്നതാണ് ഈ രീതികൾ. അവർക്ക് എന്തെങ്കിലും സംസാരിക്കുവാൻ താൽപ്പര്യമില്ലെങ്കിൽ പോലും, അവരെക്കുറിച്ചുള്ള തെറ്റായ അല്ലെങ്കിൽ മോശം ധാരണ ചുറ്റും പ്രചരിക്കുന്നത് അവർ ആഗ്രഹിക്കുന്നില്ല. നിങ്ങൾക്ക് അവരിൽ നിന്ന് ഒരു വാക്ക് മാത്രമേ ലഭിക്കുകയുള്ളൂവെങ്കിൽ,ഈ തന്ത്രം ഉപയോഗിച്ച് നിങ്ങൾക്ക് അവരിൽ നിന്ന് രണ്ട് വാചകങ്ങൾ എടുക്കുവാൻ കഴിയുന്നുണ്ടെങ്കിൽ, അത് തുടർന്നും സംഭാഷണം മുന്നോട്ട് കൊണ്ടുപോകുന്നതിന്റെ വിജയമായി കണക്കാക്കുക.

ഒരു സംഭാഷണത്തിന്റെ ശൈലി നിങ്ങൾക്ക് 100 ശതമാനം സജ്ജമാക്കാൻ കഴിയുന്ന ഒന്നാണെന്ന് ഓർമ്മിക്കുക. സംഭാഷണങ്ങൾ ഭാഗ്യത്തിന്റെ കാര്യമാണെന്ന് നമ്മളിൽ പലരും കരുതുന്നു — പരസ്പരം താൽപ്പര്യമുള്ളതോ സമാനതയുള്ളതോ ആയ ഒരു വിഷയം കണ്ടെത്തുന്നതിലൂടെ നിങ്ങൾ ഭാഗ്യവാനാകുന്നു, അത്തരം സന്ദർഭങ്ങൾ ഒരു ബന്ധം സൃഷ്ടിക്കുവാൻ ആവശ്യമാണ്. തീർച്ചയായും, ഇത് അങ്ങനെയാണെന്ന് നിങ്ങൾ വിശ്വസിക്കുന്നുവെങ്കിൽ, അത് നിങ്ങൾക്കും അങ്ങനെ തന്നെയായിരിക്കും.

പ്രധാന സൂചനകൾ :

- **ഒരാളുമായി അടുപ്പമുണ്ടോ എന്ന് തീരുമാനിക്കുന്നത് എന്താണ്? അത് സാഹചര്യപരമായ കാര്യമല്ല; മറിച്ച്, നിങ്ങൾ ഉത്തരവാദിത്തം ഏറ്റെടുത്ത് സൗഹൃദപരവും തുറന്നതുമായ ഒരു മനോഭാവം പുലർത്തുക എന്നതാണ് പ്രധാനം. മിക്ക ആളുകളും മറ്റുള്ളവരെ അപരിചിതരെപ്പോലെയാണ് കാണുന്നത്, അതിനാൽ അവർ സുഹൃത്തുക്കളാകില്ല. അതിനാൽ തുടക്കം മുതൽ തന്നെ ആ ഘടന മാറ്റുക, ആളുകളെ സമാധാനിപ്പിക്കുക, അവർ നിങ്ങളുടെ അടുത്ത് സുഖമായിരിക്കാൻ അനുവദിക്കുക.**
- **സംസാരത്തിന്റെ ശൈലി ക്രമീകരിക്കുവാനുള്ള ആദ്യ മാർഗ്ഗം സുഹൃത്തുക്കളെപ്പോലെ സംസാരിക്കുക എന്നതാണ് : വിഷയങ്ങളുടെ അടിസ്ഥാനത്തിലും, സ്വരത്തിന്റെ അടിസ്ഥാനത്തിലും, സ്വകാര്യതയുടെ അടിസ്ഥാനത്തിലും. നിങ്ങൾ വ്യക്തമായി കുറ്റപ്പെടുത്തുന്ന രീതിയിൽ സംസാരിക്കാത്തിടത്തോളം കാലം ആളുകൾ നിങ്ങൾ സജ്ജമാക്കുന്ന ശൈലിക്കൊപ്പം പോകും. ആളുകളെ അകറ്റി നിർത്തുക എന്ന ലക്ഷ്യത്തോടെ സ്വയം ഉൾവലിഞ്ഞ് ഒരു മതിൽ കെട്ടുന്നതിനുപകരം, സുഹൃത്തുക്കൾ ചെയ്യുന്നതുപോലെ വികാരങ്ങൾ പ്രകടിപ്പിക്കുക എന്നതാണ് ഇതിന്റെ ശക്തമായ ഒരു വശം. അക്ഷരാർത്ഥത്തിലും ഗൗരവത്തിലും സംസാരിക്കുന്നത് നിർത്തുക. ഒരു സംഭാഷണം വസ്തുതകൾ പങ്കുവെക്കുന്നതിനെക്കുറിച്ചായിരിക്കണമെന്നില്ല, ചില അഭിപ്രായങ്ങൾ മറ്റേയാൾ എങ്ങനെ പ്രതികരിക്കുമെന്ന് കാണുവാൻ മാത്രമായി ഉപയോഗിക്കാം.**
- **ശരിയായ ശൈലി ക്രമീകരിക്കുന്നതിന്റെ മറ്റൊരു വശം സമാനതകൾക്കായി തിരയുകയും അവ സൃഷ്ടിക്കാൻ അവസരം നൽകുകയും ചെയ്യുക എന്നതാണ്. സമാനതകൾ നിരീക്ഷിക്കുമ്പോൾ, ആളുകൾ തൽക്ഷണം മനസ്സു**

തുറന്ന് അതിനെ സ്വീകരിക്കുന്നു, കാരണം അത് അവരുടെ തന്നെ പ്രതിഫലനമാണ്. അവിടെ നല്ല അനു മാനങ്ങളും അർത്ഥങ്ങളും മാത്രമേയുള്ളൂ, അതിനാൽ നമ്മൾ അവ സജീവമായി അന്വേഷിക്കണം. ആളുകളുടെ ജീവിതത്തിലേക്ക് കൂടുതൽ ആഴത്തിൽ ഇറങ്ങി ചെല്ലുന്നതിലൂടെയും, പരസ്പര ബന്ധമില്ലാത്തതായി തോന്നുന്ന സമാനതകൾ കണ്ടെത്താൻ ചോദ്യങ്ങൾ ചോദിക്കുന്നതിലൂടെയും, കൂടുതൽ വിവരങ്ങൾ സ്വയം വെളിപ്പെടുത്തുന്നതിലൂടെയും, അവരെ ശാരീരികമായി പ്രതിഫലിപ്പിക്കുന്നതിലൂടെയും നിങ്ങൾക്ക് ഇത് ചെയ്യുവാൻ കഴിയും. കൂടാതെ, ഒരേ വിഷയത്തോടുള്ള *അനിഷ്ടത്തിന്റെ* മൂല്യം കുറച്ചുകാണരുത്—മോശം കാര്യങ്ങളെക്കുറിച്ച് സംസാരിക്കുന്നത് മോശമല്ല.

- അവസാനമായി, നിങ്ങൾ ഈ ഘട്ടങ്ങൾ പാലിച്ചാലും, ചിലപ്പോൾ ആളുകൾ ഒന്നുകിൽ ഇടപഴകാൻ തയ്യാറാകില്ല അല്ലെങ്കിൽ സ്വയം തുറന്നുപറയുന്നതിൽ മിടുക്കരായിരിക്കണമെന്നില്ല. ഒരു വ്യക്തിക്ക് ഇടപെടാനോ വിശദീകരിക്കുവാനോ നിർബ്ബന്ധിതമാകുന്ന വിധത്തിൽ ഒരു വിഷയമോ ചോദ്യമോ ഉന്നയിക്കുന്ന രീതിയിലുള്ള *എലിസിറ്റേഷൻ* രീതികൾ ഉപയോഗിച്ച് നിങ്ങൾക്ക് ഇതിനെ മറികടക്കുവാൻ കഴിയും. നിങ്ങളുടെ അംഗീകാരത്തിന് മറുപടി നൽകാൻ ആ വ്യക്തിയെ പ്രേരിപ്പിക്കുക, പരസ്പരം പരാതിപ്പെടുന്നത് പ്രോത്സാഹിപ്പിക്കുക, നിങ്ങളുടെ നിഷ്കളങ്കതയെ സഹായിക്കുക, നിങ്ങളുടെ തെറ്റായ അനുമാനമോ വിവരമോ തിരുത്തുക എന്നിവയാണ് ഇവയുടെ രൂപങ്ങൾ.

അദ്ധ്യായം 3

എങ്ങനെ ആകർഷകമാകാം

ആകർഷകമാക്കൽ എന്നത് വളരെ ശക്തമായ ഒരു പദമാണ്, അതിനാൽ, നമ്മുടെ ഇടപെടലുകളിൽ നാം പരിശ്രമിക്കുവാൻ ആഗ്രഹിക്കുന്ന ഒന്നായിരിക്കാം അത്.

ആകർഷകമായ ഒരു വ്യക്തിയെക്കുറിച്ച് ചിന്തിക്കുമ്പോൾ, ഏത് തരത്തിലുള്ള ചിത്രമാണ് നമ്മുടെ മനസ്സിൽ വരുന്നത്? ഒരു നിഘണ്ടുവിൽ നിന്ന് "ആകർഷവാനായ വ്യക്തി"യുടെ ചിത്രം തിരഞ്ഞെടുക്കുകയാണെങ്കിൽ, ആ വ്യക്തി ആരായിരിക്കും? ഈ വ്യക്തി എന്താണ് പ്രകടിപ്പിക്കുന്നത്, അവർ എങ്ങനെ പെരുമാറുന്നു, അവർ ചെയ്യുന്ന എന്ത് കാര്യമാണ് നിങ്ങൾ നിരീക്ഷിക്കുന്നത്?

പലപ്പോഴും, ഈ വ്യക്തി ഒരു വേദിയിലോ പ്രസംഗ പീഠത്തിലോ ഇരിക്കുന്നതുപോലെ, വികാരഭരിതമായ മുഖത്തോടെ, ഗംഭീരമായും പ്രകടമായും ആംഗ്യം കാണിക്കുന്നതുപോലെയായിരിക്കും കാണപ്പെടുക. പ്രേക്ഷകരെ പിടിച്ചിരുത്തുന്ന ഒരു ആവേശകരമായ കഥ മെനയുന്നതിന്റെ തിരക്കിലാണിപ്പോൾ ഈ വ്യക്തിയെന്ന് ഞാൻ ഉറപ്പിച്ചു പറയുന്നു. തീർച്ചയായും, നിങ്ങൾ ഇതിനെക്കുറിച്ച് ചിന്തിച്ചാൽ, കഥപറച്ചിലിലൂടെ മാത്രമേ നമുക്ക് മറ്റുള്ളവരെ മയക്കുവാനും വശീകരിക്കുവാനും നമ്മുടെ ഓരോ വാക്കിലും പിടിച്ചിരുത്തുവാനും കഴിയൂ എന്ന് തോന്നും.

ശരി, അത് ചർച്ചയ്ക്ക് വിധേയമാണ്, പക്ഷേ അത് ശരിയാണോ അല്ലയോ എന്ന് നിർണ്ണയിക്കുക എന്നതല്ല ഈ അദ്ധ്യായത്തിന്റെ ലക്ഷ്യം. നിങ്ങൾ ആഗ്രഹിക്കുന്ന അവിസ്മരണീയമായ സംഭാഷണങ്ങളുടെയും ചർച്ചകളുടെയും ഒരു പ്രധാന ഘടകമാണ് കഥപറച്ചിൽ എന്ന വസ്തുത ആർക്കും നിഷേധിക്കാനാവില്ല. ഈ കഴിവ് എങ്ങനെ നേടാമെന്നും എങ്ങനെ നിങ്ങളുടേതാക്കാം എന്നതുമാണ് എപ്പോഴുമുള്ള ചോദ്യം. അതുകൊണ്ട്, ഈ അദ്ധ്യായത്തിൽ, നിങ്ങളുടെ ദൈനംദിന സംഭാഷണങ്ങളിലും ചെറിയ സംസാരങ്ങളിലും പോലും കഥപറച്ചിൽ എങ്ങനെ ഉപയോഗിക്കാം എന്നതിനെക്കുറിച്ചുള്ള ചില കാഴ്ചപ്പാടുകൾ അവതരിപ്പിക്കുവാൻ ഞാൻ ആഗ്രഹിക്കുന്നു.

കഥപറച്ചിലിന്റെ മുഴുവൻ ആശയത്തിൽ നിന്നും ആദ്യം തന്നെ നിഗൂഢത നീക്കം ചെയ്യുന്നത് സഹായകരമാണ്. എന്താണ് കഥപറച്ചിൽ? സംഭവിച്ച ഒരു കാര്യത്തെക്കുറിച്ച് ആരോടെങ്കിലും പറയുക. അത്രമാത്രം. തീർച്ചയായും, ഇത് ചെയ്യാൻ നല്ലതും ചീത്തയുമായ വഴികളുണ്ട്, എന്നാൽ പ്രധാനമായും കഥപറച്ചിൽ എന്നത് ആളുകളെ ശ്രദ്ധിക്കുവാൻ പ്രേരിപ്പിക്കുന്ന വിധത്തിൽ ഭൂതകാലത്തെക്കുറിച്ച് സംസാരിക്കുക എന്നതാണ്. ആദ്യ ഭാഗത്തിൽ നമുക്ക് ഒരു പ്രശ്നവുമില്ല – നാമെല്ലാവരും നമ്മുടെ ഭൂതകാലത്തെക്കുറിച്ച് വിവരിച്ചിട്ടുണ്ട്, നമുക്കെല്ലാവർക്കും പറയുവാൻ അർഹമായ മികച്ച അനുഭവങ്ങളുണ്ട് – എന്നാൽ രണ്ടാം ഭാഗം സാധാരണയായി ഒരു വെല്ലുവിളി തന്നെയാണ്. അത് മനസ്സിൽ വെച്ചുകൊണ്ട്, കഥപറച്ചിലിൽ നമുക്ക് എങ്ങനെ കൂടുതൽ മെച്ചപ്പെടാമെന്ന് നോക്കാം.

കഥകളുടെ ജീവിതം

കഥ പറച്ചിലിൽ കൂടുതൽ മികവ് പുലർത്താൻ, നമ്മുടെ ദൈനംദിന ജീവിതത്തിൽ നിന്ന് തന്നെ അവയെ തിരിച്ചറിയാൻ തുടങ്ങണം. അല്ല, ഗൗരവമായി പറഞ്ഞാൽ. നമ്മുടെ ദൈനംദിന ജീവിതം വളരെ രസകരമാണെന്ന് നമ്മൾ

കരുതുന്നില്ല, പക്ഷേ നമ്മൾ മനസ്സിലാക്കുന്നതിലും കൂടുതൽ കാര്യങ്ങൾ നമ്മൾ ഓരോ ദിവസവും ചെയ്യുന്നുണ്ട്. നിങ്ങളുടെ കുട്ടികളോട് പറയാൻ കഴിയുന്ന ഒരു വലിയ പ്രതിഷേധത്തിൽ നിങ്ങൾ എല്ലാ ദിവസവും ഏർപ്പെടുന്ന, അല്ലെങ്കിൽ ഒരു വീനർ നായ (ഡാഷ്ഹണ്ട്) ഒരു ഇരുണ്ട ഇടവഴിയിലൂടെ നിങ്ങളെ ഓടിക്കുകയും തുടർന്ന് തത്തയുടെ വേഷം ധരിച്ച ഒരാൾ നായയെ ആക്രമിച്ച് നിങ്ങളെ രക്ഷിക്കുകയും ചെയ്തു വെന്ന തരത്തിലുള്ള കഥകളെക്കുറിച്ചല്ല പറയുന്നത്. ഈ കഥകൾ അവയുടെ സാരാംശം സ്വയം വ്യക്തമാക്കുന്നതാണ്, സ്വാധീനം ചെലുത്താൻ അവയ്ക്ക് ഒരു ഘടനയുടെയോ പ്രത്യേക രീതിയുടെയോ ആവശ്യമില്ല.

നമ്മുടെ ദൈനംദിന ജീവിതത്തിൽ നിന്ന് നമ്മൾ മനസ്സിലാക്കേണ്ട ഒരുപാട് കാര്യങ്ങളുണ്ട്, എന്നെ വിശ്വസിക്കൂ, നമുക്ക് മനസ്സിലാക്കുവാൻ ധാരാളം കാര്യങ്ങളുണ്ട്. നമ്മുടെ ദൈനംദിന ജീവിതത്തിൽ അന്തർലീനമായിരിക്കുന്ന ചെറു കഥകൾ കാണുവാൻ ശ്രമിക്കുക എന്നത് മാത്രമാണ് നമ്മൾ ചെയ്യേണ്ടുന്ന കാര്യം.

ഈ സാഹചര്യത്തിൽ ഒരു ചെറു കഥയുടെ നിർവ്വചനം എന്താണ്?

"അപ്പോൾ നിങ്ങൾ എന്താണ് ചെയ്യുന്നത്?"

"ഞാൻ ഒരു മാർക്കറ്റിംഗ് എക്സിക്യൂട്ടീവ് ആണ്."

ശരി. "ഓ, കൊള്ളാം. ഞാൻ ഇപ്പോൾ ബാത്ത്റൂമിൽ പോകുന്നു, പിന്നെ കാണാം" എന്നായിരിക്കും മറുപടി ലഭിക്കുക. നമുക്ക് വീണ്ടും ശ്രമിക്കാം.

"അപ്പോൾ നിങ്ങൾ എന്ത് ചെയ്യുന്നു?"

"ഞാൻ ഒരു മാർക്കറ്റിംഗ് എക്സിക്യൂട്ടീവാണ്. ഇടപാടുകാരെ കൈകാര്യം ചെയ്യുക എന്നതാണ് എന്റെ ജോലി. കഴിഞ്ഞ ആഴ്ച ഞങ്ങളുടെ ഓഫീസിലേക്ക് തന്റെ അംഗരക്ഷകരെ അയയ്ക്കുമെന്ന് ഭീഷണിപ്പെടുത്തിയ ഒരു ഭ്രാന്തൻ ഇടപാടുകാരൻ ഉണ്ടായിരുന്നു! സൃഷ്ടിപരമായ വശം

കൂടുതൽ കൈകാര്യം ചെയ്യാൻ ഞാൻ തീർച്ചയായും ആഗ്രഹിക്കുന്നു."

ഇവിടെ, നമുക്ക് തുടങ്ങാം. ഇത് ബാത്ത്റൂമിലേക്ക് രക്ഷപ്പെടാൻ ആഗ്രഹിക്കുന്നതിനേക്കാൾ ശക്തമായ പ്രതികരണത്തിന് കാരണമാകും, ഉദാഹരണത്തിന്, "എന്റെ ദൈവമേ! അയാൾ യഥാർത്ഥത്തിൽ അവരെ അയച്ചുവോ? കൂടുതൽ പറയൂ."

അതൊരു ചെറുകഥയാണ്. ഒരു വിഷയത്തിന് സംഭവിക്കുന്ന ഒരു പ്രത്യേക തരം നിഗമനത്തിലെ ഒരു പ്രവൃത്തിയ്ക്കടിസ്ഥാനമായി—ഒരു കഥയുടെ ഘടകങ്ങൾ ഉപയോഗിച്ച് ചോദ്യങ്ങൾക്ക് ഉത്തരം നൽകുക (അല്ലെങ്കിൽ സ്വയമേവ പങ്കിടുക) എന്നതാണ് ഇതിന്റെ ലക്ഷ്യം. മുകളിൽ കാണുന്നതുപോലെ, "നിങ്ങൾ എന്താണ് ചെയ്യുന്നത്?" എന്ന ചോദ്യത്തിനുള്ള ഏതൊരു ഉത്തരത്തേക്കാളും ഒരു ചെറിയ കഥ വളരെയധികം സംഭാഷണവും താൽപ്പര്യവും സൃഷ്ടിക്കും. നിങ്ങൾക്ക് മൂന്ന് വാക്യങ്ങൾ മാത്രമേ ആവശ്യമുള്ളൂ. ഉറക്കെ വായിച്ചു നോക്കൂ—പത്ത് സെക്കൻഡിൽ താഴെ സമയം മാത്രമേ എടുക്കുകയുള്ളൂ, ആർക്കും സംഭാഷണത്തിൽ താൽപ്പര്യമുണ്ടാക്കുവാൻ ആവശ്യമായ വിവരങ്ങൾ നിങ്ങൾ അതിൽ നിറച്ചിരിക്കുന്നു.

സംഭാഷണത്തിന് മുമ്പ് തന്നെ നിങ്ങൾക്ക് ഇവ സൃഷ്ടിക്കുവാൻ കഴിയും എന്നതാണ് ചെറു കഥകളുടെ ഏറ്റവും വലിയ പ്രത്യേകത. അവ സൃഷ്ടിക്കുന്നതുവഴി വളരെ സാധാരണവും വ്യാപകവുമായ ചോദ്യങ്ങൾക്ക് മറുപടിയായി ആകർഷകമായ കഥകൾ നിങ്ങളുടെ കൈവശം എപ്പോഴും ഉണ്ടായിരിക്കും. ചെറുകഥകൾ മുൻകൂട്ടി സൃഷ്ടിക്കുന്നതിന്റെ പ്രധാന നേട്ടം, നിങ്ങൾക്ക് പരിചിതമായ ഒറ്റവാക്കിലുള്ള ഉത്തരങ്ങൾ ഒഴിവാക്കുവാൻ കഴിയും എന്നതാണ്. വരാനിരിക്കുന്ന കാര്യങ്ങൾക്കായി നിങ്ങൾ തയ്യാറെടുത്തിരിക്കുന്നതിനാൽ, ഇത് നിങ്ങൾക്ക് ആത്മവിശ്വാസവും നൽകും.

ഒരു ചെറു കഥയെ ചുറ്റിപ്പറ്റിയുള്ള സന്ദർഭം വിശകലനം ചെയ്യുമ്പോൾ, അവ വളരെ ലളിതമാകും. എപ്പോഴും ഉയർന്നുവരുന്ന ഏറ്റവും സാധാരണമായ സംഭാഷണ വിഷയങ്ങൾക്ക് ഉത്തരം നൽകാൻ കഴിയുന്ന മൂന്ന് വാക്യങ്ങളെ ലക്ഷ്യം വെക്കുക.

1. നിങ്ങളുടെ തൊഴിൽ (നിങ്ങൾക്ക് അസാധാരണമോ അവ്യക്തമോ ആയ ഒരു ജോലിയുണ്ടെങ്കിൽ, ആളുകൾക്ക് ബന്ധപ്പെടാൻ കഴിയുന്ന ഒരു സാധാരണക്കാരന്റെ വിവരണം നിങ്ങളുടെ കൈവശം ഉണ്ടെന്ന് ഉറപ്പാക്കുക)
2. നിങ്ങളുടെ ആ ആഴ്ച
3. നിങ്ങളുടെ വരാനിരിക്കുന്ന വാരാന്ത്യം
4. നിങ്ങളുടെ ജന്മനാട്
5. നിങ്ങളുടെ വിനോദങ്ങൾ തുടങ്ങിയവ.

ഒരു ചോദ്യത്തിന് ഉത്തരം നൽകാൻ നിങ്ങൾ ഒരു ചെറു കഥ ഉപയോഗിക്കുമ്പോൾ, ആദ്യം ചോദിച്ച ചോദ്യങ്ങൾക്ക് മറുപടി നൽകിയിട്ടുണ്ടെന്ന് ഉറപ്പാക്കേണ്ടതുണ്ട്. പക്ഷേ, നിങ്ങൾക്ക് കൂടുതൽ രസകരമായ എന്തെങ്കിലും പറയാനുണ്ടെന്ന് തോന്നുമ്പോൾ, നിങ്ങൾക്ക് ചെറു കഥയിലേക്ക് കടക്കാം, അവയ്ക്ക് നിങ്ങളെ വേറിട്ട് നിർത്തുവാനുള്ള കഴിവുണ്ട്.

"നിങ്ങളുടെ വാരാന്ത്യം എങ്ങനെയുണ്ടായിരുന്നു?"

"കുഴപ്പമില്ലായിരുന്നു. ഞാൻ നാല് *സ്റ്റാർ വാർസ്* സിനിമകൾ കണ്ടു."

"ശരി, ഞാൻ ഇപ്പോൾ മറ്റൊരാളോട് സംസാരിക്കാൻ പോകുന്നു."

നമുക്ക് വീണ്ടും ശ്രമിക്കാം.

"നിങ്ങളുടെ വാരാന്ത്യം എങ്ങനെയുണ്ടായിരുന്നു?"

"കുഴപ്പമില്ലായിരുന്നു, പക്ഷേ കഴിഞ്ഞ വെള്ളിയാഴ്ച എന്താണ് സംഭവിച്ചതെന്ന് ഞാൻ നിങ്ങളോട് പറഞ്ഞോ? നന്നായി വസ്ത്രം ധരിച്ച ഒരു നായ എന്റെ ഓഫീസിലേക്ക് കയറി വന്നു, അവൻ എല്ലാത്തിലും മൂത്രമൊഴിച്ചു."

"എന്ത്!! കൂടുതൽ വിവരങ്ങൾ പറയൂ."

"കൊള്ളാം, എങ്ങനെയുണ്ട്" എന്ന മടുപ്പിക്കുന്ന വാക്കുകൾ ദിവസേനയുള്ള ചെറിയ സംസാരത്തിൽ നിന്ന് ഒഴിവാക്കാൻ ചെറു കഥകൾ ഉപയോഗിക്കുന്നത് സഹായകമാണ്. ആകർഷകമാകാനുള്ള ആദ്യപടിയും അതാണ്.

ചെറു കഥകളെ ഈ രീതിയിൽ പുനർനിർമ്മിക്കുന്നത് സഹായകരമാകും : ആളുകൾ നിങ്ങളുമായി ചെറിയ സംഭാഷണം നടത്തുകയും ചെറിയ സംഭാഷണ ചോദ്യങ്ങൾ ചോദിക്കുകയും ചെയ്യുമ്പോൾ, ആ ചോദ്യങ്ങൾക്കുള്ള ഉത്തരങ്ങളിൽ അവർക്ക് യഥാർത്ഥത്തിൽ താൽപ്പര്യമില്ല. അവർക്ക് രസകരമായ എന്തെങ്കിലും കേൾക്കുവാൻ ആഗ്രഹമുണ്ട്, അതാണ് നിങ്ങൾ അവർക്ക് നൽകേണ്ടത്.

ആവർത്തിക്കേണ്ട ഒരു പ്രധാന കാര്യം ഇതാണ് : ഒരാളുടെ വാരാന്ത്യം എങ്ങനെയായിരുന്നു എന്നോ ആളുകളുടെ യാത്രാ പദ്ധതികൾ എന്തായിരുന്നു എന്നോ നമ്മൾ ചോദിക്കുമ്പോൾ, സാധാരണയായി നമുക്ക് അവർ പറയാൻ പോകുന്ന ഉത്തരത്തിൽ അത്ര താൽപ്പര്യമുണ്ടാകില്ല. കൂടുതൽ സമാനതകൾ കണ്ടെത്തുന്നതിനായി നിങ്ങളെക്കുറിച്ച് എങ്ങനെ കൂടുതൽ വെളിപ്പെടുത്തുകയും തുറന്നു പറയുകയും ചെയ്യണമെന്ന് നമ്മൾ ഇതിനകം സംസാരിച്ചു, ഇപ്പോൾ കൂടുതൽ വാഗ്ദാനം ചെയ്യുന്നതിന്റെ മറ്റൊരു നേട്ടം നിങ്ങൾക്ക് കാണാൻ കഴിയും.

അതുമാത്രമല്ല, നിങ്ങളുടെ ചിന്തകളുടെയും വികാരങ്ങളുടെയും ഒരു ഉൾക്കാഴ്ച കൂടിയാണ് ചെറു കഥകൾ. അവ നിങ്ങളുടെ മാനസികാവസ്ഥ, വ്യക്തിത്വം, വൈകാരിക ചായ്‌വുകൾ എന്നിവയെക്കുറിച്ചുള്ള സൂചനകളും നൽകുന്നു. ആ വശങ്ങളെക്കുറിച്ച് പഠിക്കുന്നത് ആർക്കും

നിങ്ങളുമായി ബന്ധപ്പെടാനും ബന്ധം പുലർത്താനും അനുവദിക്കുന്നതിനുള്ള ആദ്യപടിയാണ്, അതിനാൽ ഏത് ചോദ്യവും എങ്ങനെ എടുക്കാമെന്നും അത് നിങ്ങളുടെ നേട്ടത്തിനായി വികസിപ്പിക്കാമെന്നും പഠിക്കേണ്ടത് അത്യന്താപേക്ഷിതമാണ്. അത് ആളുകളെ നിങ്ങളുടെ ഉത്തരങ്ങളോട് പ്രതികരിക്കുവാൻ പ്രോത്സാഹിപ്പിക്കുകയും ചെയ്യും.

മുൻ അദ്ധ്യായത്തിൽ സൂചിപ്പിച്ചതുപോലെ കൂടുതൽ വിശദാംശങ്ങൾ നൽകേണ്ടതിന്റെയും ഒറ്റവാക്കിലുള്ള ഉത്തരങ്ങൾ ഒഴിവാക്കുന്നതിന്റെയും പ്രാധാന്യം ഈ ചെറു കഥകൾ അടിവരയിടുന്നു. ഇത്തരം വിശദാംശങ്ങൾ നിങ്ങളെയും നിങ്ങളുടെ ജീവിതത്തെയും കുറിച്ചുള്ള ഒരു ത്രിമാന വിവരണം മറ്റുള്ളവർക്ക് നൽകുന്നു. അത് ആളുകളെ കൂടുതൽ താൽപ്പര്യമുള്ളവരായും നിക്ഷേപകരായും മാറ്റുന്നു, കാരണം അവർ ഇതിനകം തന്നെ അവരുടെ മനസ്സിൽ നിങ്ങളെക്കുറിച്ചുള്ള അല്ലെങ്കിൽ നിങ്ങൾ പറയുന്ന വിവരങ്ങളുടെ ഒരു ചിത്രം വരയ്ക്കുകയും എല്ലാം ദൃശ്യവൽക്കരിക്കുകയും ചെയ്യുന്നു.

വിശദാംശങ്ങൾ ആളുകളെ കൂടുതൽ ബന്ധപ്പെടാനും, ചിന്തിക്കാനും, സ്വയം അടുപ്പിക്കുവാനും സഹായിക്കുന്നു. കൂടുതൽ വിശദാംശങ്ങൾ ലഭ്യമാകുമ്പോൾ, നിങ്ങൾ പറയുന്നതിൽ ആളുകൾക്ക് രസകരവും, താല്പര്യമുളവാക്കുന്നതും, പൊതുവായതും, വേദനിപ്പിക്കുന്നതും, ജിജ്ഞാസ ഉളവാക്കുന്നതും, അഭിപ്രായത്തിന് യോഗ്യവുമായ എന്തെങ്കിലും കണ്ടെത്താനുള്ള സാധ്യത വളരെ കൂടുതലാണ്.

വിശദാംശങ്ങളും പ്രത്യേകതകളും ആളുകളെ ഒരു പ്രത്യേക സ്ഥലത്തേക്കും സമയത്തിലേക്കും നയിക്കുന്നു. എന്താണ് സംഭവിക്കുന്നതെന്ന് കൃത്യമായി സങ്കൽപ്പിക്കുവാനും അതിനെക്കുറിച്ച് ചിന്തിക്കുവാനും ഇത് അവരെ അനുവദിക്കുന്നു. ഒരു സിനിമയിൽ നമ്മൾ എളുപ്പത്തിൽ മുഴുകിപ്പോകുന്നത് എന്തുകൊണ്ടാണെന്ന് ചിന്തിക്കുക. നമുക്ക് വലിയ തോതിലുള്ള ഇന്ദ്രിയ ഉത്തേജനം അനുഭവപ്പെടുന്നു, നമ്മെ ആവേശഭരിതരാക്കാൻ രൂപകൽപ്പന

ചെയ്തിരിക്കുന്ന ദൃശ്യ, ശ്രവണ വിശദാംശങ്ങളിൽ നിന്ന് നമുക്ക് രക്ഷപ്പെടാൻ കഴിയില്ല. വിശദമായ കഥകളും സംഭാഷണങ്ങളും മറ്റുള്ളവരെ നിങ്ങളുമായി, ഒരു മാനസിക തലത്തിലുള്ള സിനിമ പങ്കിടാൻ ക്ഷണിക്കുന്നു.

നിങ്ങളുടെ സംഭാഷണത്തിനും കഥപറച്ചിലിനും ഒരു രസം പകരുന്നതിനും, മറ്റേ വ്യക്തിക്ക് ചോദിക്കാൻ എന്തെങ്കിലും നൽകുന്നതിനുമപ്പുറം, വിശദാംശങ്ങൾ പ്രധാനമാണ്, കാരണം അവ വൈകാരിക ഇടപെടൽ ഉളവാക്കുന്നു. വിശദാംശങ്ങൾ ആളുകളെ അവരുടെ സ്വന്തം ജീവിതത്തെയും ഓർമ്മകളെയും ഓർമ്മിപ്പിക്കുകയും, തുടർന്ന് അവർക്ക് മുന്നിൽ നിങ്ങൾ അവതരിപ്പിക്കുന്ന എന്തിനോടും കൂടുതൽ ആകർഷിക്കപ്പെടുകയും ചെയ്യുന്നു. വിശദാംശങ്ങൾ മറ്റുള്ളവരെ ചിരിപ്പിക്കുവാനും, ദേഷ്യപ്പെടാനും, സങ്കടപ്പെടാനും, ആശ്ചര്യപ്പെടാനും പ്രേരിപ്പിക്കും. അവയ്ക്ക് മാനസികാവസ്ഥകളെയും വികാരങ്ങളെയും നിയന്ത്രിക്കുവാൻ കഴിയും.

നിങ്ങളുടെ ഹൈസ്കൂൾ കാലഘട്ടത്തിലെ നൃത്തങ്ങളിൽ ഉപയോഗിച്ച പ്രത്യേക ഗാനങ്ങളെക്കുറിച്ചുള്ള വിശദാംശങ്ങൾ ഉൾപ്പെടുത്തിയാൽ, ആ ഗാനങ്ങളുമായി ബന്ധപ്പെട്ട ഓർമ്മകൾ ആർക്കെങ്കിലും ഉണ്ടായിരിക്കുവാനും നിങ്ങളുടെ കഥയിൽ കൂടുതൽ വൈകാരികമായ താൽപ്പര്യമുണ്ടാകാനും സാധ്യതയുണ്ട്. ആലങ്കാരികമായ എല്ലാ മുക്കുകളെയും മൂലകളെയും കുറിച്ചുള്ള വിശദാംശങ്ങൾ പങ്കിടുക, കാരണം അതാണ് വൈകാരിക തലത്തിൽ നിങ്ങളെ രസകരമാക്കുന്നത്.

1:1:1 രീതി

കഥപറച്ചിൽ ലളിതമാക്കുക എന്ന വിഷയത്തിൽ, ഒരു ചെറുകഥയെ നമുക്ക് പല തരത്തിൽ എങ്ങനെ ഉപയോഗിക്കാം എന്നതിനെക്കുറിച്ച് നമ്മൾ സംസാരിച്ചു. ഒരു *ചെറു* കഥയും ഒരു *പൂർണ്ണമായ* കഥയും തമ്മിലുള്ള വ്യത്യാസം എന്താണെന്ന് നിങ്ങൾ ചിന്തിച്ചേക്കാം.

ഒരു അപ്രതീക്ഷിത ഗ്രീക്ക് ദുരന്തം രചിക്കുന്നതുപോലെ

കഥപറച്ചിലിനെ സങ്കീർണ്ണമാക്കുക. ഒരു ആമുഖം, മധ്യഭാഗം, പോരാട്ടം, പിന്നെ പരിഹാരം എന്നിവ വേണോ? ഒരു നായകൻ, ഒരു സംഘർഷം, ഒരു വൈകാരിക യാത്ര എന്നിവ വേണോ? നിർബന്ധമില്ല. നിങ്ങൾ ഫ്രാൻസിസ് ഫോർഡ് കൊപ്പോള (*ഗോഡ്ഫാദർ* പരമ്പരയുടെ സംവിധായകൻ) അല്ലെങ്കിൽ ജനക്കൂട്ടത്തെ ആവേശഭരിതരാക്കാൻ പരിചയമുള്ള ഒരു സ്റ്റാൻഡ്-അപ്പ് കൊമേഡിയൻ ആണെങ്കിൽ ഉള്ള കഥപറച്ചിലിന്റെ പ്രത്യേക രീതികളാണിവ.

പക്ഷേ, കഥപറച്ചിലിനെക്കുറിച്ച് ചിന്തിക്കുവാനുള്ള ഏറ്റവും എളുപ്പമുള്ളതോ പ്രായോഗികമോ ആയ വഴികളല്ല ഇവ.

സംഭാഷണത്തിൽ കഥ പറയുന്നതിനുള്ള എന്റെ രീതി, ചർച്ചയ്ക്ക് ശേഷം മുൻഗണന നൽകുക എന്നതാണ്. ഇതിനർത്ഥം, കഥ തന്നെ അത്ര ആഴത്തിലുള്ളതോ ദൈർഘ്യമേറിയതോ ആയിരിക്കണമെന്നില്ല എന്നാണ്. ആളുകൾക്ക് ബന്ധപ്പെടാനും ബന്ധിപ്പിക്കാനും കഴിയുന്ന പ്രത്യേക വിശദാംശങ്ങൾ അതിൽ അടങ്ങിയിരിക്കാം, അല്ലെങ്കിൽ അടങ്ങിയിരിക്കണം, പക്ഷേ അതിന് ഭാഗങ്ങളോ ഘട്ടങ്ങളോ ഉണ്ടായിരിക്കണമെന്നില്ല. ഒരു പൂർണ്ണ കഥ സ്വഭാവത്താൽ ചെറുതായിരിക്കാം. അതുകൊണ്ടാണ് ഇതിനെ *1:1:1 രീതി* എന്ന് വിളിക്കുന്നത്.

(1) ഒരു പ്രവൃത്തി മാത്രമുള്ള ഒരു കഥ, (2) ഒരു വാക്യത്തിൽ സംഗ്രഹിക്കുക, (3) ശ്രോതാവിൽ ഒരു പ്രാഥമിക വികാരം ഉണർത്തുക എന്നിവയാണ് ഈ രീതി സൂചിപ്പിക്കുന്നത്. അവ എന്തുകൊണ്ടാണ് ചെറുതും വേഗതയുള്ളതുമായിരിക്കുന്നതെന്ന് നിങ്ങൾക്ക് കാണുവാൻ കഴിയും. സംഭാഷണം ആരംഭിക്കുന്നതിന് മുമ്പ് തന്നെ നിങ്ങൾക്ക് പറയുവാനുള്ള കാര്യങ്ങൾ നിങ്ങൾക്ക് അറിയാമെന്ന് അവ ഉറപ്പാക്കുന്നു, കൂടാതെ മിനിറ്റുകളോളം വാചാലമായി അലഞ്ഞുതിരിഞ്ഞ് നിങ്ങളുടെ ശ്രോതാക്കളെ അകറ്റുവാനുള്ള സാധ്യത വളരെ കുറവാണ്. ഒരു കഥയ്ക്ക് നിങ്ങൾക്ക് ഉണ്ടാക്കാവുന്ന ഏറ്റവും കുറഞ്ഞ നിക്ഷേപവും ഉയർന്ന ഫലവും തമ്മിലുള്ള അനുപാതവുമാണിത്.

ഒരു കഥയിൽ *ഒരു പ്രവൃത്തി* മാത്രമേയുള്ളൂ എന്ന് പറഞ്ഞാൽ ഒരു കാര്യം മാത്രമേ സംഭവിക്കുന്നുള്ളൂ എന്നാണ്. കഥ ഒരു സംഭവത്തെക്കുറിച്ചും ഒരു വിഷയത്തെക്കുറിച്ചുമുള്ളതാണ്. അത് നേരിട്ടുള്ളതും നേരായതുമായിരിക്കണം. മറ്റെന്തെങ്കിലും കാര്യം ആശയക്കുഴപ്പത്തിലാക്കുകയും നിങ്ങളെ വെറുതെ സംസാരിക്കാൻ പ്രേരിപ്പിക്കുകയും ചെയ്യും. വിശദാംശങ്ങൾ പങ്കുവയ്ക്കേണ്ടത് പ്രധാനമാണ്, പക്ഷേ തുടക്കത്തിൽ തന്നെ അങ്ങനെ ചെയ്യേണ്ടി വരില്ല, കാരണം അവിടെ കഥയുടെ സ്വാധീനം നഷ്ടപ്പെടുകയോ മങ്ങുകയോ ചെയ്യും.

ഒരു കഥയെ ഒറ്റ വാചകത്തിൽ *സംഗ്രഹിക്കുവാൻ* കഴിയണം, അല്ലെങ്കിൽ, നിങ്ങൾ വളരെയധികം കാര്യങ്ങൾ പറയാൻ ശ്രമിക്കുന്നതുപോലെയാണ്. അത് നിങ്ങളുടെ ശ്രദ്ധ കേന്ദ്രീകരിക്കുകയും നേരിട്ട് കാര്യത്തിലേക്ക് നയിക്കുകയും ചെയ്യുന്നു. ഈ ഘട്ടത്തിന് യഥാർത്ഥത്തിൽ പരിശീലനം ആവശ്യമാണ്, കാരണം കഥയുടെ ഏതൊക്കെ വശങ്ങളാണ് പ്രധാനമെന്നും ഏതൊക്കെ വശങ്ങളാണ് നിങ്ങളുടെ പ്രവൃത്തിയിൽ സഹായിക്കാത്തതെന്നും ചിന്തിക്കുവാൻ നിങ്ങൾ നിർബ്ബന്ധിതരാകുന്നു. നിങ്ങളുടെ ചിന്തകളെ ഒരു വാചകത്തിലേക്ക് ചുരുക്കി സമഗ്രമായി പറയാൻ കഴിയുന്നത് ഒരു കഴിവാണ്—പലപ്പോഴും, നിങ്ങൾക്ക് ഇത് ചെയ്യാൻ കഴിയുന്നില്ലെങ്കിൽ നിങ്ങൾ എന്താണ് പറയാൻ ആഗ്രഹിക്കുന്നതെന്ന് നിങ്ങൾക്ക് മനസ്സിലാകില്ല.

അവസാനമായി, ഒരു കഥ ശ്രോതാവിൽ ഉണർത്തേണ്ട ഒരു പ്രാഥമിക വികാരത്തിൽ ശ്രദ്ധ കേന്ദ്രീകരിക്കണം. നിങ്ങൾക്ക് അതിന് പേര് നൽകുവാൻ കഴിയണം! ഒരു വികാരം ഉണർത്തുന്നത് നിങ്ങളുടെ കഥയ്ക്ക് ഒരു കർത്തവ്യമുണ്ടെന്ന് ഉറപ്പാക്കുമെന്നും ആ വികാരത്തെ ഊന്നിപ്പറയുവാൻ നിങ്ങൾ ശ്രദ്ധാപൂർവ്വം തിരഞ്ഞെടുക്കുന്ന വിശദാംശങ്ങൾക്ക് അത് നിറം നൽകുമെന്നും ഓർമ്മിക്കുക. ഇവിടെ നമ്മുടെ ഉദ്ദേശ്യങ്ങൾക്ക്, ഒരു കഥയിൽ, മറ്റുള്ളവരിൽ നിന്ന് പുറത്തെടുക്കാൻ നിങ്ങൾ ആഗ്രഹിക്കുന്നത്ര വികാരങ്ങൾ ഇല്ല. നർമ്മം, ആശ്ചര്യം, വിസ്മയം, അസൂയ, സന്തോഷം,

കോപം അല്ലെങ്കിൽ ശല്യം തുടങ്ങിയ വികാരങ്ങൾ നിങ്ങൾക്ക് അനുഭവപ്പെടാം. നമ്മുടെ അനുഭവങ്ങൾ മറ്റുള്ളവരുമായി പങ്കുവെക്കുന്നതിനുള്ള മിക്ക കാരണങ്ങളും ഇവയാണ്.

എന്റെ അനുഭവങ്ങൾ മറ്റുള്ളവരിലേക്ക് എത്തിക്കുന്നതിനുള്ള എന്റെ രീതി മാത്രമാണിതെന്ന് ഓർമ്മിക്കുക. ഒരു നായയുടെ ആക്രമണത്തെക്കുറിച്ച് ആളുകൾ രണ്ട് വാചകങ്ങൾ കേട്ടാലും പത്ത് വാചകങ്ങൾ കേട്ടാലും കഥയുടെ സ്വാധീനം മാറില്ല എന്നതാണ് എന്റെ യുക്തി. നിങ്ങളുടെ സുഹൃത്ത് ജയിലിലേക്ക് പോയതിനെക്കുറിച്ചുള്ള ഒരു കഥ പറയുകയാണെങ്കിൽ—രണ്ടോ പത്തോ വാചകങ്ങൾ പറഞ്ഞാലും അയാൾ ഇപ്പോഴും ജയിലിലാണ് എന്നുതന്നെയാണ് അർത്ഥം. അതുപോലെ, നിങ്ങൾ ഒരു നായയെ ദത്തെടുത്തതിനെക്കുറിച്ച് ഒരു കഥ പറഞ്ഞാൽ, കഥ പറയാൻ പത്ത് സെക്കൻഡോ രണ്ട് മിനിറ്റോ എടുത്താലും നായ ഇപ്പോഴും നിങ്ങളുടെ വീട്ടിൽ തന്നെ വിശ്രമിക്കും.

നിങ്ങൾ ആശയം അവതരിപ്പിച്ചു കഴിഞ്ഞാൽ, സംസാരം ഒരു സംഭാഷണമായി മുന്നോട്ട് പോകാം, അവിടെ നിങ്ങളുടെ സംഭാഷണ പങ്കാളിക്ക് പൂർണ്ണമായി അതിൽ പങ്കെടുക്കാം, തുടർന്ന് നമുക്ക് ശ്രോതാവിന്റെ സ്വാധീനത്തിലും പ്രതികരണത്തിലും ശ്രദ്ധ കേന്ദ്രീകരിക്കാം. ശേഷം അനിവാര്യമായ ചോദ്യങ്ങൾ പുറത്തു വരാൻ അനുവദിക്കാം, സന്ദർഭം സജ്ജീകരിച്ചതിനുശേഷം, പ്രാരംഭ ആഘാതം അനുഭവപ്പെട്ടു കഴിഞ്ഞാൽ, നിങ്ങൾക്ക് പതുക്കെ വിശദാംശങ്ങൾ വെളിപ്പെടുത്താം. അപ്പോൾ ഈ കഥ എങ്ങനെയുള്ളതാണ്?

"ഒരു നായ എന്നെ ആക്രമിച്ചു, ഞാൻ വളരെ ഭയന്നുപോയി, ഞാൻ മൂത്രമൊഴിച്ചില്ലെന്നേയുള്ളൂ." ഒരു വാചകം മാത്രമേയുള്ളൂ, ഒരു പ്രവൃത്തി മാത്രമേയുള്ളൂ, മൂത്രമൊഴിച്ചില്ലെന്നേയുള്ളൂ എന്ന ഭാഗം നിങ്ങൾ പ്രകടിപ്പിക്കാൻ ആഗ്രഹിക്കുന്ന വികാരം ഭയവും ഞെട്ടലുമാണെന്ന് ഊന്നിപ്പറയുന്നതാണ്.

നായയെക്കുറിച്ചും സാഹചര്യങ്ങളെക്കുറിച്ചും കൂടുതൽ വിശദാംശങ്ങൾ നിങ്ങൾക്ക് ഉൾപ്പെടുത്താം, പക്ഷേ

ആളുകൾ ഉടൻ തന്നെ അതിനെക്കുറിച്ച് ചോദ്യങ്ങൾ ചോദിക്കുവാൻ സാധ്യതയുണ്ട്, അതിനാൽ നിങ്ങളുടെ കഥയെക്കുറിച്ച് അവർ എന്താണ് കേൾക്കാൻ ആഗ്രഹിക്കുന്നതെന്നതിലേക്ക് അവർ തന്നെ അവരെ നയിക്കട്ടെ. നിങ്ങൾ അനുഭവിച്ച വികാരം നേരിട്ട് പറയുന്നത് ദോഷകരമല്ല. അവരെ പങ്കെടുക്കുവാൻ ക്ഷണിക്കൂ! വളരെ കുറച്ച് ആളുകൾക്ക് മാത്രമേ ഒരു ആത്മഭാഷണം ഇരുന്ന് കേൾക്കുവാൻ താൽപ്പര്യമുള്ളൂ, ഇതിൽ ഭൂരിഭാഗവും മോശമായും ചിതറിയ രീതിയിലും പറഞ്ഞിരിക്കുന്നു. അതുകൊണ്ട്, അത്യാവശ്യ കാര്യങ്ങൾ മാത്രം പറയുക, നിങ്ങളുടെ കഥ ചുരുക്കുക, ആ സന്ദർഭം നിങ്ങളുടെ കുത്തകയാക്കുന്നതിനുപകരം സംഭാഷണം ഒരു പങ്കിട്ട അനുഭവമായി തുടരട്ടെ. ഇതാ മറ്റ് രണ്ട് എളുപ്പമുള്ള ഉദാഹരണങ്ങൾ :

"കഴിഞ്ഞ ആഴ്ച, എനിക്ക് ജോലിയ്ക്കായുള്ള ഒരു അഭിമുഖം ഉണ്ടായിരുന്നു, അത് വളരെ മോശമായിരുന്നു, ഞാൻ ഓഫീസിൽ നിന്ന് ഇറങ്ങുമ്പോൾ അഭിമുഖം നടത്തുന്നയാൾ എന്നെ നോക്കി ചിരിച്ചു, അത് വളരെ ലജ്ജാകരമായിരുന്നു." ഒരു പ്രവൃത്തി, ഒരു വികാരം, ഒരു വാക്യത്തിൽ അവസാനിപ്പിച്ചിരുന്നു.

"ഞാൻ ആദ്യമായി ജോഷ്വായെ കണ്ടപ്പോൾ, എന്റെ കൈയിൽ നിന്നും ഒരു പാത്രം ബേക്ക്ഡ് ബീൻസ് അവന്റെ വെളുത്ത പാന്റിൽ വീണു, ആ മുറിയിലുള്ള എല്ലാവരും ഇത് സംഭവിക്കുന്നത് കണ്ടുവെന്ന് എനിക്ക് തോന്നുന്നു."

1:1:1 രീതിയെ ചുരുക്കിപ്പറഞ്ഞാൽ, ഒരു കഥയുടെ അവസാനത്തോട് കഴിയുന്നത്ര അടുത്ത് തുടങ്ങുന്നത് പോലെയാണ്. മിക്ക കഥകളും യഥാർത്ഥത്തിൽ അവസാനത്തിലെത്തുന്നതിനു മുമ്പ് അവസാനിക്കുന്നു, കാരണം ശ്രോതാവിൽ ചെലുത്തുന്ന സ്വാധീനം, അവരുടെ ശ്രദ്ധാ പരിധി, പറയാനുള്ള ഊർജ്ജം എന്നിവ ഇതിൽ ഉൾപ്പെടുന്നു. മറ്റൊരു വിധത്തിൽ പറഞ്ഞാൽ, ആളുകൾ സങ്കീർണ്ണമായ നിയമങ്ങൾ പാലിക്കാൻ ശ്രമിക്കുന്നതിനാലോ അല്ലെങ്കിൽ കഥയുടെ ഇതിവൃത്തം നഷ്ടപ്പെട്ട് സംസാരിച്ച് അത് വീണ്ടും

കണ്ടെത്താൻ ശ്രമിക്കുന്നതിനാലോ ആണ് പല കഥകളും പ്രചരിക്കുന്നത്. എല്ലാറ്റിനുമുപരി, ഒരു നീണ്ട ആമുഖം ആവശ്യമില്ല. പ്രധാന കാര്യം ആളുകൾ ശ്രദ്ധിക്കുകയും അവയോട് ജാഗ്രത പുലർത്തുകയും വൈകാരികമായി പ്രതികരിക്കുകയും ചെയ്യും.

കഥാതന്തു

1:1:1 രീതിയുടെ നവീകരിച്ചതും വികസിപ്പിച്ചതുമായ ഒരു പതിപ്പായി കഥാതന്തു അഥവാ കഥയുടെ കാതലിനെ കരുതുക. ലളിതമായ ഒരു സൂത്രവാക്യത്തിൽ ഒരു മികച്ച കഥയുടെ സ്പന്ദനങ്ങൾ ഇത് നിങ്ങൾക്ക് നൽകുന്നു.

സിനർജി തിയേറ്ററിന്റെ എഴുത്തുകാരനും കലാസംവിധായകനുമായ കെവിൻ ആഡംസിനാണ് ഈ സാങ്കേതിക വിദ്യയുടെ അംഗീകാരം. ഒരു മികച്ച കഥയുടെ രൂപരേഖ തയ്യാറാക്കുവാൻ "കഥാതന്തു" എങ്ങനെ ഉപയോഗിക്കാമെന്ന് അദ്ദേഹം പഠിപ്പിക്കുന്നു. നോവലിസ്റ്റുകൾക്കും സിനിമാ നിർമ്മാതാക്കൾക്കും ഈ രീതി അനുയോജ്യമാണ്. നിങ്ങളുടെ സുഹൃത്തുക്കളെ ആവേശഭരിതരാക്കുന്ന ഒരു കഥ പറഞ്ഞു രസിപ്പിക്കുവാൻ ആഗ്രഹിക്കുമ്പോഴെല്ലാം നിങ്ങൾക്ക് ഇത് ഉപയോഗിക്കുവാനാകും. അതുപോലെ, ചില കഥകൾ പൂർണ്ണമായും പരാജയപ്പെടുന്നത് എന്തുകൊണ്ടാണെന്ന് ഇത് നിങ്ങളോട് പറയും, കാരണം ഏതൊക്കെ നിർണ്ണായക ഘടകങ്ങൾ അതിൽ നഷ്ടപ്പെട്ടിരിക്കാമെന്ന് ഇത് നിങ്ങൾക്ക് കാണിച്ചു തരുന്നു. ഇത് പരിശീലനത്തിലൂടെ വേഗത്തിൽ ചെയ്യുവാൻ കഴിയും, തുടർന്ന് യാന്ത്രികമായി അനുഭവപ്പെടാൻ തുടങ്ങിയേക്കാം.

കഥാതന്തുവിന് എട്ട് ഘടകങ്ങളുണ്ട്; അവ ഇങ്ങനെയാണ് :

പണ്ട് പണ്ടൊരു കാലത്ത്...

ഇതാണ് കഥയുടെ തുടക്കം. ഇവിടെ, നിങ്ങൾ പശ്ചാത്തലം സജ്ജമാക്കുകയും നിങ്ങൾ സംസാരിക്കുന്ന ലോകത്തെയും

നിങ്ങൾ ശ്രദ്ധ കേന്ദ്രീകരിക്കുന്ന കഥാപാത്രങ്ങളെയും രൂപപ്പെടുത്തുകയും വേണം. നിങ്ങൾ അവരുടെ പതിവ് രീതികൾ, യാഥാർത്ഥ ജീവിതം തുടങ്ങിയവ സ്ഥാപിക്കുന്നു. ഈ ഭാഗം നിങ്ങൾ ഒഴിവാക്കിയാൽ നിങ്ങളുടെ കഥ അപ്രസക്തമായിതോന്നിയേക്കാം, അല്ലെങ്കിൽ തുടർന്നുള്ള സംഭവങ്ങളെക്കുറിച്ചും അവ എന്തുകൊണ്ട് പ്രാധാന്യമർഹിക്കുന്നുവെന്നും ആളുകൾക്ക് മനസ്സിലാക്കുവാൻ കഴിയുകയില്ല.

എല്ലാ ദിവസവും...

സാധാരണ ജീവിതത്തിലും പതിവ് രീതികളിലും കൂടുതൽ വിഷയങ്ങൾ ഇവിടെ സ്ഥാപിക്കപ്പെടുന്നു. പലപ്പോഴും, ഒരു കഥാപാത്രം വിരസതയോ, ദുഃഖമോ, ജിജ്ഞാസയോ ഉള്ളതായി മാറുന്നു, ഇത് കഥയെ അടുത്ത ഘട്ടങ്ങളിലേക്ക് നയിക്കുന്നു. ഈ ഘട്ടം പിരിമുറുക്കം സൃഷ്ടിക്കുന്നു, കൂടാതെ നിങ്ങളുടെ കഥാപാത്രങ്ങൾക്ക് അടുത്തതായി എന്ത് സംഭവിക്കുമെന്നതിന് ഒരു വ്യക്തിത്വവും പ്രേരണയും നൽകുന്ന സ്ഥലമാണിത്.

പക്ഷേ ഒരു ദിവസം...

എല്ലാം മാറ്റിമറിക്കുന്ന വലിയ സംഭവം ഇതാ വരുന്നു! ഒരു ദിവസം, വ്യത്യസ്തമായ എന്തോ ഒന്ന് സംഭവിക്കുന്നു, അത് നിങ്ങളുടെ കഥാപാത്രം ഉൾക്കൊള്ളുന്ന ലോകത്തെ പൂർണ്ണമായും മാറ്റിമറിക്കുന്നു. ഒരു അപരിചിതൻ നഗരത്തിലേക്ക് വരുന്നു അല്ലെങ്കിൽ ഒരു നിഗൂഢമായ സൂചന ലഭിക്കുന്നു.

അതുകൊണ്ടുതന്നെ...

ഇവിടെ അനന്തരഫലങ്ങളുണ്ട്. പ്രധാന കഥാപാത്രം ആ പ്രതികരണവുമായി പ്രവർത്തിക്കുന്നു, ഇത് കഥയുടെ പ്രധാന ഭാഗമായ "എന്താണ് സംഭവിച്ചത്" എന്ന ഭാഗത്തെ മുന്നോട്ട് കൊണ്ടുപോകുന്നു. പല കഥാകൃത്തുക്കളും ഇവിടെ നിന്ന് പെട്ടെന്ന് മുന്നോട്ട് പോവുകയും പിരിമുറുക്കം സൃഷ്ടിക്കുന്നതിനോ ഏതെങ്കിലും സന്ദർഭം സജ്ജമാക്കുന്നതിനോ പരാ

ജയപ്പെടുകയും ചെയ്യും, തുടർന്ന് അവരുടെ പ്രേക്ഷകർ കഥയിൽ അത്ര ശ്രദ്ധാലുക്കളല്ലെന്ന് കണ്ടെത്തും. നല്ല സംഭാഷണ വൈദഗ്ധ്യം പോലെ, നല്ല കഥപറച്ചിൽ വൈദഗ്ധ്യത്തിന് വേഗതയും *ക്രമേണ* പിരിമുറുക്കം സൃഷ്ടിക്കലും ആവശ്യമാണ്.

അതുകൊണ്ടുതന്നെ...

കാര്യങ്ങൾ കൂടുതൽ രസകരമോ ഭയാനകമോ ആയിത്തീരുന്നു, സന്ദർഭം ഉയരുന്നു, ഇതിവൃത്തം കലുഷമാകുന്നു, മറ്റ് കഥാപാത്രങ്ങൾ കടന്നു വരുന്നു. കഥ പുരോഗമിക്കുമ്പോൾ സങ്കീർണ്ണതകളുടെയും/ഹാസ്യത്തിന്റെയും/നാടകത്തിന്റെയും ഒരു ലോകം തന്നെ തുറക്കുന്നു.

അതുകൊണ്ടുതന്നെ...

നമ്മുടെ ആഖ്യാനങ്ങളിൽ മൂന്ന് എന്ന നമ്പറിനോടുള്ള നമ്മുടെ പ്രണയത്തെ നല്ല കഥകൾ ആകർഷിക്കുന്നു. അതുകൊണ്ടാണ് ഗോൾഡിലോക്സും മൂന്ന് കരടികളും ഉള്ളത്, നായകൻ സാധാരണയായി വിജയിക്കുന്നതിന് മുമ്പ് മൂന്ന് വെല്ലുവിളികൾ നേരിടുന്നത്. കഥാപാത്രം നേരിടുന്ന മൂന്ന് പ്രതിസന്ധികളെക്കുറിച്ച് ശരിക്കും പര്യവേക്ഷണം ചെയ്യാൻ സമയമെടുക്കുക, അപ്പോൾ നിങ്ങൾ തീരുമാനത്തെ കൂടുതൽ മികച്ചതാക്കുന്നു.

അവസാനം വരെ...

അയാൾക്ക് ആ പെൺകുട്ടിയെ കിട്ടുമോ? ലോകം രക്ഷപ്പെട്ടോ അതോ കുറ്റം ചെയ്തത് ആരാണെന്ന് ഡിറ്റക്ടീവ് കണ്ടെത്തിയോ? ഇവിടെയാണ് നിങ്ങൾ എല്ലാം വെളിപ്പെടുത്തുന്നത്. സംഘർഷം പരിഹരിക്കപ്പെടുന്നു, കഥ അവസാനിക്കുന്നു.

അന്നുമുതൽ...

കഥ തുടങ്ങിയതുപോലെ തന്നെ—കുറച്ച് സന്ദർഭം പറഞ്ഞുകൊണ്ട്—നിങ്ങൾ അത് അവസാനിപ്പിക്കുന്നു. മുൻ ഘട്ട

ത്തിൽ കഥാപാത്രത്തിന്റെ വിജയമോ പരാജയമോ കണക്കിലെടുക്കുമ്പോൾ, പുതിയ ഗുണപാഠം എന്താണെന്ന് നിങ്ങൾ ഇവിടെ വിവരിക്കുന്നു. കഥയുടെ ധാർമ്മികത, അല്ലെങ്കിൽ ഒരു ചെറിയ തമാശ അല്ലെങ്കിൽ ഒരു നല്ല വഴിത്തിരിവ് നിങ്ങൾക്ക് ഇവിടെ പരിഗണിക്കാം. സംഭാഷണത്തിൽ, ഇത് നിങ്ങളുടെ കഥ പൂർത്തിയാക്കിയെന്ന് ആളുകളോട് പറയുകയും അവരോട് പ്രതികരിക്കുവാൻ സൂചന നൽകുകയും ചെയ്യുന്നു.

ഒരു കഥാതന്തുവിനെക്കുറിച്ച് ഓർമ്മിക്കേണ്ട പ്രധാന കാര്യം, അത് ഒരു കഥാതന്തു മാത്രമാണെന്നാണ്. രൂപരേഖ ആകർഷകമാക്കാൻ, അതിൽ ഗണ്യമായ ചേരുവകൾ ചേർക്കേണ്ടതുണ്ട്. നിങ്ങൾ ശരിയായ കുറിപ്പുകൾ ശരിയായ ക്രമത്തിൽ പറയുന്നുവെന്ന് ഉറപ്പാക്കുവാൻ കഥാതന്തു സഹായിക്കുന്നു, മാത്രമല്ല നിങ്ങൾക്ക് പിന്തുടരുവാൻ തൃപ്തികരമായ ഒരു ഘടനയും അത് നൽകുന്നു. എല്ലാ കഥയും ഒരു കഥാതന്തു കൃത്യമായി പിന്തുടരണമെന്നില്ല (എല്ലാത്തിനുമുപരി, ഇത് ഒരു ഏകദേശ രൂപരേഖ മാത്രമാണ്) എന്നാൽ നിങ്ങളുടേത് അങ്ങനെയാണെങ്കിൽ, കുറച്ചുകൂടി പരീക്ഷണാത്മകമായ ആഖ്യാനങ്ങളേക്കാൾ മികച്ച സ്വീകാര്യത ലഭിക്കുവാൻ സാധ്യത കൂടുതലാണ്.

ഉദാഹരണത്തിന്, 80-കളിലെ ടിവി ഷോയായ *ദി ഫ്രഷ് പ്രിൻസ് ഓഫ് ബെൽ-എയറിന്റെ* ജനപ്രിയ പ്രതിപാദന ഗാനം പരിഗണിക്കുക. ഒരു ചെറിയ കഥയിൽ പോലും അത്യാവശ്യമായ ഘടകങ്ങൾ ഉണ്ടായിരിക്കേണ്ടത് പ്രധാനമാണെന്ന് ഇത് കാണിക്കുന്നു. ഗാനം ആരംഭിക്കുന്നത് ഇത്തരത്തിലാണ് :

> *പടിഞ്ഞാറൻ ഫിലാഡൽഫിയയിൽ ജനിച്ചു വളർന്ന ഞാൻ എന്റെ മിക്ക ദിവസവും ചെലവഴിച്ചത് കളിസ്ഥലത്താണ്. പരമാവധി വിശ്രമിച്ചും ശാന്തമായും സ്കൂളിന് പുറത്ത് ബി-ബോൾ കളിച്ചും.*

ഇതിൽ "പണ്ട് പണ്ടൊരു കാലത്ത്", "എല്ലാ ദിവസവും" എന്നീ ഘട്ടങ്ങൾ ഉൾക്കൊള്ളുന്നു. അവിടെ സന്ദർഭം സ്ഥാപിക്കപ്പെടുന്നു.

രണ്ട് തെമ്മാടികൾ, എന്റെ അയൽപക്കത്ത് കുഴപ്പമുണ്ടാക്കുവാൻ തുടങ്ങിയപ്പോൾ ഞാൻ ഒരു ചെറിയ വഴക്കുണ്ടാക്കി, എന്റെ അമ്മ പേടിച്ചു, നീ ബെൽ-എയറിൽ അമ്മായിയുടെയും അമ്മാവന്റെയും കൂടെ താമസിക്കുവാൻ പോകുകയാണെന്ന് എന്നോട് പറഞ്ഞു.

എല്ലാം മാറ്റിമറിക്കുന്ന "ഒരു ദിവസം" എന്ന ഭാഗം ഇതാ.

ഞാൻ അമ്മയോട് ദിവസം തോറും യാചിച്ചു, കരഞ്ഞു പുറകെ നടന്നു, പക്ഷേ അവർ എന്റെ പെട്ടി പാക്ക് ചെയ്ത് എന്നെ യാത്രയാക്കി... തുടങ്ങിയവ.

പാട്ടിന്റെ മധ്യഭാഗത്ത്, അമ്മയോട് യാചിക്കുന്നതും, ബെൽ-എയറിലേക്കുള്ള വിമാനത്തിൽകയറുന്നതും,പിന്നീട് ഒരു ടാക്സിയിൽ കയറുന്നതും, താൻ ഇപ്പോൾ കടന്നുചെന്ന പുതിയ ലോകത്തെ പതുക്കെ മനസ്സിലാക്കുന്നതും കാണാം. ഇതാണ് കഥയുടെ മധ്യഭാഗം, മൂന്ന് "അതുകൊണ്ടുതന്നെ" എന്ന ഭാഗങ്ങൾ അതിൽ ഉൾക്കൊണ്ടിരിക്കുന്നു. അവസാന വാക്യം ഇങ്ങനെയാണ്:

ഏകദേശം 7 അല്ലെങ്കിൽ 8 മണിയോടെ ഞാൻ വീട്ടിലേക്ക് വണ്ടി കയറി, ടാക്സിക്കാരനോട് വിട പറഞ്ഞു.

എന്റെ രാജ്യം, ഒടുവിൽ ഞാൻ അവിടെ എത്തി. അതെ, ബെൽ-എയറിന്റെ രാജകുമാരനായി എന്റെ സിംഹാസനത്തിൽ ഇരിക്കുവാൻ.

"ഒടുവിൽ" "അന്നുമുതൽ" എന്നീ ഘട്ടങ്ങൾ ഇവിടെ സംയോജിപ്പിച്ചിരിക്കുന്നു, പുതിയ സാഹചര്യം സ്ഥാപിക്കപ്പെടുന്നു, പ്രധാന കഥാപാത്രം തന്റെ പുതിയ ജീവിതത്തിൽ സന്തോഷത്തോടെ സജ്ജീകരിച്ചിരിക്കുന്നു. ശരിയാണ്, ഇവിടെ വളരെയധികം സംഘർഷമോ പിരിമുറുക്കമോ ഇല്ല, പക്ഷേ ഘടന മികച്ചതാണ്.

കൂടുതൽ ദൈനംദിന സാഹചര്യത്തിൽ കഥാതന്തു ഉപയോഗിക്കുന്ന ഒരാളെ പരിഗണിക്കുക : ഉദാഹരണമായി ജോലിസ്ഥലത്തെ ഒരു തർക്കം. എന്താണ് സംഭവിച്ചതെന്ന് പുറത്തുനിന്നുള്ള ഒരു മധ്യസ്ഥന് വ്യക്തമായി

വിശദീകരിക്കുവാൻ ഒരാൾ ശ്രമിക്കുന്നു. അവരുടെ കഥ ഇങ്ങനെയാണ് :

"മെലിസയും ജെയ്ക്കും ഐടി വകുപ്പിലാണ് ജോലി ചെയ്യുന്നത്, ഇപ്പോൾ പ്രസവാവധിയിലുള്ള ബാർബറ യോടൊപ്പമായിരുന്നു അവർ ജോലി ചെയ്യുന്നത്. മെലിസ പത്ത് വർഷത്തിലേറെയായി അവിടെ ജോലി ചെയ്യുന്നു, ജെയ്ക്ക് പുതിയ ആളാണ്, അതിനാൽ അടുത്ത ആറ് മാസ ത്തേക്ക്, ഒരുപക്ഷേ ദീർഘകാലത്തേക്ക് (ബാർബറ പോയാൽ ജെയ്ക്കിന് അവളുടെ ജോലി ലഭിക്കുമെന്ന അഭ്യൂഹങ്ങളുമുണ്ട്) ബാർബറയുടെ ജോലി ചെയ്യുവാൻ മെലിസ അവനെ അനൗപചാരികമായി പരിശീലിപ്പിച്ചിരി ക്കുകയാണ്. കഴിഞ്ഞ ഒരു മാസമായി അവർ ഒരുമിച്ച് ഒരു വലിയ പ്രോജക്ടിൽ പ്രവർത്തിക്കുകയായിരുന്നു."

"മാസങ്ങൾക്ക് മുമ്പ് മെലിസയും ജെയ്ക്കും തമ്മിൽ ഒരു ചെറിയ ബന്ധം ഉണ്ടായിരുന്നുവെന്ന് ഞങ്ങൾക്ക് അറിയില്ലാ യിരുന്നു, അത് വളരെ മോശമായി അവസാനിച്ചു."

"അതുകൊണ്ട് ഓഫീസിൽ കുറച്ച് പിരിമുറുക്കം ഉണ്ടായി രുന്നു. ആ വലിയ പ്രോജക്ടിൽ ഒരു നിർണ്ണായക തെറ്റ് സംഭവിച്ചു, മെലിസയായിരുന്നു ഉത്തരവാദി. പക്ഷേ അത് യഥാർത്ഥത്തിൽ ജെയ്ക്കിന്റെ തെറ്റാണെന്ന് അവൾ ഞങ്ങളോട് വെളിപ്പെടുത്തി, അവർ പ്രണയ ബന്ധത്തിലായിരുന്നപ്പോൾ അവൾ അവനുവേണ്ടി അത് മറച്ചുവെച്ചു. എന്നാൽ, അവർ ഇപ്പോൾ ബന്ധത്തിലല്ലാത്തതിനാൽ, മെലിസ ഇപ്പോൾ തന്നെ കുറ്റപ്പെടുത്തുകയാണെന്ന് ജെയ്ക്ക് അവകാശപ്പെടുന്നു, അത് അന്യായമാണെന്ന് അയാൾ വിശ്വസിക്കുന്നു."

"ഒടുവിൽ, ബാർബറ ഓഫീസുമായി ബന്ധപ്പെട്ട് താൻ തിരിച്ചു വരുന്നില്ലെന്ന് അറിയിച്ചു, ഓഫീസിലെ തന്റെ പങ്ക് ഉറപ്പിക്കുവാൻ സഹായിക്കുമെന്ന് മാർക്ക് കരുതിയ ഒരു കാര്യമായിരുന്നു അത്. എന്നാൽ ഇപ്പോൾ മെലിസയ്ക്കും ജെയ്ക്കിനും ഒരുമിച്ച് പ്രവർത്തിക്കുവാൻ കഴിയാത്തതിനാൽ ഒരു വലിയ സംഘർഷമുണ്ട്."

ഈ കഥയിൽ, മധ്യസ്ഥൻ അവസാന ഘട്ടങ്ങൾ

കേൾക്കുകയാണ്, പക്ഷേ "അന്നുമുതൽ" എന്ന ഭാഗം ഇതുവരെ തീരുമാനിച്ചിട്ടില്ല. നിങ്ങൾക്ക് ഇവിടെ ഘട്ടങ്ങൾ കാണുവാൻ കഴിയും, അവയിൽ ഏതെങ്കിലും ഒഴിവാക്കുകയോ കൂട്ടിക്കലർത്തുകയോ ചെയ്തത് എങ്ങനെ ഈ കഥയിൽ കൂടുതൽ ആശയക്കുഴപ്പമുണ്ടാക്കിയെന്ന് നോക്കൂ.

ബോക്സ് ഓഫീസ് ഹിറ്റ് ആയ *അവതാർ* എന്ന സിനിമയും അത് കഥാതന്തുവിനെ എങ്ങനെ പിന്തുടരുന്നുവെന്നും നോക്കൂ :

ഒരുകാലത്ത്, പക്ഷാഘാതം ബാധിച്ച ജെയ്ക്ക് സള്ളി എന്നൊരാൾ ഉണ്ടായിരുന്നു. ആഘാതകരമായ ഒരു ഭൂതകാലമുള്ള അയാൾ വളരെ ബുദ്ധിമുട്ടിയാണ് ജീവിതം മുന്നോട്ട് കൊണ്ടുപോയിരുന്നത്. ബുദ്ധിമാനും കഴിവുള്ളവനുമായ തന്റെ സഹോദരന്റെ ദാരുണമായ മരണത്തിൽ ദുഃഖിതനായിരുന്ന അയാൾ, എല്ലാ ദിവസവും സങ്കടങ്ങളും പേറിയാണ് ജീവിച്ചിരുന്നത്.

എന്നാൽ ഒരു ദിവസം, അദ്ദേഹത്തിന് വിദൂര ഗ്രഹമായ പണ്ടോറയിലേക്കുള്ള ഒരു ദൗത്യത്തിൽ പങ്കെടുക്കുവാൻ അവസരം ലഭിക്കുന്നു. അങ്ങനെ, ആ ഗ്രഹത്തിൽ വസിക്കുന്ന നാ'വി എന്ന ജീവിവർഗ്ഗത്തെക്കുറിച്ചുള്ള വിവരങ്ങൾ ശേഖരിക്കുന്നതിന് പകരമായി, അദ്ദേഹത്തിന് വീണ്ടും നടക്കുവാൻ സഹായിക്കുന്ന ശസ്ത്രക്രിയ വാഗ്ദാനം ചെയ്യപ്പെടുന്നു.

അതുകൊണ്ടാണ് അയാൾ അവരോടൊപ്പം കൂടുതൽ സമയം ചെലവഴിക്കുന്നത്. ഒടുവിൽ അയാൾ അവരുടെ ലോകത്തോടും സുന്ദരിയായ നെയ്തിരിയോടും ഒരു യഥാർത്ഥ സ്നേഹം വളർത്തിയെടുക്കുന്നു. ആ സ്നേഹം കാരണം, (ഉടൻ കണ്ടെത്താനിരിക്കുന്ന) പര്യവേഷണത്തിന്റെ ചൂഷണ സ്വഭാവത്തിൽ പങ്കെടുക്കാൻ അയാൾക്ക് കഴിയുന്നില്ല, ഒടുവിൽ, മനുഷ്യരും നാ'വിയും തമ്മിൽ ഒരു പൂർണ്ണമായ യുദ്ധം പൊട്ടിപ്പുറപ്പെടുന്നു. ഒടുവിൽ, യുദ്ധം വിജയിക്കുകയും പണ്ടോറ രക്ഷപ്പെടുകയും ചെയ്യുന്നു. അന്നുമുതൽ, ജെയ്ക്ക് പണ്ടോറയിൽ സമാധാനത്തോടെ ജീവിക്കുന്നു.

സ്വാഭാവികമായും, ഇവിടെ നിരവധി വിശദാംശങ്ങളും ഘടകങ്ങളും അടങ്ങിയിട്ടില്ല, പക്ഷേ കഥാതന്തു സമഗ്രമാണ്, പ്രേക്ഷകർ പ്രതീക്ഷിക്കുന്ന രീതിയിൽ ആകർഷകവും അവതരിപ്പിക്കപ്പെടുന്നതുമായ ഒരു കഥയ്ക്ക് അത് ഭാഗികമായി കാരണമാകുന്നു. എഴുത്ത്, സംസാരം, സിനിമയെ സംബന്ധിച്ച മറ്റു കാര്യങ്ങൾ, വലുത് അല്ലെങ്കിൽ ചെറുത് എന്നിങ്ങനെ ഏത് തരത്തിലുള്ള കഥയ്ക്കും ആഖ്യാനത്തിനും കഥാതന്തു ബാധകമാണ്. അടിസ്ഥാനകാര്യങ്ങൾ, ഒരിക്കൽ സ്ഥാപിക്കപ്പെട്ടാൽ, അക്ഷരാർത്ഥത്തിൽ അനന്തമായ രീതിയിൽ പുനർനിർമ്മിക്കുവാൻ കഴിയും.

കഥകൾക്കുള്ളിൽ

ഏതൊരു സംഭാഷണത്തിലും ഒരു ഉന്നതമായ ഭാഗമുണ്ട്. ഒന്നിലധികം അവിസ്മരണീയമായ ഭാഗങ്ങൾ ഉണ്ടാകാം, എന്നാൽ നിർവ്വചനം അനുസരിച്ച്, ഒരു ഭാഗം ഏറ്റവും മികച്ചതും ഉന്നതവുമായിരിക്കും.

ഇതിന് പല രൂപങ്ങളെടുക്കാം. നിങ്ങൾക്ക് ഒരു വലിയ ചിരി പങ്കിടാം. നിങ്ങൾക്ക് വികാരഭരിതരാകുവാനും കരയുവാനും കഴിയും. ഒരു വിഷയത്തിൽ, മറ്റാരും കാണാത്ത ശക്തമായ ഒരു കാഴ്ചപ്പാട് നിങ്ങൾക്കുണ്ടാകാം. നിങ്ങൾ ഒരുമിച്ച് ഭയാനകമോ രസകരമോ ആയ എന്തെങ്കിലും കാണുന്നു. എന്തെങ്കിലും കാണുമ്പോൾ ചിരിക്കാതിരിക്കാൻ നിങ്ങൾ രണ്ടുപേരും പാടുപെടുന്നു. നിങ്ങൾ പരസ്പരം വാക്യങ്ങൾ പൂർത്തിയാക്കുന്നു. മിക്കപ്പോഴും, നിങ്ങൾ ശരിയായി സജ്ജീകരിച്ചാൽ, നിങ്ങളുടെ കഥകൾ ഉയർന്ന ഭാഗങ്ങളായി മാറുന്നത് അവ സൃഷ്ടിക്കാൻ ഉപയോഗിക്കുന്ന വൈകാരിക സ്വാധീനവും ശുദ്ധമായ ഗൂഢാലോചനയും മൂലമാണ്. ഇത് കാര്യങ്ങൾ എളുപ്പമാക്കുന്നു, കാരണം അവിടെ പിന്നീട് വിളവെടുക്കുന്നതിനായി, നിങ്ങൾ ഒരു പുതിയ ബന്ധത്തിന്റെ വിത്ത് നടുന്നു.

യാദൃശ്ചികമായി, ഈ ഉയർന്ന ഭാഗത്തേക്ക് പിന്നീട് തിരികെ വരുന്നതാണ് ഒരു *ശിഥിലീകരിച്ച തമാശ* പോലെ

തോന്നുന്നത്. അതിനാൽ, എളുപ്പത്തിൽ ഒരു തമാശ സൃഷ്ടിക്കുവാൻ, നിങ്ങൾ ചെയ്യേണ്ടത് സംഭാഷണത്തെ പിന്നീട് ഈ ഉയർന്ന ഭാഗത്തേക്ക് കൊണ്ട് പോവുക എന്നതാണ്. അത് ശ്രദ്ധിക്കുകയും സമീപഭാവിയിൽ ഉപയോഗിക്കുന്നതിനായി നിങ്ങളുടെ ഓർമ്മയിൽ വയ്ക്കുകയും ചെയ്യുക. ദുർഗന്ധം കാരണം നിങ്ങൾ വലിച്ചെറിയാൻ ഭയപ്പെടുന്ന, ഒരു മാസം പഴക്കമുള്ള പാൽ പോലെ അത് മോശമാകാൻ അനുവദിക്കരുത്. സംഭാഷണത്തിന്റെ തുടക്കത്തിൽ നിങ്ങൾ ഒരു നല്ല കഥ പറഞ്ഞുവെന്നോ ഒരു നല്ല കഥ ഉരുത്തിരിഞ്ഞുവെന്നോ കരുതുക, നിങ്ങളുടെ നിലവിലെ വിഷയത്തിന്റെ പശ്ചാത്തലത്തിൽ അത് പരാമർശിക്കുക മാത്രമാണ് നിങ്ങൾ ചെയ്യേണ്ടത്.

ഉദാഹരണത്തിന്, സംഭാഷണത്തിന്റെ തുടക്കത്തിൽ നിങ്ങളുടെ പ്രിയപ്പെട്ട ഇനം നായയെക്കുറിച്ച് നിങ്ങൾ ഒരു കഥ പറഞ്ഞുവെന്ന് കരുതുക. നിങ്ങളുടെ ആകൃതി കാരണം, ഒരു വീനർ നായയുമായി നിങ്ങളെ താരതമ്യം ചെയ്യുന്ന ഒരു ഉയർന്ന ഭാഗത്ത് നിങ്ങൾ എത്തുന്നു.

ഇപ്പോൾ നിങ്ങളുടെ സംഭാഷണ വിഷയം ഫാഷൻ, വ്യക്തിഗത ശൈലി, വ്യത്യസ്ത തരം ജാക്കറ്റുകൾ എന്നിവയാണ്. ജാക്കറ്റുകളുടെ പശ്ചാത്തലത്തിൽ വീനർ നായയെ പരാമർശിക്കുന്നതിലൂടെ നിങ്ങൾ എങ്ങനെയാണ് ആ ഉയർന്ന ഭാഗത്തേക്ക് തിരികെ വരുന്നത്? *"അതെ, നിർഭാഗ്യവശാൽ, എനിക്ക് ആ തരം ജാക്കറ്റ് ധരിക്കുവാൻ കഴിയില്ല, കാരണം ഞാൻ വീനർ നായയുമായി സാമ്യമുള്ളവനാണ്, ഓർമ്മയില്ലേ?"*

ആദ്യത്തെ താരതമ്യം കൊണ്ടുവരിക, ഒരുപക്ഷേ നിങ്ങളുടെ കഥയുടെ ആദ്യ വിഷയവും അതാവാം, തുടർന്ന് നിലവിലെ വിഷയത്തിൽ അത് ഉപയോഗിക്കുക. നിങ്ങൾ പഴയ വിഷയം ഒരു പുതിയ സന്ദർഭത്തിൽ ആവർത്തിക്കുകയാണ്, ഇത് ആദ്യ തവണ രസകരമായിരുന്നില്ലെങ്കിലും ഇപ്പോൾ കൂടുതൽ സ്വീകാര്യത നേടുന്നു. ഏറ്റവും നല്ല കാര്യം, കൂടുതൽ ശക്തമായ ഒരു അതുല്യമായ ബന്ധം

സൃഷ്ടിക്കുന്നതിന് നിങ്ങൾക്ക് ഇത് അതേ രീതിയിൽ തന്നെ ചെയ്യുവാൻ കഴിയും എന്നതാണ് (ശിഥിലീകരിച്ച തമാശ!).

സംഭാഷണത്തിലെ ഒരു പ്രധാന ഭാഗമായി നിങ്ങൾ തരം തിരിക്കുന്ന രസകരമായതോ ശ്രദ്ധേയമായതോ ആയ എന്തെങ്കിലും ശ്രദ്ധിക്കുക. അത് ഓർത്തുവയ്ക്കുക. നിങ്ങൾക്ക് അത് ആവർത്തിക്കാൻ കഴിയുന്ന വ്യത്യസ്തമായ ഒരു സന്ദർഭമോ വിഷയമോ കാണുന്നതുവരെ താഴ്വരയിലെ ഉയരമുള്ള പുല്ലിൽ ഒരു ചീറ്റപ്പുലിയെപ്പോലെ കാത്തിരിക്കുക. ശേഷം അത് ഉപയോഗിക്കുക.

ഇതാ മറ്റൊരു ഉദാഹരണം.

മുൻപത്തെ സംഭാഷണത്തിലെ പ്രധാന കാര്യം : പാർക്കിംഗ് സ്ഥലങ്ങളെ വെറുക്കുന്നതിനെക്കുറിച്ചുള്ള ഒരു കഥ.

ഇപ്പോഴത്തെ സംഭാഷണ വിഷയം : കാലാവസ്ഥ.

തിരിച്ചുവിളിക്കൽ : *അതെ, ഞങ്ങളുടെ അപ്പാർട്ട്മെന്റിന്റെ പത്ത് ബ്ലോക്കുകൾക്കുള്ളിൽ പാർക്കിംഗ് സ്ഥലങ്ങൾ കണ്ടെത്താൻ കഴിയാത്ത സാഹചര്യങ്ങളിൽ, മഴ തീർച്ചയായും പെയ്യാറുണ്ട്.*

ഇതാ ഒരു കാര്യം കൂടി :

സംഭാഷണത്തിന് മുമ്പുള്ള പ്രധാന കാര്യം : ഡോനട്ടുകൾ കഴിക്കാൻ ഇഷ്ടപ്പെടുന്നതിനെക്കുറിച്ചുള്ള ഒരു കഥ.

നിലവിലെ സംഭാഷണ വിഷയം : ജോലിയെ വെറുക്കുന്നു.

തിരിച്ചുവിളിക്കൽ : ശരി, നിങ്ങളുടെ ഓഫീസ് സൗജന്യമായി ഡോനട്ടുകൾ നൽകിയാലോ? ജോലിയെക്കുറിച്ചുള്ള നിങ്ങളുടെ അഭിപ്രായം മാറ്റാൻ നിങ്ങൾക്ക് എത്ര ഡോനട്ടുകൾ വേണ്ടിവരും?

ഒരു ഓർക്കസ്ട്ര കണ്ടക്ടർക്ക് വ്യത്യസ്ത സംഗീത സംവിധാനങ്ങളിലൂടെയും ഗാനങ്ങളിലൂടെയും ഒരേ ഉയർന്ന സംഗീത പ്രതിപാദ്യത്തിൽ എത്തിച്ചേരുവാൻ കഴിയുന്നതുപോലെ,

നിങ്ങൾക്ക് ഈ സംഭാഷണത്തിന്റെ പ്രധാന ഭാഗം പരാമർശിക്കുന്നത് തുടരാം. അതെ, നിങ്ങൾ അന്തരീക്ഷത്തിൽ നിന്ന് ഒരു ആന്തരിക തമാശ സൃഷ്ടിച്ചു.

കഥകൾക്കായി ചോദിക്കുക

കഥകളുടെ കാര്യത്തിൽ കൂടുതൽ ശ്രദ്ധയും അവ *പറയുന്നതിലാണ്* നാം നൽകുന്നത്—എന്നാൽ മറ്റുള്ളവരിൽ നിന്ന് അവ ആവശ്യപ്പെടുകയും ഒരു കഥ നന്നായി വരുമ്പോൾ നിങ്ങളെപ്പോലെ അവർക്ക് നല്ല അനുഭവം നൽകുവാൻ അനുവദിക്കുകയും ചെയ്യുന്നതിനെക്കുറിച്ച് എന്താണ് തോന്നുന്നത്? മാറി മാറി മറ്റുള്ളവർക്ക് ശ്രദ്ധാകേന്ദ്രം നൽകുന്നതിനെക്കുറിച്ച് (സംഭാഷണത്തിലും പൊതുവെ ജീവിതത്തിലും വിലമതിക്കപ്പെടാതെ പോവുന്ന ഒരു കഴിവ്) എന്താണ് അഭിപ്രായം? ശരി, മറ്റുള്ളവരുടെ കഥകൾ എങ്ങനെ ചോദിക്കുന്നു എന്നതിലാണ് കാര്യം. ആളുകളെ മണിക്കൂറുകളോളം വാചാലരാക്കുവാനുള്ള വഴികളുണ്ട്, കൂടാതെ ഒറ്റവാക്കിൽ ഉത്തരം നൽകാൻ ആളുകൾ നിർബന്ധിതരാകുന്ന സമീപനങ്ങളുമുണ്ട്.

ഉദാഹരണത്തിന്, നിങ്ങൾ ഒരു കായിക മത്സരം കാണുമ്പോൾ, ഏറ്റവും യുക്തിരഹിതമായ ഭാഗങ്ങളിൽ ഒന്ന് മത്സരത്തിന് മുൻപോ ശേഷമോ ഉള്ള അഭിമുഖമാണ്. ഈ കായികതാരങ്ങൾ ഇപ്പോഴും അഡ്രിനാലിൻ ലഹരിയിൽ കുടുങ്ങി, ശ്വാസം മുട്ടുകയും, ക്ഷീണിതരുമായിരിക്കും. ഇത് നല്ല കഥകൾക്കോ ഉത്തരങ്ങൾക്കോ പോലും അനുകൂലമായ ഒരു സാഹചര്യമല്ല.

എന്നിരുന്നാലും, ഒരു പ്രക്ഷേപകൻ ഒരു കായിക താരവുമായി അഭിമുഖം നടത്തുന്നത് കാണുമ്പോൾ, അവർ ചോദിക്കുന്ന ചോദ്യങ്ങളിൽ എന്തെങ്കിലും വിചിത്രമായി തോന്നുന്നുണ്ടോ? അഭിമുഖം നടത്തുന്നവരെ അസാധ്യമായ ഒരു സാഹചര്യത്തിലേക്ക് അവർ തള്ളിവിടുന്നു, സാധാരണയായി മാന്യമായ ചോദ്യങ്ങൾക്കാണ് അവർ പോകുന്നത്—കുറഞ്ഞപക്ഷം, ശബ്ദസംബന്ധമായ ദുരന്തങ്ങൾ ഉണ്ടാകില്ല.

മാനസികമായി ഇപ്പോൾ തളർന്നിരിക്കുന്ന ഒരാളിൽ നിന്ന് ഒരു കൃത്യമായ ഉത്തരം നേടുക എന്നതാണ് അവരുടെ കടമ. അവർ അത് എങ്ങനെ ചെയ്യും?

"എങ്ങനെയായിരുന്നു തിരിച്ചുവരവ്?" എന്നതിന് പകരം, "എങ്കിൽ രണ്ടാം പാദത്തിലെ ആ നിമിഷത്തെക്കുറിച്ച് പറയൂ. നിങ്ങൾക്ക് എങ്ങനെ തോന്നി, കോച്ച് കാര്യങ്ങൾ എങ്ങനെ മാറ്റിമറിച്ചു?" എന്ന ചോദ്യങ്ങൾ ചോദിക്കും. "നിങ്ങൾ എങ്ങനെ വിജയിച്ചു?" അല്ലെങ്കിൽ "നിങ്ങൾ എങ്ങനെ കളി തിരിച്ചുവിട്ടു, തിരിച്ചുവന്നു, ഒടുവിൽ വിജയിക്കാൻ നിങ്ങളുടെ എല്ലാം നൽകി?" എന്ന ചോദ്യങ്ങൾ ചോദിക്കും.

ഇവിടെ പ്രധാനമായത് എന്താണ്? അവർ ഉത്തരമല്ല, കഥയാണ് ചോദിക്കുന്നത്. വാസ്തവത്തിൽ, ഒരു കഥകൊണ്ട് മാത്രം ഉത്തരം നൽകാൻ കഴിയുന്ന രീതിയിലാണ് അവർ അവരുടെ അന്വേഷണത്തിന് രൂപം നൽകുന്നത്.

ഒരു വാക്കിൽ ശ്വാസം മുട്ടിക്കുന്ന ഉത്തരം നൽകുന്നതിനു പകരം, കഴിയുന്നത്ര സംസാരിക്കാൻ അവരെ സജ്ജമാക്കുന്നതിനായി റിപ്പോർട്ടർമാർ കായികതാരങ്ങൾക്ക് വിശദാംശങ്ങൾ, സന്ദർഭം, അതിരുകൾ എന്നിവ നൽകുന്നു. കായികതാരങ്ങൾക്ക്, ഇത് അവർ എന്താണ് കേൾക്കാൻ ആഗ്രഹിക്കുന്നതെന്നും എങ്ങനെ മുന്നോട്ട് പോകാമെന്നും ഒരു രൂപരേഖ നൽകുന്നത് പോലെയാണ്. അവിടെ, അവർക്ക് ഒരു കഥ പറയുവാനും ലളിതമായി ഇടപഴകാനും എളുപ്പമാക്കുന്നു. ഇത് ആരെങ്കിലും നിങ്ങളോട് ഒരു ചോദ്യം ചോദിക്കുകയും, എന്നാൽ ചോദ്യത്തിൽ തന്നെ, അവർ എന്താണ് കേൾക്കാൻ ആഗ്രഹിക്കുന്നതെന്ന് സൂചനകളായി പറയുകയും ചെയ്യുന്നത് പോലെയാണ്.

ഒരു സംഭാഷണത്തിൽ നമ്മൾ ഭാരിച്ച ജോലികൾ ചെയ്യുന്നുണ്ടെന്നും, എന്നാൽ എതിർ കക്ഷി നമുക്ക് കൂടുതൽ ജോലി ചെയ്യാൻ അവസരം നൽകുന്നില്ലെന്നും ചിലപ്പോഴൊക്കെ നമ്മൾ ചിന്തിക്കാറുണ്ട്. പക്ഷേ, നമ്മൾ അവർക്ക് കാര്യങ്ങൾ എളുപ്പമാക്കി കൊടുക്കുന്നില്ല എന്ന വസ്തുതയെ

മറയ്ക്കുന്ന ഒരു ഒഴിവുകഴിവാണ് ഇവയെല്ലാം. അവർ നിങ്ങൾക്ക് കാര്യമായൊന്നും നൽകുന്നില്ലായിരിക്കാം, പക്ഷേ നിങ്ങൾ അവരോട് തെറ്റായ ചോദ്യങ്ങൾ ചോദിക്കുന്നുണ്ടാകാം, അത് അവരെ ഭയങ്കരമായ പ്രതികരണങ്ങളിലേക്ക് നയിക്കുന്നു. വാസ്തവത്തിൽ, നിങ്ങൾ ഭാരം ചുമക്കുകയാണെന്ന് നിങ്ങൾ കരുതുന്നുവെങ്കിൽ, നിങ്ങൾ തീർച്ചയായും തെറ്റായ ചോദ്യങ്ങളാണ് ചോദിക്കുന്നത്.

ആളുകൾക്ക് പ്രവർത്തിക്കുവാൻ വളക്കൂറുള്ള ഒരു അന്തരീക്ഷം ഒരുക്കിക്കൊടുത്താൽ സംഭാഷണം എല്ലാവർക്കും കൂടുതൽ ആസ്വാദ്യകരമാകും. മറ്റേ വ്യക്തിയെ പരാജയപ്പെടുത്താനും മോശം സംഭാഷണപ്രിയനാകാനും പ്രേരിപ്പിക്കരുത്; അത് നിങ്ങൾ ആ സംഭാഷണത്തിൽ പങ്കെടുക്കുന്നത് ഒഴിവാക്കുവാനും കുറച്ചുകാണാനും പ്രേരിപ്പിക്കുകയും സംഭാഷണം നിർത്തലാക്കുകയും ചെയ്യും.

ആളുകൾ എന്നോട് അവ്യക്തവും പരിശ്രമം കുറവുള്ളതുമായ ചോദ്യങ്ങൾ ചോദിക്കുമ്പോൾ, അവർക്ക് ഉത്തരത്തിൽ താൽപ്പര്യമില്ലെന്ന് എനിക്കറിയാം. അവർ സമയം കളയുകയും നിശബ്ദത ഒഴിവാക്കുകയും ചെയ്യുന്നു. എല്ലാവർക്കും വിജയകരമായ സംഭാഷണങ്ങളും മികച്ച സാഹചര്യങ്ങളും സൃഷ്ടിക്കുന്നതിന്, കായിക പ്രക്ഷേപകർ ചെയ്യുന്നതുപോലെ കഥകൾ ചോദിക്കുക. ആളുകളെ പങ്കെടുക്കുവാൻ പ്രേരിപ്പിക്കുന്ന രീതിയിൽ ചോദ്യങ്ങൾ ചോദിക്കുക.

കഥകൾ വ്യക്തിപരവും വൈകാരികവും ആകർഷകവുമാണ്. അവയ്ക്ക് ഒരു ചിന്താ പ്രക്രിയയും ആഖ്യാനവും അനിവാര്യമായും നിലവിലുണ്ട്. അവ നിങ്ങളുടെ വ്യക്തിത്വത്തെ കാണിക്കുകയും ഒരാളെക്കുറിച്ച് നിങ്ങൾക്ക് എങ്ങനെ മനസ്സിലാക്കുവാൻ കഴിയുമെന്ന് വ്യക്തമാക്കുകയും ചെയ്യുന്നു. ആളുകളുടെ വികാരങ്ങളും അവർ എങ്ങനെ ചിന്തിക്കുന്നു എന്നതും അവ വെളിപ്പെടുത്തുന്നു. അവസാനമായി, എന്നാൽ ഏറ്റവും പ്രധാനമായി, നിങ്ങൾ എന്താണ് ശ്രദ്ധിക്കുന്നതെന്നും അവ കാണിക്കുന്നു.

മുൻകൂട്ടി നിശ്ചയിച്ചിട്ടുള്ള ഒരു കൂട്ടം ഉത്തരങ്ങൾ

ചോദിക്കുന്നതുമായി ഇതിനെ താരതമ്യം ചെയ്യുക. ഈ ഉത്തരങ്ങൾ പലപ്പോഴും വളരെ വിരസവും ആളുകൾക്ക് ശ്രദ്ധിക്കുവാൻ താല്പര്യമില്ലാത്തവയുമാണ്. അവർ ഇപ്പോഴും നിങ്ങളുടെ ചോദ്യങ്ങൾക്ക് അക്ഷരാർത്ഥത്തിൽ ഉത്തരം നൽകും, പക്ഷേ വളരെ കൃത്യമായ രീതിയിലുള്ള ഇടപെടൽ അവിടെ ഉണ്ടാകില്ല. ആഴമില്ലാത്ത ചോദ്യങ്ങൾ കൊണ്ട് ആളുകളെ കുറ്റപ്പെടുത്തുന്നത്, സംഭാഷണപരമായി പരാജയപ്പെടുന്ന അവസ്ഥയിലേക്ക് അവരെ എത്തിക്കുന്നു.

"സുഖമാണോ?" എന്ന് ചോദിക്കുന്നതിനുപകരം, "നിങ്ങളുടെ ഈ ദിവസത്തിലെ ഏറ്റവും മികച്ച ഭാഗം എന്തായിരുന്നു? ആ പാർക്കിംഗ് സ്ഥലം ഇത്ര അടുത്ത് എങ്ങനെ ലഭിച്ചുവെന്ന് പറയൂ!" എന്ന് ചോദിക്കുന്നതിലെ വ്യത്യാസമാണിത്.

രണ്ടാമത്തെ ചോദ്യം ആരോടെങ്കിലും ചോദിക്കുമ്പോൾ, നിങ്ങൾ ഒരു വേഗത്തിലുള്ള, അധികം ഇടപഴകൽ ആവശ്യമില്ലാത്ത ഉത്തരത്തിനായി തിരയുകയാണ്. നിങ്ങൾ മടിയനാണ്, അവരുടെ ഉത്തരത്തിൽ നിങ്ങൾ ശ്രദ്ധിക്കുന്നില്ല അല്ലെങ്കിൽ സംഭാഷണ ഭാരം അവർ വഹിക്കണമെന്ന് നിങ്ങൾ ആഗ്രഹിക്കുന്നു. ആദ്യത്തെ രണ്ട് ചോദ്യങ്ങളിൽ ഒന്ന് നിങ്ങൾ ആരോടെങ്കിലും ചോദിക്കുമ്പോൾ, അവരുടെ ദിവസത്തെക്കുറിച്ച് ഒരു പ്രത്യേക കഥ പറയാൻ നിങ്ങൾ അവരെ ക്ഷണിക്കുകയാണ്. അവരുടെ ദിവസത്തെ മികച്ചതാക്കിയതോ അല്ലാത്തതോ ആയ സംഭവങ്ങളുടെ പരമ്പര വിവരിക്കാൻ നിങ്ങൾ അവരെ പ്രോത്സാഹിപ്പിക്കുകയാണ്. നിങ്ങളുടെ ചോദ്യത്തിന് ഒറ്റവാക്കിൽ ഉത്തരം നൽകാനാവില്ല.

മറ്റൊരു ഉദാഹരണം, "നിങ്ങളുടെ ജോലിയിലെ ഏറ്റവും ആവേശകരമായ ഭാഗം എന്താണ്? അത്തരമൊരു മാറ്റം അതിൽ വരുത്തുന്നതിനെക്കുറിച്ച് നിങ്ങൾക്ക് എന്താണ് തോന്നുന്നത്?" "നിങ്ങൾ എന്താണ് ചെയ്യുന്നത്?" എന്ന് ചോദിക്കുന്നതിനുപകരം, ഉപജീവനത്തിനായി നിങ്ങൾ ഒരാളോട് എന്താണ് ചെയ്യുന്നതെന്ന് മാത്രം ചോദിക്കുമ്പോൾ, സംഭാഷണത്തിന്റെ ബാക്കി ഭാഗം എങ്ങനെ പോകുമെന്ന്

നിങ്ങൾക്ക് കൃത്യമായി അറിയാം : "ഓ, എനിക്ക് X ചെയ്യാൻ കഴിയും. നിങ്ങളുടെ കാര്യമോ?"

"നിങ്ങളുടെ വാരാന്ത്യം എങ്ങനെയുണ്ടായിരുന്നു?" എന്നതിന് പകരം, "നിങ്ങളുടെ വാരാന്ത്യത്തെക്കുറിച്ച് നിങ്ങൾക്ക് എന്ത് തോന്നുന്നു? ഏറ്റവും മികച്ച ഭാഗം എന്തായിരുന്നു? പുറത്തെ അന്തരീക്ഷം വളരെ മനോഹരമായിരുന്നു" എന്ന് പറയുന്നതാണ് അവസാനത്തെ ഉദാഹരണം.

ലളിതമായ ഉത്തരങ്ങൾക്ക് പകരം കഥകൾ പറയാൻ മറ്റുള്ളവരെ പ്രേരിപ്പിക്കുന്നത് വൈകാരികമായി ആഴത്തിൽ സംസാരിക്കുവാൻ അവർക്ക് അവസരം നൽകുന്നു. ഇത് സംഭാഷണത്തിൽ നിന്ന് അവർ നേടുന്ന അർത്ഥത്തിന്റെ ബോധം വർദ്ധിപ്പിക്കുന്നു. നിങ്ങളുടെ ചോദ്യം പൊതുവായ കാര്യമായി തോന്നാത്തതിനാൽ അവരുടെ ഉത്തരം കേൾക്കുവാൻ നിങ്ങൾക്ക് യഥാർത്ഥ താൽപ്പര്യമുണ്ടെന്ന് അവർക്ക് തോന്നിപ്പിക്കുകയും ചെയ്യുന്നു.

ഒരു ചോദ്യം ചോദിക്കുമ്പോൾ ഇനിപ്പറയുന്ന മാർഗ്ഗ നിർദ്ദേശങ്ങൾ പരിഗണിക്കുക :

1. ഒരു കഥയ്ക്കായി ചോദ്യങ്ങൾ ചോദിക്കുക
2. വിശാലമായിരിക്കുക, എന്നാൽ നിർദ്ദിഷ്ട നിർദ്ദേശങ്ങളോ പ്രേരണകളോ നൽകുക
3. വികാരങ്ങളെയും വൈകാരിക തലങ്ങളെയും കുറിച്ച് ചോദിക്കുക
4. മറ്റേ വ്യക്തിക്ക് അവരുടെ ഉത്തരം വികസിപ്പിക്കുവാനുള്ള നിർദ്ദേശം നൽകുക, കൂടാതെ അവർക്ക് ഒന്നിലധികം നിർദ്ദേശങ്ങളും സൂചനകളും സാധ്യതകളും നൽകുക
5. മറ്റെല്ലാം പരാജയപ്പെട്ടാൽ, "കഥയെക്കുറിച്ച് എന്നോട് പറയൂ..." എന്ന് നേരിട്ട് ചോദിക്കുക.

നിങ്ങളുടെ ജിജ്ഞാസ മറ്റൊരാളെ അറിയിക്കണമെന്ന് നിങ്ങൾ ആഗ്രഹിക്കുന്നുവെന്ന് സങ്കൽപ്പിക്കുക. മറ്റ് ഉദാഹരണങ്ങളിൽ ഇവ ഉൾപ്പെടുന്നു :

1. "നിങ്ങൾ ആ സമയത്തെക്കുറിച്ച് എന്നോട് പറയൂ..." വിപരീതമായി "എങ്ങനെയായിരുന്നു അത്?"
2. "നിങ്ങൾക്ക് അത് ഇഷ്ടപ്പെട്ടോ..." വിപരീതമായി "എങ്ങനെയുണ്ടായിരുന്നു അത്?"
3. "നിങ്ങൾ ശ്രദ്ധ കേന്ദ്രീകരിച്ചിരിക്കുന്നതായി തോന്നുന്നു. രാവിലെ എന്താണ് സംഭവിച്ചത്..." വിപരീതമായി "എങ്ങനെയുണ്ട്?"

പഴയതും ഊർജ്ജമില്ലാത്തതും യാന്ത്രികവുമായ മറുപടികൾക്ക് പകരം വ്യക്തിപരമായ കഥകൾ പുറത്തുവിടുമ്പോൾ (നൽകുമ്പോൾ) എന്ത് സംഭവിക്കുമെന്ന് നമുക്ക് ചിന്തിക്കാം.

തിങ്കളാഴ്ച രാവിലെ, നിങ്ങൾ ഒരു സഹപ്രവർത്തകനോട് ഹലോ പറയുകയും അദ്ദേഹത്തിന്റെ വാരാന്ത്യം എങ്ങനെയായിരുന്നുവെന്ന് ചോദിക്കുകയും ചെയ്യുന്നു.

ഈ ഘട്ടത്തിൽ, അയാൾ നിങ്ങളോട് ഇതേ കാര്യം ചോദിച്ചാൽ നിങ്ങൾ എന്ത് പറയുമെന്ന് നിങ്ങൾ പട്ടികപ്പെടുത്തിയിട്ടുണ്ട്. ഓർക്കുക, ആ വ്യക്തിക്ക് യഥാർത്ഥ ഉത്തരത്തിൽ ("നല്ലത്" അല്ലെങ്കിൽ "ശരി") താൽപ്പര്യമുണ്ടാകില്ല, പക്ഷേ രസകരമായ എന്തെങ്കിലും കേൾക്കുവാൻ അവർ ആഗ്രഹിക്കുന്നു. പക്ഷേ നിങ്ങൾക്ക് ഒരിക്കലും അവസരം ലഭിക്കില്ല, കാരണം നിങ്ങൾ അയാളോട് "നിങ്ങളുടെ വാരാന്ത്യം എങ്ങനെയുണ്ടായിരുന്നു? ഏറ്റവും രസകരമായ ഭാഗത്തെക്കുറിച്ച് എന്നോട് പറയൂ—നിങ്ങൾ വീട്ടിൽ ഒരു സിനിമ മാത്രം കണ്ടിരുന്നതല്ലെന്ന് എനിക്കറിയാം!" എന്ന് ചോദിക്കുന്നു.

ശനിയാഴ്ചരാത്രിയിൽഒരുനിശാക്ലബ്,ഒരുശവസംസ്കാരം, ഒരു കുട്ടിയുടെ ജന്മദിന പാർട്ടി എന്നിവയിൽ വെവ്വേറെയും അനിയന്ത്രിതമായും പങ്കെടുത്തതിനെക്കുറിച്ച് അയാൾ നിങ്ങളോട് പറയുവാൻ തുടങ്ങുന്നു. അത് ആവേശകരവും രസകരവുമാക്കുന്ന ഒരു സംഭാഷണമാണ്, നമ്മളിൽ പലരെയും അലട്ടുന്ന അനാവശ്യവും വിരസവുമായ ചെറിയ സംസാരം നിങ്ങൾ വിജയകരമായി മറികടന്നു.

മിക്ക ആളുകളും തങ്ങളെക്കുറിച്ച് സംസാരിക്കുവാൻ ഇഷ്ടപ്പെടുന്നു. ഈ വസ്തുത നിങ്ങളുടെ നേട്ടത്തിനായി ഉപയോഗിക്കുക. ആരെങ്കിലും നിങ്ങളുടെ സൂചന സ്വീകരിച്ച് ഒരു കഥ പങ്കിടാൻ തുടങ്ങിയാൽ, നിങ്ങളുടെ മുഖഭാവങ്ങൾ, ആംഗ്യങ്ങൾ, ശരീരഭാഷ, മറ്റ് വാക്കേതര അടയാളങ്ങൾ എന്നിവയിലൂടെ നിങ്ങൾ ആ വ്യക്തിയോട് എങ്ങനെ പ്രതികരിക്കുന്നുവെന്ന് നിങ്ങൾക്ക് ബോധ്യമുണ്ടെന്ന് ഉറപ്പാക്കുക. ഏതൊരു കഥയിലും എപ്പോഴും ഒരു ആവേശകരമായ കാര്യമെങ്കിലും ഉണ്ടായിരിക്കുന്നതിനാൽ, ആ ഉയർന്ന ഭാഗത്ത് ശ്രദ്ധ കേന്ദ്രീകരിക്കുക, നിങ്ങൾക്ക് സംഭാഷണത്തിൽ ഇടപഴകുവാൻ താത്പര്യമുണ്ടെന്ന് കാണിക്കുവാൻ മടിക്കരുത്.

നിങ്ങൾ സംസാരത്തിൽ ഉൾപ്പെട്ടിട്ടുണ്ടെന്നും സംഭാഷണത്തിൽ പങ്കെടുക്കുവാൻ തയ്യാറാണെന്നും കാണിക്കുന്നതിനുള്ള ഒരു ചെറിയ നിർദ്ദേശം ഞാൻ നൽകാം, *കഴുതയുടെ മേൽ വാൽ കെട്ടിവയ്ക്കൽ* എന്നാണ് ഞാൻ ഇതിനെ വിളിക്കുന്നത്. ഒരുപക്ഷേ ഇതിന് നല്ലൊരു പേരുണ്ടാകാം, പക്ഷേ തൽക്കാലം ഇത് മതിയാകും. കഴുത എന്നത് മറ്റൊരാളുടെ കഥയാണ്, അതേസമയം വാൽ എന്നത് അതിനോടുള്ള നിങ്ങളുടെ കൂട്ടിച്ചേർക്കലാണ്. ഇത്തരത്തിൽ നിങ്ങൾ ആ സംഭാഷണത്തിൽ പങ്കെടുക്കുന്നതായി തോന്നാൻ നിങ്ങളെ അനുവദിക്കുന്നു, നിങ്ങൾ ശ്രദ്ധിക്കുന്നുണ്ടെന്ന് മറ്റുള്ളവർക്ക് മനസ്സിലാക്കുവാൻ ഇത് സഹായിക്കുന്നു, കൂടാതെ ഇത് നിങ്ങൾ ഒരുമിച്ച് സൃഷ്ടിച്ച ഒന്നായി മാറുന്നു. സാരാംശത്തിൽ, ആരെങ്കിലും പറയാൻ ആഗ്രഹിക്കുന്ന കാര്യത്തിന്റെ സ്വാധീനം നിങ്ങൾ ഏറ്റെടുക്കുകയും അത് വർദ്ധിപ്പിക്കുകയുമാണ് ചെയ്യുന്നത്. നിങ്ങൾ അവരെ അവരുടെ സ്വന്തം കഥപറച്ചിലിൽ സഹായിക്കുന്നു – അവർ നിങ്ങളിൽ നിന്ന് ഒരു പ്രത്യേക പ്രതികരണം വേർതിരിച്ചെടുക്കുവാൻ ആഗ്രഹിക്കുന്നു, ആ വാൽ കൊണ്ട് നിങ്ങൾ അതിരുകടന്ന് പ്രവർത്തിക്കുന്നു.

ഇത്തരത്തിൽ പ്രവർത്തിക്കുമ്പോൾ നിങ്ങളുടെ മാനസികാവസ്ഥ ആളുകളുടെ കഥകളെ സഹായിക്കുന്നതിലും

അവർക്ക് പറയാനുള്ളത് നൽകുന്നതിലും ശ്രദ്ധ കേന്ദ്രീകരിക്കുന്നു. ഇത്, ആളുകൾക്ക് നിങ്ങളുമായി അടുപ്പം തോന്നുന്നതിന് കാരണമാകുന്നു . ഒരു ഉദാഹരണം ഇതാ :

ബോബിന്റെ കഥ : "ഞാൻ ബാങ്കിൽ പോയ സമയത്ത് കാൽ തെന്നി വീണു. മഴ പെയ്യുന്നതുപോലെ പണമെല്ലാം താഴെ വീണു."

വാൽ : "ഒരു നിമിഷം നിങ്ങൾ സ്ക്രൂജ് മക്ഡക്ക് ആണെന്ന് കരുതിയോ?"

ഒരു വാൽ നിർമ്മിക്കുമ്പോൾ, കഥയിൽ പറഞ്ഞ പ്രാഥമിക വികാരം വ്യക്തമാക്കുവാൻ ശ്രമിക്കുക, തുടർന്ന് അത് വർദ്ധിപ്പിക്കുന്ന ഒരു വാക്യം ചേർക്കുക. ബോബ് എങ്ങനെ സമ്പന്നനായി തോന്നി എന്നതിനെക്കുറിച്ചായിരുന്നു കഥ, സ്ക്രൂജ് മക്ഡക്ക് സ്വർണ്ണ നാണയങ്ങളുള്ള കുളങ്ങളിൽ നീന്തുന്ന ഒരു താറാവാണ്, അതിനാൽ അത് കഥയ്ക്ക് കൂടുതൽ ഭംഗി നൽകുകയും ബോബിന്റെ അസാധാരണത്വം നഷ്ടപ്പെടുത്താതിരിക്കുകയും ചെയ്യുന്നു.

സബ്രീനയുടെ കഥ : "ഉച്ചഭക്ഷണം കഴിച്ചതിനുശേഷം, ഞാൻ എന്റെ കമ്പനിയുടെ പ്രസിഡന്റിനെ കണ്ടു, കഴിഞ്ഞ മീറ്റിംഗിൽ ഞാൻ പറഞ്ഞ മികച്ച ആശയങ്ങൾ കാരണം അദ്ദേഹം എന്നെ ഓർമ്മിച്ചുവെന്ന് പറഞ്ഞു!"

വാൽ : "നീ ഒരു സൗന്ദര്യമത്സരം ജയിച്ചതുപോലെ!"

സബ്രീനയ്ക്ക് എങ്ങനെ ആഹ്ലാദവും പ്രതീക്ഷയും തോന്നി എന്നതിനെക്കുറിച്ചായിരുന്നു ഈ കഥ, അതിനാൽ ഒരു സൗന്ദര്യമത്സരം എന്ന ആശയം ഈ വികാരങ്ങളെ വർദ്ധിപ്പിക്കുന്നു. മറ്റുള്ളവരുടെ കഥകളെ സഹായിക്കുന്ന ശീലം വളർത്തിയെടുക്കുക. നിങ്ങൾ അവരെ സഹായിക്കുന്നതിനാൽ ഇത് എളുപ്പവും, നർമ്മം നിറഞ്ഞതും, വളരെ ആകർഷകവുമാകുന്നു.

പ്രധാന സൂചനകൾ :

- ആളുകളെ ആകർഷിക്കുക എന്നത് സാധാരണയായി കുട്ടികളെ പോലെ (നല്ല രീതിയിൽ) അവരെ കേൾക്കാൻ പ്രേരിപ്പിക്കുന്ന ഒരു കഥ പറയുന്നതിനെയാണ് സൂചിപ്പിക്കുന്നത്. കഥപറച്ചിൽ പലപ്പോഴും അമിതമായി സങ്കീർണ്ണമാക്കപ്പെടുന്ന ഒരു വലിയ വിഷയമാണ്, പക്ഷേ ഈ വികാരം ചെറുതും ദൈനംദിനവുമായ രീതിയിൽ സൃഷ്ടിക്കുവാൻ നിരവധി മാർഗ്ഗങ്ങളുണ്ട്. മറ്റുള്ളവരെ ആകർഷിക്കുക എന്നത് എളുപ്പമുള്ള കാര്യമല്ല, പക്ഷേ അതിന് സഹായിക്കുന്ന വിഷയങ്ങളും കഴിവും നമ്മുടെ എല്ലാവരുടെയും ഉള്ളിലുണ്ട്. അത് എവിടെയാണെന്നും അത് എങ്ങനെ ഉപയോഗിക്കാമെന്നും നമ്മൾ അറിഞ്ഞിരിക്കണം.
- ദൈനംദിന കഥ പറച്ചിലിനെ സങ്കൽപ്പിക്കുവാനുള്ള ഒരു എളുപ്പ മാർഗ്ഗം, നിങ്ങളുടെ ജീവിതം കഥകളുടെ ഒരു പരമ്പരയാണ് എന്ന് മനസ്സിലാക്കുക എന്നതാണ് —കൃത്യമായി പറഞ്ഞാൽ, ചെറു കഥകൾ. ഒറ്റവാക്കിൽ ഉത്തരങ്ങൾ നൽകുന്നതിനുപകരം, നിങ്ങളുടെ ഉത്തരങ്ങളെ ആത്മാവുള്ള ഒരു കഥയായി രൂപപ്പെടുത്തുന്നത് ശീലമാക്കുക. ഇത് കൂടുതൽ ഇടപെടലുകൾ സൃഷ്ടിക്കുന്നു, നിങ്ങളുടെ വ്യക്തിത്വം തുറന്നു കാണിക്കുവാൻ നിങ്ങളെ അനുവദിക്കുന്നു, സുഗമമായ സംഭാഷണത്തിന് നിങ്ങളെ അനുവദിക്കുന്നു. ഒരു സംഭാഷണത്തിന് മുമ്പ് നിങ്ങൾക്ക് ഇവ തയ്യാറാക്കുവാൻ കഴിയും എന്നതാണ് ഇവിടെയുള്ള പ്രധാന കാര്യം.
- 1:1:1 രീതി, കഥ പറച്ചിൽ കഴിയുന്നത്ര ലളിതമാക്കുക എന്നതാണ്. പത്ത് വാക്യങ്ങൾ ഉള്ളതിനേക്കാൾ രണ്ട് വാക്യങ്ങൾ ഉള്ള ഒരു കഥയുടെ സ്വാധീനം കൂടുതൽ ശക്തമാകണമെന്നില്ല. അതിനാൽ, 1:1:1 എന്ന രീതിയിൽ കഥയ്ക്ക് ശേഷം സംഭവിക്കുന്ന ചർച്ചയിലും പ്രതികരണത്തിലും ശ്രദ്ധ കേന്ദ്രീകരിക്കുക. (1) ഒരു പ്രവൃത്തി, (2) ഉണർത്തേണ്ട ഒരു വികാരം, (3) ഒരു വാക്യ സംഗ്രഹം

എന്നിവ മാത്രമേ ഒരു കഥയിൽ ഉൾക്കൊള്ളാൻ കഴിയൂ. സംസാരത്തിൽ നിന്ന് വ്യതിചലിക്കരുത്, കൂടാതെ നിങ്ങളുടെ ശ്രോതാവ് സംഭാഷണത്തിൽ പൂർണ്ണമായും പങ്കെടുക്കുന്നുണ്ടെന്ന് ഉറപ്പാക്കുകയും വേണം.

- നിലവിലുള്ള എല്ലാ സിനിമകളുടെയും സൂത്രവാക്യ മാണ് കഥാതന്തു. നിങ്ങളുടെ ദൈനംദിന കഥകളിലും സംഭാഷണങ്ങളിലും ഉപയോഗിക്കുവാൻ കഴിയുന്ന ഒരു ലളിതമായ ചട്ടക്കൂടാണിത്, കാരണം ഒരു കഥയിൽ എന്തൊക്കെ വൈകാരിക സ്പന്ദനങ്ങൾ നിലനിൽക്കുന്നു വെന്ന് ഇത് നിങ്ങളെ പഠിപ്പിക്കുന്നു. നിലവിലുള്ള അവസ്ഥ, കാര്യങ്ങൾ ആരംഭിക്കുന്ന സംഭവം, നിലവി ലുള്ള അവസ്ഥ മാറ്റുന്നതിനുള്ള അനന്തരഫലങ്ങളുടെ ഒരു കൂട്ടം, അവസാന ഭാഗം അല്ലെങ്കിൽ പ്രമേയം, തുടർന്ന് വസ്തുതയ്ക്ക് ശേഷം എന്ത് സംഭവിക്കും എന്നിവ യെല്ലാം ഇതിൽ ഉൾക്കൊള്ളുന്നു.
- കഥകൾ ഒരു ആന്തരിക തമാശയ്ക്കും അടിസ്ഥാനമാകാം. നിങ്ങൾ അതിനെക്കുറിച്ച് ചിന്തിക്കുമ്പോൾ, ഒരു ആന്തരിക തമാശ എന്നത് ഒരേ വ്യക്തിയിൽ തന്നെ ഒന്നിലധികം തവണ ഉയർന്നു വരുന്നതും ഒരു നല്ല വികാരം ഉണർത്തുന്നതുമാണ്. വ്യത്യസ്തമായ ഒരു സാഹചര്യത്തിൽ ഉയർന്നു വന്ന അതേ വിഷയമാണിത്. അതിനാൽ, ഒരു സംഭാഷണത്തിലൂടെ നിങ്ങൾ ഒരു കഥയിലേക്ക് തിരികെ വരേണ്ടതുണ്ട്, അത് "നമ്മൾ എപ്പോഴാണ് സംസാരിച്ചതെന്ന് ഓർമ്മിക്കുക..." എന്ന് പറയുന്ന നിമിഷമാകാം. നിങ്ങൾ അത് കൂടുതൽ ഉപയോഗിക്കുംതോറും, നിങ്ങൾ രണ്ടുപേർക്കും ഇടയിൽ ഒരു അദ്വിതീയ ബന്ധം സൃഷ്ടിക്കപ്പെടുന്നു.
- നിങ്ങളുടെ കഥ പറയാനുള്ള കഴിവ് മെച്ചപ്പെടുത്തേണ്ടത് പ്രധാനമാണ്, പക്ഷേ മറ്റുള്ളവരിൽ നിന്ന് കഥകൾ എങ്ങനെ നേടിയെടുക്കാം? ആളുകളിൽ നിന്ന് ഉത്തര ങ്ങൾ ചോദിക്കുന്നതിനുപകരം കഥകൾ ചോദിക്കാൻ നിങ്ങൾക്ക് ചോദ്യങ്ങൾ ശ്രദ്ധാപൂർവ്വം രൂപപ്പെടുത്താം,

ഇത് സംഭാഷണത്തിൽ ഉൾപ്പെട്ടിരിക്കുന്ന എല്ലാവർക്കും എളുപ്പവും ആസ്വാദ്യകരവുമാക്കുന്നതിനുള്ള ഒരു ലളിതമായ മാർഗ്ഗമാണ്. ആളുകളെ നിങ്ങളോട് തുറന്നുപറയാനും വാചാലരാകാൻ പ്രേരിപ്പിക്കാനും വഴികളുണ്ട്. ആളുകൾ ഉണർത്താൻ ശ്രമിക്കുന്ന വികാരങ്ങൾ കൃത്യമായി നിർണ്ണയിക്കുന്നതിൽ 1:1:1 രീതി ഉപയോഗിച്ച് നമ്മൾ പഠിച്ച പാഠം ഓർക്കുക. ഇത് വർദ്ധിപ്പിക്കുന്നതിന്, നിങ്ങൾക്ക് *കഴുതയുടെ വാൽ ഉറപ്പിക്കുന്നതുപോലെ* തന്ത്രപരമായി ആളുകളുടെ കഥകളിലേക്ക് നിങ്ങളെ ചേർക്കാം.

അദ്ധ്യായം 4

സംഭാഷണം ഒഴുകുന്നതും സുഗമവുമായി നിലനിർത്തുക

അതെ, ചെറിയ സംസാരങ്ങളും അതിന്റെ എല്ലാ പതിപ്പുകളും മൊത്തത്തിൽ വളരെ ഭയാനകമാണ്. എന്നാൽ നമുക്ക് ലഭിച്ച ഫലങ്ങൾക്ക്, ഭാഗികമായെങ്കിലും നാം ഉത്തരവാദികളാണെന്ന വസ്തുതയെ അത് മറയ്ക്കുന്നില്ല.

ചെറിയ സംസാരങ്ങൾ വിരസമായി, ആരും എത്തിച്ചേരുവാൻ ആഗ്രഹിക്കാത്ത ഒരു സ്ഥലത്തേക്ക് പോകുന്നത് തടയാൻ നമുക്ക് എന്തുചെയ്യുവാൻ കഴിയും? ചിലപ്പോൾ അത് ഒരു തമോഗർത്തത്തിലേക്ക് പതുക്കെ ഇറങ്ങുന്നത് പോലെയാണ്—നിങ്ങൾ എവിടേക്കാണ് പോകുന്നതെന്ന് നിങ്ങൾക്കറിയാം, അതിൽ നിന്ന് രക്ഷപ്പെടുക എന്നല്ലാതെ മറ്റൊന്നും ചെയ്യാൻ കഴിയില്ലെന്ന് തോന്നുന്നു.

അതുകൊണ്ട് ചെറിയ കാര്യങ്ങൾ ഒഴികെ, സംഭാഷണം മുന്നോട്ട് കൊണ്ടുപോകുവാൻ ഇതാ ചില വഴികൾ.

ചലനം സൃഷ്ടിക്കുക

നിങ്ങൾ ഇത്തരത്തിൽ ചിന്തിച്ചേക്കില്ല, പക്ഷേ സംഭാഷണങ്ങളും ഇടപെടലുകളും എപ്പോഴും എവിടേക്കെങ്കിലും നീങ്ങിക്കൊണ്ടിരിക്കണം; എപ്പോഴും ചലനബോധം ഉണ്ടായിരിക്കണം.

ഒരു സംഭാഷണത്തിൽ ചലനം ഉണ്ടാകുമ്പോൾ, നിങ്ങൾ അതിൽ ഊർജ്ജവും ഉത്സാഹവും നിറയ്ക്കുക എന്നല്ല അർത്ഥമാക്കുന്നത്. എല്ലായ്പ്പോഴും ഒരേ വിഷയത്തിൽ തന്നെ തുടരാൻ കഴിയില്ല എന്നതാണ് കാര്യം, സംഭാഷണം ഏതെങ്കിലും വിധത്തിൽ പരിണമിക്കേണ്ടതുണ്ട്, അല്ലെങ്കിൽ ആളുകൾക്ക് താൽപ്പര്യം നഷ്ടപ്പെടും. നിങ്ങൾക്ക് കൂടുതൽ ആഴത്തിലും, വിശാലമായും, വിപുലമായും, കൂടുതൽ വ്യക്തമായും, അല്ലെങ്കിൽ മറ്റൊരു വിഷയത്തിലേക്ക് പൂർണ്ണമായും പോകാം. പക്ഷേ നിങ്ങൾ നിശ്ചലനായി തുടരുകയാണെങ്കിൽ, പിന്നെ... ശരി... നിങ്ങൾ എന്താണ് ചെയ്യുന്നത്?

അത് ഇനിപറയുന്നത് പോലെ തോന്നുന്നു : *"അപ്പോൾ, നിങ്ങൾ ഇവിടെ എത്താൻ ഒരു മണിക്കൂർ വണ്ടിയോടിച്ചു? അത് അവിശ്വസനീയമാണ്... ഗതാഗത കുരുക്ക് ഭ്രാന്തെടുപ്പിക്കുന്നതാണ്. എന്നാൽ ഇക്കാലത്ത് എല്ലാവർക്കും യാത്രാമാർഗ്ഗങ്ങളുണ്ട്. ഇന്ന് എങ്ങനെയുള്ള ഗതാഗതമായിരുന്നു?"*

അതൊരു ചലനമില്ലാത്ത ഇടപെടലാണ്, നിങ്ങൾക്കത് മനസ്സിലാക്കുവാൻ കഴിയും. നമുക്ക് ഇത് ഒരു നാടക പശ്ചാത്തലത്തിൽ എങ്ങനെയാണെന്ന് നോക്കാം. ഒരു രംഗത്തിന്റെ ആരംഭ വിഷയം ദന്തഡോക്ടറെ സന്ദർശിക്കുന്നതാണെന്നും അത് പ്രവേശനമുറിയിൽ നിന്നാണ് തുടങ്ങുന്നതെന്നും കരുതുക. രംഗം പ്രവേശനമുറിയിൽ തന്നെയാണോ തുടരുന്നത്? തീർച്ചയായും അല്ല. പല വഴികളിൽ ഒന്നിലേക്കെങ്കിലും അത് നീങ്ങുന്നു.

ആ രംഗം ദന്തഡോക്ടറുടെ ഓഫീസിലെ തന്നെ പല സ്ഥലങ്ങളിലേക്ക് മാറ്റിയേക്കാം.

ഈ രംഗം ഒന്നിലധികം വ്യത്യസ്ത കഥാപാത്രങ്ങളെ അവതരിപ്പിച്ചേക്കാം.

ആ രംഗം അതിന്റെ ശ്രദ്ധ മാറ്റി ദന്തഡോക്ടറിൽ നിന്ന് പൂർണ്ണമായും അകന്നു പോയേക്കാം.

ആ രംഗത്തിന്റെ പ്രാരംഭ ലക്ഷ്യം മാറിയേക്കാം, രോഗി പല്ല് വൃത്തിയാക്കുന്നതിനുപകരം, അയാൾ ഒരു കൊലപാതകി ആയതിനാൽ ദന്തരോഗവിദഗ്ദ്ധന്റെ അടുത്തേക്ക്

പോകുന്നു. എന്നാൽ ലോബി കഥയുടെ ഒരു ഭാഗം മാത്രമാണ്, കൂടാതെ വേഗത അത് താൽക്കാലികമായി തുടരാൻ അനുവദിക്കുന്നു.

അത്തരം സാഹചര്യങ്ങളെ ഒരേ ഇടത്തിൽ തന്നെ നിലനിൽക്കുന്നതും, ഒരേ കഥാപാത്രങ്ങൾ ഒരേ കാര്യത്തെക്കുറിച്ച് സംസാരിക്കുന്നതും, ഒരേ രംഗവുമായി താരതമ്യം ചെയ്യുക. അത് ഏറ്റവും മോശം രംഗമായിരിക്കില്ലായിരിക്കാം, പക്ഷേ രസകരമാകാൻ അത് *നന്നായി എഴുതിയിരിക്കണം*. ചെറിയ സംസാരത്തിന്റെ കാര്യത്തിൽ ഒരിക്കലും അങ്ങനെയാകില്ലെന്ന് നമുക്കറിയാം.

ഈ ഭാഗത്തെ, ഒരു പ്രധാന വികാരത്തിലേക്ക് ചുരുക്കാം, നിങ്ങൾ മനഃപൂർവ്വം ചലനം സൃഷ്ടിച്ച് നിങ്ങൾ ആരംഭിച്ച സ്ഥലത്ത് നിന്ന് വ്യത്യസ്തമായ ഒരു സ്ഥലത്ത് അവസാനിപ്പിക്കുവാൻ ശ്രമിച്ചാൽ പൊതുവെ ചെറിയ സംസാരവും സംഭാഷണവും വളരെ മികച്ചതായിരിക്കും. ഉദാഹരണത്തിന്, നിങ്ങൾക്ക് കാലാവസ്ഥയെക്കുറിച്ച് എന്നെന്നേക്കുമായി സംസാരിക്കുവാൻ കഴിയുകയില്ല. ആ സാഹചര്യത്തിൽ നിന്ന് മാറിയോ അല്ലെങ്കിൽ മറ്റൊരു കോണിൽ നിന്നോ അതിലേക്ക് ചലനം സൃഷ്ടിക്കേണ്ടതുണ്ട്. നിങ്ങളുടെ സംഭാഷണങ്ങൾ കഥകളോടും സിനിമകളോടും സാമ്യമുള്ളതാക്കാൻ നിങ്ങൾക്ക് ആസൂത്രണം ചെയ്യാം, കൂടാതെ നിങ്ങൾക്ക് ഉടനടി അവതരിപ്പിക്കുവാൻ കഴിയുന്ന പ്രത്യേക തരം ചലനങ്ങളെക്കുറിച്ച് പഠിക്കുവാനും നിങ്ങൾക്ക് കഴിയും.

നിങ്ങൾ ഒരു സിനിമയ്ക്ക് പോകുമ്പോൾ, നിങ്ങളുടെ ദൈനംദിന ജീവിതത്തിന് അനുയോജ്യമായ എന്തെങ്കിലും അതിൽ അടങ്ങിയിട്ടുണ്ടോ എന്ന് നിങ്ങൾ അന്വേഷിക്കുന്നില്ല. നിങ്ങളുടെ ദൈനംദിന അനുഭവത്തിൽ നിന്ന് വ്യതിചലിക്കുന്ന, പ്രധാനപ്പെട്ടതോ അസാധാരണമോ ആശ്ചര്യകരമായതോ ആയ എന്തെങ്കിലും കഥയാണ് നിങ്ങൾ തിരയുന്നത്. ഒരാളുടെ ജീവചരിത്രത്തെ ആസ്പദമാക്കിയുള്ള സിനിമയാണ് നിങ്ങൾ കാണാൻ പോകുന്നതെങ്കിൽ, കഥാ

പാത്രങ്ങളുടെ ജീവിതത്തിലെ മുഷിപ്പിക്കുന്ന കാഴ്ചകൾ, അവർ കുളിക്കുന്നതോ പല്ല് തേയ്ക്കുന്നതോ ആയ ദൈനം ദിന കാര്യങ്ങൾ തുടങ്ങിയവ കാണുവാൻ നിങ്ങൾ ആഗ്രഹിക്കില്ല.

പകരം, നിങ്ങൾക്ക് അതുല്യവും രസകരവും അതിശയോക്തിപരവുമായ നിമിഷങ്ങൾ കാണാൻ ആഗ്രഹമുണ്ട്. സംഘർഷം, പ്രശ്നപരിഹാരം, ദൃഢനിശ്ചയം എന്നിവ കാണാൻ നിങ്ങൾ ആഗ്രഹിക്കുന്നു. ഇവയെല്ലാം നേടിയെടുക്കുന്നത് സാധാരണ സംഭാഷണ വിഷയങ്ങളിൽ ചലനം സൃഷ്ടിച്ചു കൊണ്ടാണ്, ഒരിടത്ത് തന്നെ സന്ദർഭം തുടരുന്നതിലൂടെയല്ല.

ഒരു സ്ഥലത്ത് മാത്രം ഒതുങ്ങി നിൽക്കുന്ന ഒരു സംഭാഷണം ഒടുവിൽ വിരസമായ ഒരു വിഷയമായി മാറും, കാരണം ചലനമില്ലാത്ത വിഷയങ്ങൾ എളുപ്പത്തിൽ തീർന്നു പോകുന്നു. ഞാൻ മുമ്പ് സൂചിപ്പിച്ചതുപോലെ, കാലാവസ്ഥയെക്കുറിച്ച് നിങ്ങൾക്ക് വളരെ കുറച്ച് അഭിപ്രായങ്ങളോ ചോദ്യങ്ങളോ മാത്രമേ ഉണ്ടാകൂ. അപ്പോൾ, കാലാവസ്ഥ പോലുള്ള ഒരു വിഷയത്തിൽ നിങ്ങൾക്ക് എങ്ങനെ ചലനം സൃഷ്ടിക്കുവാൻ കഴിയും?

വിവിധ തരം ചലനങ്ങൾ :

- കാലാവസ്ഥയുമായി ബന്ധപ്പെട്ട ഒരു വിഷയത്തിലേക്ക് കടക്കുക.
- ആഴം കുറഞ്ഞതും ഉപരിതലത്തിലുള്ളതുമായ അഭിപ്രായങ്ങൾക്കപ്പുറം കാലാവസ്ഥയെ സംബന്ധിച്ചുള്ള വിഷയത്തിലേക്ക് കൂടുതൽ ആഴത്തിൽ സഞ്ചരിക്കുക.
- കാലാവസ്ഥയുമായി ബന്ധപ്പെട്ട ഒരു വ്യക്തിപരമായ അനുഭവം പങ്കിടുക.
- അവരുടെ പ്രിയപ്പെട്ട കാലാവസ്ഥ ഏതൊക്കെയാണെന്ന് ചോദിക്കുക.
- കാലാവസ്ഥ നിങ്ങളിൽ ഉണർത്തുന്ന വികാരങ്ങളെക്കുറിച്ച് സംസാരിക്കുക.

- കാലാവസ്ഥയെക്കുറിച്ചുള്ള നിങ്ങളുടെ സൂക്ഷ്മമായ അഭിപ്രായം ചർച്ച ചെയ്യുക.
- കാലാവസ്ഥയെക്കുറിച്ച് വിചിത്രമായ സാങ്കൽപ്പിക ചോദ്യങ്ങൾ ചോദിക്കുക.
- കാലാവസ്ഥയെക്കുറിച്ചുള്ള മറ്റു വിഷയങ്ങളെ (പ്രബന്ധങ്ങൾ, ലേഖനങ്ങൾ, സുഹൃത്തുക്കളിൽ നിന്നുള്ള പ്രസ്താവനകൾ) പരാമർശിക്കുക.

ദന്തഡോക്ടറുടെ പ്രവേശനമുറിയിലെ രംഗം കൈകാര്യം ചെയ്യുന്നതിനുള്ള മുൻകാല രീതികൾക്ക് സമാനമായ രീതികളാണ് ഇവയെന്ന് ശ്രദ്ധിക്കുക. ആശയവിനിമയം മറ്റു തലങ്ങളിലേക്ക് ചലിക്കുവാൻ അവ നിർബന്ധിക്കുന്നു, കാലാവസ്ഥയെക്കുറിച്ചുള്ള അഭിപ്രായങ്ങളിൽ തുടരുവാനോ ദന്തഡോക്ടറുടെ പ്രവേശനമുറിയിൽ തുടരുവാനോ അത് അനുവദിക്കുന്നില്ല.

മോശം ഇടപെടലുകളുടെ ഏറ്റവും ഗൂഢമായ കാരണങ്ങളിലൊന്നാണ് സ്തംഭനാവസ്ഥ, കാരണം നാമെല്ലാവരും ഒടുവിൽ ഇത് സ്ഥിരമായി ചെയ്യുന്നു. മടിയനായ വ്യക്തിയുടെ സംഭാഷണ രീതിയാണിത്—അവിടെ നാം വിഷയങ്ങളുടെയും വിശദാംശങ്ങളുടെയും ഭാരം വഹിക്കുവാൻ മറ്റൊരാളെ ആശ്രയിക്കുന്നു. ചലനം സൃഷ്ടിക്കുക എന്ന കാര്യം നിങ്ങളെ അലസമായ ദിനചര്യകളിൽ നിന്ന് അകറ്റാൻ പ്രേരിപ്പിക്കുന്നതിനാൽ സ്തംഭനാവസ്ഥയെ ചെറുക്കുന്നു. ഒരു വിഷയം പൂർണ്ണമായും അവസാനിക്കുന്നതിന് മുമ്പ്, നിങ്ങൾക്ക് മറ്റ് വിഷയങ്ങളിലേക്ക് പോകാം, ഇത് ഇടപഴകൽ ഉയർന്ന നിലയിൽ നിലനിർത്തുവാനും അവസാന ഘട്ടത്തിലെത്തുന്നതും വിരസതയും തടയുവാനും സഹായിക്കുന്നു.

ലോകത്തിലെ എല്ലാ പ്രധാനപ്പെട്ട ആത്മീയ പാരമ്പര്യങ്ങളുടെയും പുരാണങ്ങൾ പഠിച്ച, ഐവി ലീഗ് ബിരുദധാരിയായിരുന്നു ജോസഫ് കാംബെൽ. കാംബെലിന്റെ അഭിപ്രായത്തിൽ, മഹത്തായ പുരാണങ്ങളും കഥകളും പൊതുവായ ചില ഘടകങ്ങൾ പങ്കിടുന്നുണ്ട്. കഥകൾ ആരോട് പറഞ്ഞാലും, അവ എല്ലായ്പ്പോഴും ഫലപ്രദ

മാണ്, കാരണം അവ വീരപുരുഷന്മാരുടെ ജീവിതം അടങ്ങിയിരിക്കുന്ന ചില പൗരാണിക പ്രമേയങ്ങളെ സ്പർശിക്കുന്നു.

കഥയിലെ നായകൻ എ എന്ന ബിന്ദുവിൽ നിന്നാണ് തുടങ്ങുന്നത്, നായകനെ ബി എന്ന ബിന്ദുവിലേക്ക് യാത്ര ചെയ്യുവാൻ നിർബ്ബന്ധിതനാക്കുന്ന ഒരു സാഹചര്യം ഉടലെടുക്കുന്നു. ബി എന്ന ബിന്ദുവിൽ നിന്ന് എ എന്ന ബിന്ദുവിലേക്കുള്ള തിരിച്ചുവരവിൽ ചില സംഘർഷങ്ങളും പരിഹാരങ്ങളും ഉണ്ടാകുകയും നായകൻ എന്നെന്നേക്കുമായി രൂപാന്തരപ്പെടുകയും പ്രബുദ്ധനാകുകയും ചെയ്യുന്നു.

കാംബെല്ലിന്റെ അഭിപ്രായത്തിൽ, ആളുകൾ വീരപുരുഷന്മാരുടെ കഥകളോട് പ്രതികരിക്കുന്നത് നമുക്ക് അതിലെ ഘട്ടങ്ങളുമായി ബന്ധപ്പെടാൻ കഴിയുന്നതുകൊണ്ടാണ്. നാമെല്ലാവരും ഭയം, പ്രതികൂല സാഹചര്യങ്ങൾ, പ്രതിബന്ധങ്ങൾ എന്നിവയിലൂടെ പോരാടി, അവയെ കീഴടക്കി, വളർന്നു വന്നവരാണ്. ലോകമെമ്പാടുമുള്ള ആളുകൾ, എല്ലാത്തരം സംസ്കാരങ്ങളിൽ നിന്നും, തലങ്ങളിൽ നിന്നും, വിദ്യാഭ്യാസപശ്ചാത്തലങ്ങളിൽനിന്നുമുള്ളവർ,ഒരേപ്രതിഭാസങ്ങളെ ഏതാണ്ട് ഒരേ രീതിയിൽ എങ്ങനെ കൈകാര്യം ചെയ്യുന്നു എന്ന് വിശദീകരിക്കുന്നതിൽ വീര പുരുഷന്മാരുടെ കഥാ ശൈലികൾ വളരെ ദൂരം മുന്നോട്ട് പോകുന്നു.

മികച്ച സംഭാഷണങ്ങൾ യാത്രകൾ പോലെയാണ്. അവ ഒരിക്കലും ഒരേ സ്ഥലത്ത് തന്നെ തുടരുന്നില്ല. അവയ്ക്കൊരു ദിശാബോധമുണ്ട്, പരിഹാരം ആവശ്യമുള്ള ഒരു സംഘർഷബോധമുണ്ട്, കൂടാതെ അഴിച്ചുമാറ്റേണ്ട ഒരു പിരിമുറുക്കവുമുണ്ട്. യാത്ര ആരംഭിച്ചിടത്തുതന്നെ നിങ്ങൾ അവസാനിക്കുന്നില്ല, നിങ്ങൾ പല സ്ഥലങ്ങളിലൂടെയും കടന്നു പോകുന്നു, നിങ്ങൾ ഒരു പരിധി കൈവരിക്കുന്നു. അവിടെയൊരു പ്രതിഫലമുണ്ട്, ചലനം സൃഷ്ടിക്കുന്നത് വഴി അതാണ് നിങ്ങളും കൈവരിക്കുന്നത്.

പെട്ടെന്ന് മനസ്സിലാക്കുവാൻ കഴിയുന്ന, വറുത്ത മാംസക്ഷണംഎന്നവിഷയത്തെസംബന്ധിച്ചമറ്റൊരുഉദാഹരണം എടുക്കാം.

വിവിധ തരം ചലനങ്ങൾ :

- വറുത്ത മാംസക്കഷണം എന്ന വിഷയം എന്തിനാണ് നിങ്ങൾ തിരഞ്ഞെടുത്തത്, എന്തുകൊണ്ടാണ് അത് നിങ്ങളുടെ മനസ്സിൽ വന്നത്?
- വറുത്ത മാംസക്കഷണത്തെക്കുറിച്ച് നിങ്ങൾക്ക് എന്തൊക്കെ ഓർമ്മകളുണ്ട്.
- വർഷങ്ങളായി വറുത്ത മാംസക്കഷണത്തെക്കുറിച്ചുള്ള നിങ്ങളുടെ വീക്ഷണം എങ്ങനെ മാറിയിരിക്കുന്നു.
- വറുത്ത മാംസക്കഷണത്തെക്കുറിച്ച് നിങ്ങൾക്കറിയാവുന്ന ഒരു ക്രമരഹിത വസ്തുത അല്ലെങ്കിൽ നിസ്സാര കാര്യം എന്താണ്.
- വറുത്ത മാംസക്കഷണത്തെക്കുറിച്ച് നിങ്ങളുടെ വികാരങ്ങൾ പങ്കിടുക.
- വറുത്ത മാംസക്കഷണത്തെക്കുറിച്ച് അവരുടെ വികാരങ്ങൾ ചോദിക്കുക.

ചലനം നിറഞ്ഞ ഒരു ഇടപെടൽ ഏതോ ഒരു ദിശയിലേക്ക് പോകുന്നുണ്ടെന്ന് വ്യക്തമാണ്, പക്ഷേ പലരും ഒരു പ്രധാന കെണിയിൽ വീഴുന്നു. ചലനത്തിനായുള്ള അന്വേഷണത്തിൽ,നിശ്ചിത ആശയങ്ങളും ലക്ഷ്യസ്ഥാനങ്ങളും മനസ്സിൽ വെച്ചുകൊണ്ട് മുൻകൂട്ടി ആസൂത്രണം ചെയ്യുന്നതിൽ അപകടവുമുണ്ട്.

ഇത് ചില കാരണങ്ങളാൽ അപകടകരമാണ്.

ആദ്യം, മൂന്ന് പേർ പങ്കെടുക്കുന്ന ഒരു പ്രകടനത്തിന്റെ ആശയം സങ്കൽപ്പിക്കുക, മൂന്ന് പേർക്കും ആ രംഗം എവിടേക്ക് പോകണമെന്ന് കൃത്യമായ ധാരണകളുണ്ട്. സാരാംശത്തിൽ, അവർ പരസ്പരം സ്വാധീനിക്കുകയും മറ്റ് രണ്ടുപേരെയും അവർ ആഗ്രഹിക്കുന്ന ദിശകളിലേക്ക് കൊണ്ടുപോകാൻ ശ്രമിക്കുകയും ചെയ്യും. ഒരേ സമയം മൂന്ന് കഥകൾ കേൾക്കാൻ നിങ്ങൾ ഇഷ്ടപ്പെടുന്നില്ലെങ്കിൽ അത് മനോഹരമായിരിക്കുകയില്ല.

രണ്ടാമതായി, നിങ്ങളുടെ നിശ്ചിത ലക്ഷ്യസ്ഥാനത്ത് നിന്ന് നിങ്ങൾ വഴി മാറുമ്പോൾ, അവിടെ പരാജയത്തിന്റെ അപകടസാധ്യതയുണ്ട്. കാരണം, നിങ്ങൾ ഒരു നിശ്ചിത സ്ഥാനത്തേക്ക് പോകുന്നതിൽ നിങ്ങൾ വളരെ ശ്രദ്ധാലുവായിരിക്കുന്നതിനാൽ മറ്റ് വിഷയങ്ങളിലോ സംഭവങ്ങളിലോ തുറന്ന മനസ്സ് പുലർത്തിയിട്ടില്ല, മാത്രമല്ല നിങ്ങൾക്ക് നന്നായി പൊരുത്തപ്പെടാൻ കഴിയാതെ വരികയും ചെയ്യുന്നു.

സംഭാഷണമോ പ്രകടനമോ കാറുകളുടെ വിഷയത്തിലേക്ക് എങ്ങനെ തിരിച്ചുവിടാമെന്ന് നിങ്ങൾ മുഴുവൻ സമയവും ചിന്തിച്ചുകൊണ്ടിരിക്കുകയാണെങ്കിൽ, വിഷയം വ്യത്യസ്ത തരം തൊപ്പികളിലേക്ക് തിരിയുമ്പോൾ നിങ്ങൾ അസ്വസ്ഥനാകാൻ സാധ്യതയുണ്ട്. നിങ്ങൾ ലക്ഷ്യസ്ഥാനത്തേക്ക് തുറന്ന മനസ്സുള്ള വ്യക്തിയാണെങ്കിൽ, നിങ്ങൾക്ക് നിരവധി പ്രയാസകരമായ സാഹചര്യങ്ങളെ നേരിടാൻ കഴിയും എന്ന് പറയാം, കാരണം നിങ്ങളുടെ മാനസിക ശേഷി മറ്റുവിധത്തിൽ അവിടെ ഉപയോഗിക്കപ്പെടുന്നില്ല.

മൂന്നാമതായി, നിങ്ങളുടെ സംഭാഷണത്തിന് ഒരു നിശ്ചിത ലക്ഷ്യസ്ഥാനം മനസ്സിൽ ഉണ്ടായിരിക്കുന്നത് നിങ്ങളെ വളരെയധികം ലക്ഷ്യബോധമുള്ളവരാക്കുന്നു, നിർവ്വചനം അനുസരിച്ച്, നിങ്ങളുടെ മുന്നിൽ സംഭവിക്കുന്ന മറ്റെല്ലാം നിങ്ങൾ മനഃപൂർവ്വം അവഗണിക്കുകയാണെന്ന് ഇതിനർത്ഥം. നിങ്ങൾ അന്വേഷിക്കുന്നത് അവർ നൽകുന്നില്ല എന്നതിനാൽ നിങ്ങളുടെ സംഭാഷണ പങ്കാളിയെയും അവരുടെ അഭിപ്രായങ്ങളെയും നിങ്ങൾ തള്ളിക്കളയുകയായിരിക്കാം.

കാറുകളുടെ അതേ വിഷയത്തിലേക്ക് നിങ്ങൾ എത്താൻ ആഗ്രഹിക്കുന്നുവെന്നും മറ്റ് വിഷയങ്ങൾ തടസ്സമായി നിൽക്കുന്നുവെന്നും കരുതുക. അമിതമായി ലക്ഷ്യബോധമുള്ളവരാകുന്നത് നിങ്ങളെ കാറുകളുടെ കാര്യം നിരന്തരം ചർച്ച ചെയ്യാൻ പ്രേരിപ്പിക്കും, അത് വിഷയത്തിൽ പൂർണ്ണമായും ക്രമരഹിതമായ മാറ്റമാണെങ്കിലും, അത് പല

തവണ മാറ്റി നിർത്തിയതിനാൽ അത് സ്വീകാര്യമാകുന്നില്ല. ഇത് നിങ്ങളെ ബധിരനായി തോന്നിപ്പിക്കും, അവർ സംസാരിക്കുന്നത് നിങ്ങൾ കേട്ടിട്ടുണ്ടോ എന്ന് ആളുകൾ സംശയിക്കുവാൻ തുടങ്ങും. ഈ പ്രവണത നിങ്ങളെ പൊതുവെ ഒരു ആകർഷകമല്ലാത്ത സംഭാഷണക്കാരനാക്കുന്നു.

പകരം, ഒരേ വിഷയത്തിലും ഒരേ കോണിലും എത്ര നേരം നിങ്ങൾ സ്തംഭിച്ചു നിൽക്കുകയാണെന്നത് മനസ്സിലാക്കുക.

വേഗത്തിൽ തീരുമാനങ്ങൾ എടുക്കുക

ഇപ്പോൾ നമുക്ക് ചലനം സൃഷ്ടിക്കേണ്ടതുണ്ടെന്ന് അറിയാം, എന്നിട്ടും, നമ്മൾ വെറുതെ പാഴാക്കുന്ന സമയങ്ങളുണ്ട്. നമ്മുടെ മനസ്സ് ശൂന്യമാകുന്നു. സംഭാഷണം മുന്നോട്ട് കൊണ്ടുപോകുവാനായി, വ്യത്യസ്തമായ കാര്യങ്ങളെക്കുറിച്ച് ചിന്തിക്കുവാൻ നാം ശ്രമിക്കുമ്പോൾ, മണലിൽ നിന്ന് പുറത്തുകടക്കാൻ ശ്രമിക്കുന്നതുപോലെ നമ്മുടെ പ്രതിസന്ധി കൂടുതൽ വഷളാകുന്നു. നിങ്ങൾ അറിയുന്നതിനു മുമ്പുതന്നെ, ഉത്കണ്ഠയും സമ്മർദ്ദവും വളരാൻ തുടങ്ങുന്നു, നിങ്ങൾ പരിഭ്രാന്തരാകുന്നു.

അതുകൊണ്ട് നമുക്ക് സംഭാഷണം ലളിതമാക്കാം.

സംഭാഷണം എന്നത് പ്രസ്താവനകളുടെയും കഥകളുടെയും ചോദ്യങ്ങളുടെയും ഒരു പരമ്പരയാണ്. ഒരാൾ ആ ഘടകങ്ങളിൽ ഒന്ന് സംഭാവന ചെയ്തുകഴിഞ്ഞാൽ, മറ്റേയാൾ അതേ വിഷയത്തിലോ അല്ലെങ്കിൽ യഥാർത്ഥ വിഷയവുമായി ഏതെങ്കിലും തരത്തിൽ ബന്ധപ്പെട്ട വിഷയത്തിലോ പ്രതികരിക്കും. ശരിക്കും അങ്ങനെതന്നെ. ചിലപ്പോൾ ഒരേ വിഷയത്തിൽ എന്താണ് പറയേണ്ടതെന്ന് ചിന്തിക്കുന്നതിനോ മറ്റൊരു വിഷയവുമായി ഒരു ബന്ധം കണ്ടെത്തുന്നതിനോ നമുക്ക് ബുദ്ധിമുട്ടുണ്ടാകും.

അവിടെയാണ് സ്വതന്ത്ര സഹവാസം പ്രസക്തമാകുന്നത്. *സംഭാഷണം എന്നത് സ്വതന്ത്ര സഹവാസ വ്യായാമങ്ങളുടെ ഒരു പരമ്പര മാത്രമല്ലേ?*

ഉദാഹരണത്തിന്, ഒരാൾ മോട്ടോർ സൈക്കിളുകളെക്കുറിച്ച് സംസാരിക്കുവാൻ തുടങ്ങിയാൽ, നിങ്ങൾക്ക് മോട്ടോർ സൈക്കിളുകളെക്കുറിച്ച് ഒരു പരിചയമോ മതിപ്പോ ഇല്ലെങ്കിൽ, നിങ്ങളുടെ പ്രതികരണം എന്തായിരിക്കും? മോട്ടോർ സൈക്കിളുകളെക്കുറിച്ച് നിങ്ങൾക്ക് ഒന്നും പറയാനില്ലായിരിക്കാം, പക്ഷേ നിങ്ങൾ പ്രസ്താവനയും സന്ദർഭവും മാറ്റി മോട്ടോർ സൈക്കിളുകളുടെ വാക്കിലും ആശയത്തിലും ശ്രദ്ധ കേന്ദ്രീകരിച്ചാലോ?

ലളിതമായ സ്വതന്ത്ര സഹവാസത്തിലൂടെ, സംഭാഷണം എത്ര ആഴത്തിൽ കുടുങ്ങിപ്പോയാലും, വേഗത്തിലും കാര്യക്ഷമമായും അതിന് പുതുജീവൻ പകരാൻ നിങ്ങൾക്ക് ഒരു മാർഗ്ഗം കണ്ടെത്തുവാൻ കഴിയും.

മോട്ടോർസൈക്കിളുകളെക്കുറിച്ചുള്ള അഞ്ച് കാര്യങ്ങൾ പറയുക. മറ്റൊരു വിധത്തിൽ പറഞ്ഞാൽ, "മോട്ടോർ സൈക്കിളുകൾ" എന്ന വാക്ക് കേൾക്കുമ്പോൾ നിങ്ങളുടെ തലച്ചോറിലേക്ക് മിന്നിമറഞ്ഞ അഞ്ച് കാര്യങ്ങൾ (നാമങ്ങൾ, സ്ഥാനങ്ങൾ, ആശയങ്ങൾ, പ്രസ്താവനകൾ, വികാരങ്ങൾ, വാക്കുകൾ) തുറന്നുപറയുക. നിങ്ങളുടെ മനസ്സ് ശൂന്യമാക്കി "മോട്ടോർസൈക്കിളുകൾ" എന്ന വാക്കിൽ മുഴുകാൻ അനുവദിക്കുക. മുൻകാല അനുഭവങ്ങളിലേക്കും ഓർമ്മകളിലേക്കും ഒരു പ്രേരണയായി ആ വാക്കിനെ കരുതുന്നത് നിർത്തുക. പകരം, മുമ്പ് നിങ്ങൾ അനുഭവിച്ചതുമായി ബന്ധമില്ലാത്ത ഒരു പുതിയ ആശയമായി അതിനെ കാണാൻ തുടങ്ങുക.

നിങ്ങളുമായി ഒരു വാക്കിന് വരുന്ന ബന്ധങ്ങളെക്കുറിച്ച് ചിന്തിക്കുക. "മോട്ടോർസൈക്കിളുകൾ" നിങ്ങളെ എന്തിനെക്കുറിച്ചാണ് ചിന്തിപ്പിക്കുന്നത്? നമ്മൾ സംസാരിക്കുന്നത് പൂർണ്ണമായും ബൗദ്ധിക ബന്ധങ്ങളെക്കുറിച്ചാണ്.

നിങ്ങൾക്ക് എന്ത് തോന്നുന്നു, നിങ്ങളുടെ വികാരങ്ങൾ എന്തൊക്കെയാണ് എന്നത് പ്രശ്നമല്ല. നിങ്ങളുടെ അനുഭവങ്ങൾ എന്തായിരുന്നു, നിങ്ങൾക്ക് ആഘാതം സംഭവിച്ചിട്ടുണ്ടോ ഇല്ലയോ എന്നത് പ്രശ്നമല്ല. അതുമായി അതിന്

ബന്ധമില്ല. "മോട്ടോർസൈക്കിളുകൾ" എന്ന ആശയത്തെ എന്തെല്ലാം കാര്യങ്ങളുമായി ബന്ധിപ്പിക്കുവാൻ കഴിയും എന്നതിന്റെ ഒരു പട്ടിക വേഗത്തിൽ പൂരിപ്പിക്കുവാൻ ശ്രമിക്കുന്നത് വെറും ബൗദ്ധികമായ വെല്ലുവിളി മാത്രമാണ്.

നിങ്ങൾക്ക് വാക്കുകൾ മാറ്റാം. "പൂച്ചകൾ" എന്ന വാക്ക് കേൾക്കുമ്പോൾ പൂച്ചക്കുട്ടികൾ, ലാളനകൾ, മണൽപ്പെട്ടികൾ, ചീറ്റകൾ, സിംഹങ്ങൾ, മത്സ്യം, സുഷി, രോമങ്ങൾ, നായ്ക്കൾ, അലർജികൾ, സംഗീത പരിപാടികൾ തുടങ്ങിയവയാണ് മിക്ക ആളുകളുടെയും മനസ്സിൽ വരുന്നത്. ശരിയോ തെറ്റോ എന്ന കാര്യം ഇവിടെ ഇല്ലെന്ന് ഓർമ്മിക്കുക. ഇതെല്ലാം സ്വതന്ത്രമായ കൂട്ടുകെട്ടാണ്. "പൂച്ചകൾ" എന്ന വാക്കുമായി നിങ്ങൾക്ക് ബുദ്ധിപരമായി ബന്ധിപ്പിക്കുവാൻ കഴിയുന്ന കാര്യങ്ങളുടെ പട്ടിക വേഗത്തിൽ പൂരിപ്പിക്കുക എന്നതാണ് പ്രധാനം.

"എനിക്ക് പൂച്ചകളെ ഇഷ്ടമാണ്" എന്ന പ്രഖ്യാപനത്തിന് മറുപടിയായി ഒരു പ്രസ്താവനയോ ചോദ്യമോ ഉന്നയിക്കുന്നതിനേക്കാൾ ഇത് വളരെ എളുപ്പമാണെന്ന് നിങ്ങൾക്ക് കാണുവാൻ കഴിയും. എന്നിരുന്നാലും, നിങ്ങളുടെ ചുമതലയും വെല്ലുവിളിയും ഒന്നുതന്നെയാണ്—മറ്റേയാൾ പറഞ്ഞതിനെ നിങ്ങൾ എങ്ങോട്ടാണ് കൊണ്ടുപോകുന്നത്? ആ ചട്ടക്കൂടും കാഴ്ചപ്പാടും ഉണ്ടെങ്കിൽ, യഥാർത്ഥ പ്രസ്താവനയിൽ നിന്ന് വേർപെടുത്തി വിഷയവുമായി സ്വതന്ത്രമായി ബന്ധപ്പെടുന്നത് വളരെയധികം എളുപ്പമാണ്.

ഇത്, നിങ്ങളുടെ തലച്ചോറിനെ വിശാലമായി ചിന്തിക്കുവാനും, സംഭാഷണത്തെ രേഖീയമല്ലാത്ത രീതിയിൽ സമീപിക്കുവാനും, ഒരു ലളിതമായ ആശയത്തിനോ വാക്കിനോ നിങ്ങളെ കൊണ്ടുപോകാൻ കഴിയുന്ന നിരവധി ദിശകൾ കാണാനും പരിശീലിപ്പിക്കും.

ഇനി ഒരാൾ കാർ റേസിങ്ങിനോടുള്ള തന്റെ ഇഷ്ടം പ്രഖ്യാപിച്ചുവെന്ന് കരുതുക, നിങ്ങൾക്ക് അതിനെക്കുറിച്ച് ഒന്നും അറിയില്ല എന്നും കരുതുക. കാർ റേസിങ്ങിനായി മനസ്സിൽ വരുന്ന ഏറ്റവും മികച്ച അഞ്ചോ ആറോ സ്വതന്ത്ര വാക്യങ്ങൾ ഏതൊക്കെയാണ്?

എനിക്ക് ഇത് (1) നാസ്കർ (NASCAR), (2) ഗ്യാസ്, (3) ടയറുകൾ, (4) *ദി ഫാസ്റ്റ് ആൻഡ് ദി ഫ്യൂരിയസ്* സിനിമകൾ, (5) ജപ്പാൻ (എന്നോട് ചോദിക്കരുത്), (6) മസ്റ്റാങ്ങുകൾ എന്നിവയുടെ മിശ്രിതമാണ്. ഇതിലെ മാന്ത്രിക ഭാഗം ഇതാ : ഈ ആറ് വാക്യങ്ങളിൽ ഓരോന്നും സംഭാഷണത്തിന്റെ ഒഴുക്കിനനുസരിച്ച് മാറാൻ സാധ്യതയുള്ള സാധാരണ വിഷയങ്ങളാണ്.

"എനിക്ക് കാർ റേസിംഗ് കാണാൻ ഇഷ്ടമാണ്! അത് വളരെ രസകരമാണ്!"

"നിങ്ങൾ ഉദ്ദേശിക്കുന്നത് നാസ്കർ അല്ലെങ്കിൽ നിയമവിരുദ്ധമായ സ്ട്രീറ്റ് റേസിംഗ് പോലെയാണോ?"

"ആ കാറുകൾക്ക് എന്ത് തരത്തിലുള്ള ഗ്യാസ് മൈലേജ് ലഭിക്കുമെന്ന് ഞാൻ എപ്പോഴും ചിന്തിച്ചിരുന്നു."

"ആ കാറുകൾക്ക് പ്രത്യേക ടയറുകൾ ഉണ്ടോ? എന്റെ കാറിന്റെ ടയറുകൾക്ക് ഇത്തരത്തിൽ സഞ്ചരിക്കുവാൻ കഴിയുമെന്ന് ഞാൻ കരുതുന്നില്ല!"

"*ദി ഫാസ്റ്റ് ആൻഡ് ദി ഫ്യൂരിയസ്* സിനിമകളും നിങ്ങളുടെ പ്രിയപ്പെട്ടതാണോ?"

"അവർ ജപ്പാനിൽ ഒരുതരം ഡ്രിഫ്റ്റ് റേസിംഗ് നടത്തുന്നുണ്ടെന്ന് ഞാൻ കേട്ടിട്ടുണ്ട്—അങ്ങനെയാണോ നിങ്ങൾ ഉദ്ദേശിക്കുന്നത്?"

"വലിയ, ശക്തമായ മസ്റ്റാങ്ങുകൾക്കൊപ്പമാണ് കാർ റേസിംഗ് നടക്കുന്നതെന്ന് ഞാൻ എപ്പോഴും സങ്കൽപ്പിക്കുന്നു. നിങ്ങൾ കാണുന്ന കാർ റേസുകൾ അങ്ങനെയാണോ?

"കാപ്പി", "ട്രെയിനുകൾ" എന്നീ വാക്കുകളുമായി സ്വതന്ത്രമായി സഹവസിക്കാൻ ശ്രമിക്കുക. ഓരോ വിഷയത്തിന്റെയും അതുമായി ബന്ധപ്പെട്ട വിഷയങ്ങളുടെയും ഒരു മാനസിക ഭൂപടം രൂപപ്പെടുത്താൻ കഴിഞ്ഞാൽ, ചോദ്യങ്ങൾ നിർമ്മിക്കുന്നതും സാധാരണയായി ഒരു കാര്യത്തെക്കുറിച്ച് സംസാരിക്കുന്നതും എത്ര എളുപ്പമാണെന്ന് ചിന്തിക്കുക.

നിങ്ങൾക്ക് അസ്വസ്ഥത തോന്നുന്നു.

തീർച്ചയായും, ഇത് ചെയ്യാനുള്ള ഏറ്റവും നല്ല മാർഗ്ഗം നിങ്ങൾ ഒരു യഥാർത്ഥ സംഭാഷണത്തിലായിരിക്കുമ്പോൾ ആദ്യമായി ഇത് പരീക്ഷിക്കാതിരിക്കുക എന്നതാണ്. ഒരു ആഴ്ചയിലുടനീളം ബോധപൂർവ്വം നിരവധി തവണ സ്വതന്ത്ര സഹവാസം പരിശീലിക്കുക. നിങ്ങൾ അത് കൂടുതൽ ചെയ്യുംതോറും നിങ്ങൾക്ക് അതിൽ മികച്ച വിജയം ലഭിക്കും.

പരിശീലിക്കേണ്ട വിധം ഇതാ : ഒരു കടലാസിൽ അഞ്ച് ക്രമരഹിതമായ വാക്കുകൾ എഴുതുക. അവ എന്തും ആകാം — ഒരു നാമം, ക്രിയ, ഓർമ്മ, അല്ലെങ്കിൽ ഒരു വികാരം അല്ലെങ്കിൽ ഭാവം പോലും. നിങ്ങൾ ആദ്യം എഴുതുന്ന വാക്ക് "തൂവാല" എന്നാണെന്ന് കരുതുക. എത്രയും വേഗം, ആ വാക്കിന് മൂന്ന് അനുബന്ധങ്ങൾ എഴുതുക. നിങ്ങൾ അവസാനം കണ്ടുപിടിച്ച വാക്ക് എടുക്കുക, തുടർന്ന് കഴിയുന്നത്ര വേഗം, ആ പുതിയ വാക്കിന് മൂന്ന് അനുബന്ധങ്ങൾ എഴുതുക. ഇത് മൂന്ന് തവണ ആവർത്തിക്കുക, തുടർന്ന് അടുത്ത പദങ്ങളുടെ കൂട്ടത്തിലേക്ക് നീങ്ങുക.

തൂവാല	→	മേശ, സ്പൂൺ, നല്ല ഭക്ഷണമുറി.
നല്ല ഭക്ഷണമുറി	→	ഫ്രാൻസ്, മിഷേലിൻ സ്റ്റാർ, പാചകക്കാരൻ.
പാചകക്കാരൻ	→	വളരെ കഴിവുള്ളവനും ശ്രദ്ധയുള്ളവനുമായ സേവകൻ, വെളുത്ത കയ്യുറകൾ, മൈക്കൽ ജാക്സൺ.

അങ്ങനെ പലതും.

അല്ലെങ്കിൽ ഒരു നിഘണ്ടുവിൽ നിന്ന് ക്രമരഹിതമായി ഒരു വാക്ക് തിരഞ്ഞെടുത്ത്, ഒരു സ്വതന്ത്ര പദ ശൃംഖലയിലെ പതിനഞ്ച് വാക്കുകൾ എത്രയും വേഗം പട്ടികപ്പെടുത്തുക. എന്നിട്ട്, അത് വീണ്ടും വീണ്ടും ചെയ്യുക — അത് വാമൊഴിയായി ചെയ്യുക, കാരണം അതിന് ഏറ്റവും വേഗതയേറിയ ചിന്ത ആവശ്യമാണ്.

വാക്കുകളുമായി ക്രമരഹിതമായി സ്വതന്ത്രമായി സഹവസിക്കുന്നത് നിങ്ങൾക്ക് കൂടുതൽ സുഖകരമായിക്കഴിഞ്ഞാൽ, നിങ്ങൾക്ക് അടുത്ത പടി സ്വീകരിക്കാം, ഒരു നിഘണ്ടുവിൽ നിന്ന് രണ്ട് ക്രമരഹിതമായ വാക്കുകൾ തിരഞ്ഞെടുത്ത് അവ ഒരു കമ്പനിയുടെ പേരാണെന്ന് നടിക്കുക. തുടർന്ന്, ആ കമ്പനി എന്താണ് ചെയ്യുന്നതെന്നതിനെക്കുറിച്ച് എത്രയും വേഗം ഒരു ചെറുകഥ സൃഷ്ടിക്കുക.

ഉദാഹരണത്തിന്, നിങ്ങൾ തിരഞ്ഞെടുക്കുന്ന രണ്ട് ക്രമരഹിതമായ വാക്കുകൾ ഇവയാണ് : കുപ്പി, ആഫ്രിക്ക. "ആഫ്രിക്ക ബോട്ടിൽ" എന്ന കമ്പനിയെക്കുറിച്ച് ഞാൻ നിർമ്മിക്കുന്ന ചെറുകഥ, അവർ ആഫ്രിക്കൻ സ്വദേശ നിർമ്മിതമായ മദ്യം ഇറക്കുമതി ചെയ്യുന്നു എന്നതാണ്.

ഈ സ്വതന്ത്ര-സഹവാസ വ്യായാമങ്ങളുടെ അവസാന ഘട്ടം നിഘണ്ടുവിൽ നിന്ന് അഞ്ച് ക്രമരഹിതമായ വാക്കുകൾ തിരഞ്ഞെടുത്ത് എല്ലാ വാക്കുകളും ഉൾക്കൊള്ളുന്ന ഒരു കഥ എത്രയും വേഗം ഉണ്ടാക്കുക എന്നതാണ്.

ഈ വ്യായാമങ്ങൾ നിങ്ങളെ വേഗത്തിൽ ചിന്തിക്കുവാനും സർഗ്ഗാത്മകത പുലർത്താനും പരിശീലിപ്പിക്കുവാൻ ഉദ്ദേശിച്ചുള്ളതാണ്, അതിനാൽ നിങ്ങൾ ഈ വ്യായാമങ്ങൾ "പൂർണ്ണ വേഗതയിൽ" ചെയ്യേണ്ടത് അത്യാവശ്യമാണ്. തുടക്കത്തിൽ അവ കഠിനമായിരിക്കും, നിങ്ങളുടെ പ്രതികരണങ്ങൾ ഭയങ്കരമായി തോന്നിയേക്കാം. പക്ഷേ, ഉദാഹരണത്തിന്, നിങ്ങളുടെ ആദ്യ ദിവസവും പത്താം ദിവസവും തമ്മിലുള്ള വ്യത്യാസം എത്ര വലുതായിരിക്കുമെന്ന് സങ്കൽപ്പിക്കുക. അതാണ് സ്വതന്ത്ര സഹവാസത്തിന്റെയും പരിശീലനത്തിന്റെയും ശക്തി.

സ്വതന്ത്ര സഹവാസത്തിനും സംഭാഷണത്തിനും ഇടയിലുള്ള സമാനതകൾ വിശകലനം ചെയ്യാൻ നിങ്ങൾ ആഗ്രഹിക്കുന്നുവെങ്കിൽ, അവ ഏതാണ്ട് ഒരുപോലെയാണെന്ന് നിങ്ങൾക്ക് കണ്ടെത്താനാകും. സംഭാഷണത്തിൽ, നിങ്ങൾ ഒരു വിഷയത്തിലോ, അൽപ്പം ബന്ധപ്പെട്ട വിഷയത്തിലോ, അല്ലെങ്കിൽ ഒരു പുതിയ വിഷയത്തിലോ ആർക്കെങ്കിലും

മറുപടി നൽകും. സ്വതന്ത്ര സഹവാസം സ്വീകരിക്കുന്ന ചിന്താ പ്രക്രിയ അതാണ്. ഒരർത്ഥത്തിൽ, സംഭാഷണ വിഷയങ്ങൾ വേഗത്തിൽ കണ്ടെത്താൻ സ്വതന്ത്ര സഹവാസം നിങ്ങളെ പരിശീലിപ്പിക്കുന്നു.

സ്വതന്ത്രസഹവാസം പരിശീലിക്കുന്നത് നല്ലസംഭാഷണത്തിന് ഒരു മികച്ച അടിത്തറയാണ്, കാരണം സംഭാഷണം ബന്ധമില്ലാത്ത കാര്യങ്ങൾ ബന്ധിപ്പിക്കുക, ബന്ധങ്ങൾ സ്ഥാപിക്കുക, വിഷയങ്ങളുടെ ഒഴുക്കിനൊപ്പം പോകുക എന്നിവയാണ്. അടുത്ത തവണ നിങ്ങൾ എന്തെങ്കിലും പറയാൻ ബുദ്ധിമുട്ടുമ്പോൾ, ഒരു പടി പിന്നോട്ട് പോയി മുമ്പ് പരിശീലിച്ച സ്വതന്ത്ര സഹവാസ കഴിവുകൾ പ്രയോജനപ്പെടുത്തുക.

സംഭാഷണ വൈദഗ്ദ്ധ്യത്തിന്റെ മറ്റെല്ലാ വശങ്ങളെയും പോലെ, നിങ്ങൾ ധാരാളം തവണ ശ്രമിച്ചാൽ മാത്രമേ നിങ്ങൾക്ക് ഇതിൽ പ്രാവീണ്യം നേടാൻ കഴിയൂ. ഇതിന്റെയെല്ലാം ഏറ്റവും നല്ല ഭാഗം നിങ്ങൾക്ക് അത് തൽക്ഷണം ചെയ്യാൻ കഴിയും എന്നതാണ്. നിങ്ങൾ ബോധപ്രവാഹത്തിന്റെ ഒരു പ്രവാഹത്തിൽ കുടുങ്ങിപ്പോകും. ശരിയോ തെറ്റോ എന്ന ഉത്തരം ഇല്ലെന്ന് എപ്പോഴും ഓർമ്മിക്കുക. ഉണ്ടെന്ന് നിങ്ങൾ വിശ്വസിക്കുന്നുവെങ്കിൽ, നിങ്ങൾ സ്വയം അനാവശ്യ സമ്മർദ്ദം ചെലുത്തുകയായിരിക്കും.

സഹായകരമായ ചുരുക്കെഴുത്തുകൾ

എച്ച്പിഎം (HPM), എസ്ബിആർ (SBR), ഇഡിആർ (EDR). ഈ വിചിത്രമായ ചുരുക്കെഴുത്തുകൾ എന്തൊക്കെയാണ്?

ലളിതമായി പറഞ്ഞാൽ, ഒരു സംഭാഷണത്തിൽ ഉയർന്നുവരുന്ന ഏത് വിഷയത്തിനും നിങ്ങൾക്ക് ഉപയോഗിക്കാവുന്ന ഒമ്പത് വ്യത്യസ്ത തരം പ്രതികരണങ്ങളാണിവ. അവയെല്ലാം വളരെ സഹായകരമാണ്, കാരണം നിങ്ങൾ സ്തംഭനാവസ്ഥയിൽ ആയിരിക്കുമ്പോഴോ, സംഭാഷണത്തിനിടയിൽ അസഹ്യമായ നിശബ്ദത കടന്നു വരുമ്പോഴോ, സംസാരിക്കുവാനുള്ള വിഷയങ്ങളും ആളുകളോട് പ്രതികരി

ക്കുവാനുള്ള വഴികളും കണ്ടെത്താൻ നിങ്ങൾക്ക് അവയെ ഉടനടി ഉപയോഗിക്കാം.

അവയെ "പ്ലഗ് ആൻഡ് പ്ലേ ചെയ്യാവുന്നത് അഥവാ ഉടനടിഉപയോഗിക്കാവുന്നത്" എന്ന് വിളിക്കുന്നതും അർത്ഥ വത്താണ്, കാരണം നിങ്ങൾ ചെയ്യേണ്ടത് ഈ പ്രതികരണ ങ്ങളിലൊന്ന് പ്ലഗ് ഇൻ ചെയ്യുക എന്നത് മാത്രമാണ്—ഉടനടി അത് പ്രവർത്തിക്കുന്നു.

ശരിയായ പ്രതികരണങ്ങൾ നിങ്ങളുടെ സംഭാഷണ ങ്ങൾക്ക് ഒരു നല്ല തുടക്കം കുറിക്കുവാനും പുതിയൊരു ജീവൻ നൽകുവാനും സഹായിക്കും. നിങ്ങൾ ഒരു മികച്ച സംഭാഷണ വിദഗ്ധനാണെങ്കിൽ പോലും, അസഹ്യമായ നിശബ്ദതകൾ എപ്പോഴും നമ്മെ തേടിയെത്തും. ഈ ചുരുക്കെ ഴുത്തുകൾ ഉപയോഗിച്ച്, സംഭാഷണത്തെ കാത്തിരിക്കുന്ന ഈ കൊലയാളികളെ മറികടക്കുവാൻ നിങ്ങൾക്ക് എല്ലായ് പ്പോഴും ഒരു വഴി കണ്ടെത്തുവാൻ കഴിയും.

എച്ച്പിഎം

എച്ച്പിഎം എന്നാൽ ചരിത്രം (History), തത്ത്വചിന്ത (Philosophy), രൂപകം (Metaphor) എന്നിവയെ സൂചിപ്പിക്കുന്നു.

ഇതിനർത്ഥം നിങ്ങളെ ലക്ഷ്യം വച്ചുള്ള ഒരു ചോദ്യ ത്തിനോ പ്രസ്താവനയ്ക്കോ മറുപടിയായി, ചരിത്രം, തത്ത്വചിന്ത അല്ലെങ്കിൽ ഒരു രൂപകം എന്നിവ ഉണർത്തുന്ന നിങ്ങളുടെ സ്വന്തം പ്രസ്താവന ഉപയോഗിച്ച് നിങ്ങൾ മറുപടി നൽകുന്നു എന്നാണ്.

നിങ്ങളുടെ ഓർമ്മകൾ, അനുഭവങ്ങൾ, അഭിപ്രായങ്ങൾ എന്നിവയിലാണ് എച്ച്പിഎം പ്രധാനമായും ഊന്നിപ്പറയു ന്നത്, ഈ അദ്ധ്യായത്തിൽ നിങ്ങൾ പഠിക്കാൻ പോകുന്ന മറ്റ് ചുരുക്കെഴുത്തുകളിൽ നിന്ന് ഇത് അൽപ്പം വ്യത്യസ്തമാണ്. ഇത് കൂടുതൽ ആന്തരികവും വ്യക്തിപരവുമാണ്, മറ്റുള്ളവ കൂടുതൽ ബാഹ്യവും തൽക്ഷണവുമാണ്.

ഒരു വിഷയത്തെക്കുറിച്ചുള്ള നിങ്ങളുടെ വ്യക്തി

പരമായ അനുഭവങ്ങൾ ഉപയോഗിച്ച് മറുപടി നൽകുന്ന താണ് ചരിത്രം എന്നതുകൊണ്ട് ഉദ്ദേശിക്കുന്നത്. ഉദാഹര ണത്തിന്, സ്കീയിംഗിനെക്കുറിച്ച് ആരെങ്കിലും നിങ്ങളോട് ഒരു കഥ പറഞ്ഞാൽ, നിങ്ങൾക്ക് മറുപടി നൽകാനുള്ള ഒരു നിർദ്ദേശമാണിത് :

- അത് ഞാൻ കഴിഞ്ഞ തവണ സ്കീയിംഗ് നടത്തിയതിനെ ഓർമ്മിപ്പിക്കുന്നു...
- കുട്ടിക്കാലത്ത് ആദ്യമായി സ്കീയിംഗ് നടത്തിയതിന് സമാനമാണിത്...
- എന്തൊരു യാദൃശ്ചികത, എന്റെ അമ്മയുടെ സുഹൃത്ത് കഴിഞ്ഞ ആഴ്ച സ്കീയിംഗിന് പോയി, അത് ആവേശം നിറഞ്ഞതായിരുന്നു...

മറുവശത്ത്, തത്ത്വചിന്ത എന്നത് ഒരു പ്രത്യേക വിഷയത്തെ ക്കുറിച്ചുള്ള നിങ്ങളുടെ വ്യക്തിപരമായ നിലപാട്, കാഴ്ചപ്പാട് അല്ലെങ്കിൽ അഭിപ്രായം എന്നിവയെ ഉൾക്കൊള്ളുന്നു. ഉദാഹ രണത്തിന്, സ്കീയിംഗിനെക്കുറിച്ച് ആരെങ്കിലും നിങ്ങളോട് അതേ ആവേശകരമായ കഥ പറഞ്ഞാൽ, നിങ്ങൾക്ക് ഇങ്ങനെ മറുപടി നൽകാം :

- എനിക്ക് എപ്പോഴും സ്കീയിംഗ് ഇഷ്ടമാണ് കാരണം...
- അന്നുമുതൽ എനിക്ക് സ്കീയിംഗ് വെറുപ്പാണ്...
- സ്കീയിംഗ് വളരെ രസകരമാണ്! എന്റെ പ്രിയപ്പെട്ട വിനോദം.
- സ്കീയിംഗിനെക്കുറിച്ച് എനിക്ക് എങ്ങനെ തോന്നുന്നു വെന്ന് വ്യക്തമായി എനിക്കറിയില്ല. ഒരു വശത്ത്...

മറുവശത്ത്, സംഭാഷണ വിഷയം നിങ്ങളെ ഓർമ്മിപ്പിക്കുന്ന കാര്യങ്ങളെയാണ് രൂപകം എന്ന് പറയുന്നത്. സ്കീയിംഗിനെ ക്കുറിച്ചുള്ള അതേ കഥ ഒരേ ദിവസം മൂന്നാം തവണയും നിങ്ങൾ കേൾക്കുകയാണെങ്കിൽ, അതിനെക്കുറിച്ച് വീണ്ടും സംസാരിക്കുവാൻ നിങ്ങൾ ആഗ്രഹിച്ചേക്കില്ല. അതിനാൽ,

ആ വിഷയവുമായി സൂക്ഷ്മമായി ബന്ധപ്പെട്ടതോ... അത്ര ബന്ധമില്ലാത്തതോ ആയ ഒന്നിലേക്ക് സംഭാഷണം മാറ്റുന്നതിനുള്ള ഒരു പ്രേരണയാണിത്. ഏതെങ്കിലും തരത്തിലുള്ള പരിവർത്തനത്തോടെ നിങ്ങൾക്ക് ആമുഖം നൽകാൻ കഴിയുന്നിടത്തോളം ഇത് പ്രവർത്തിക്കുന്നു.

- അത് എന്നെ ഓർമ്മിപ്പിക്കുന്നു...
- അത് സ്നോബോർഡിംഗിന് നേരെ വിപരീതമാണ്, അല്ലേ?
- അത് എന്നെ ഈ കാര്യത്തെക്കുറിച്ച് ചിന്തിപ്പിക്കുന്നു...
- അത് ...ന് സമാനമല്ലേ?

നിങ്ങളിലും, നിങ്ങൾ എന്താണ് ചിന്തിക്കുന്നത്, നിങ്ങളുടെ അനുഭവങ്ങൾ എന്താണെന്നതിലുമാണ് എച്ച്പിഎം കൂടുതൽ ശ്രദ്ധ കേന്ദ്രീകരിക്കുന്നതെന്ന് ഓർമ്മിക്കുക. വാസ്തവത്തിൽ ഇതിന് മറ്റേ വ്യക്തിയുമായി യാതൊരു ബന്ധവുമില്ല, മറിച്ച് നിങ്ങളുടെ കയ്യിലുള്ള വിഷയം നിങ്ങളിൽ നിന്ന് ഉണർത്തുന്ന ഒരു ഓർമ്മ, അഭിപ്രായം അല്ലെങ്കിൽ വികാരം, അല്ലെങ്കിൽ വിഷയം മാറ്റാനുള്ള ഒരു കുതിച്ചുചാട്ടം എന്നിവയുമായിട്ടാണ് ബന്ധപ്പെട്ടിരിക്കുന്നത്.

വളരെ എളുപ്പവും അവബോധജന്യവുമായി തോന്നുന്നു, അല്ലേ? എല്ലാവർക്കും ഈ കാര്യങ്ങൾ ഉണ്ട് എന്നതാണ് ഓർമ്മിക്കേണ്ടത്—എല്ലാവർക്കും വ്യക്തിപരമായ കഥകളും അനുഭവങ്ങളുമുണ്ട്, എല്ലാവർക്കും വിഷയങ്ങളെക്കുറിച്ച് അഭിപ്രായങ്ങളും നിലപാടുകളുമുണ്ട്, കൂടാതെ ഒരു വിഷയം മറ്റൊന്നുമായി എങ്ങനെ ബന്ധപ്പെട്ടിരിക്കുന്നു അല്ലെങ്കിൽ അനുസ്മരിപ്പിക്കുന്നു എന്ന് എല്ലാവർക്കും സങ്കൽപ്പിക്കുവാൻ കഴിയും. നമുക്ക് സംസാരിക്കുവാൻ ലഭ്യമായതിന്റെ വിശാലമായ വ്യാപ്തി തിരിച്ചറിയാത്ത മടിയന്മാരായ സംഭാഷണ ചതുരന്മാരാണ് നമ്മൾ എന്ന് മാത്രം.

മറുവശത്ത്, എസ്ബിആർ ഇതിന് സമാനമാണ്, പക്ഷേ എച്ച്പിഎം-നെ അപേക്ഷിച്ച് വേഗത്തിൽ ഉപയോഗി

ക്കുവാൻ എളുപ്പമാണ് എന്നതാണ് ഇതിന്റെ സവിശേഷത. ഇത് ബാഹ്യമാണ്, അതായത് ഏത് സംഭാഷണ വിഷയവും തുടരുവാൻ നിങ്ങൾക്ക് ആവശ്യമായതെല്ലാം നിങ്ങളുടെ മുന്നിൽ തന്നെയുണ്ട്.

എസ്ബിആർ

എസ്ബിആർ എന്നാൽ നിർദ്ദിഷ്ടം (Specific), വിശാലം (Broad), ബന്ധപ്പെട്ടത് (Related) എന്നിവയാണ് അർത്ഥമാക്കുന്നത്. നിങ്ങളിലേക്ക് നയിക്കുന്ന ഏത് പ്രസ്താവനയ്ക്കും ചോദ്യത്തിനും, നിങ്ങൾക്ക് ഇത്തരത്തിലുള്ള പ്രസ്താവനകളിൽ ഒന്നുകൊണ്ട് മറുപടി നൽകാം.

നിങ്ങൾ സംസാരിക്കുന്ന വിഷയത്തെക്കുറിച്ച് ലക്ഷ്യ ബോധമുള്ള ചോദ്യങ്ങൾ ചോദിക്കുന്നതാണ് നിർദ്ദിഷ്ടം. ഇത്തരത്തിലുള്ള പ്രതികരണം, സംഭാഷണം മുന്നോട്ട് കൊണ്ടുപോകുവാനോ സൂക്ഷ്മമായ വിശദാംശങ്ങൾ പുറ ത്തെടുത്ത് കൂടുതൽ ആഴത്തിൽ കൊണ്ടുപോകുവാനോ നിങ്ങളെ അനുവദിക്കുന്നു. ചർച്ച ചെയ്യപ്പെടുന്ന കാര്യങ്ങ ളുടെ നിസ്സാരതയിലേക്ക് കടക്കാൻ നിങ്ങൾ ആഗ്രഹിക്കുന്നു വെന്ന് കരുതുക. നമ്മൾ മുമ്പ് ഉപയോഗിച്ച സ്കീയിംഗ് കഥ ഉദാഹരണമായെടുക്കാം :

- നിങ്ങൾ ഏതൊക്കെ തരം മലഞ്ചെരിവുകളിലൂടെയാണ് ഇറങ്ങിപ്പോയത്?
- മഞ്ഞ് എങ്ങനെയുണ്ടായിരുന്നു?
- അടുത്തിടെ നിങ്ങൾ എത്ര തവണ സ്കീയിംഗ് ചെയ്തു?

ഒരു വിഷയത്തെക്കുറിച്ച് വിശാലമായ ചോദ്യങ്ങൾ ചോദി ക്കുക എന്നത് തന്നെയാണ് വിശാലം എന്നതുകൊണ്ട് ഉദ്ദേശിക്കുന്നത്. ഇവ സന്ദർഭം സൃഷ്ടിക്കുകയും ഉപവിഷയ ങ്ങളിലേക്ക് മികച്ച ഒരു വഴികാട്ടിയായി വർത്തിക്കുകയും ചെയ്യുന്നു. പ്രധാന വിഷയത്തിൽ നിന്ന് ഒരു ഉപവിഷയ ത്തിലേക്കും പൂർണ്ണമായും പുതിയൊരു വിഷയത്തിലേക്കും

സംഭാഷണം സുഗമമായി മുന്നോട്ട് പോകാൻ ഇത് നിങ്ങളെ പ്രാപ്തമാക്കുന്നു. പശ്ചാത്തലവും പൊതുവായ ഭൂപ്രകൃതിയും ഇവിടെ നിന്ന് മനസ്സിലാക്കുക.

- ഇത് എവിടെയായിരുന്നു?
- നിങ്ങൾ ആരുടെ കൂടെയാണ് പോയത്?
- ഇത് എപ്പോഴായിരുന്നു?
- നിങ്ങൾ എങ്ങനെയാണ് അവിടേക്ക് യാത്ര ചെയ്തത്?

അവസാനമായി, ബന്ധപ്പെട്ടത് എന്നത് നിങ്ങളുടെ സംഭാഷണ വിഷയവുമായി നേരിട്ടോ വിശാലമായോ ബന്ധപ്പെട്ട ഒരു കാര്യത്തെക്കുറിച്ച് ചോദിക്കുന്നതിനെയാണ് സൂചിപ്പിക്കുന്നത്. "ബന്ധപ്പെട്ടത്" എന്നതിന്റെ ഏറ്റവും വലിയ കാര്യം, മൊത്തത്തിലുള്ള വിഷയവുമായി ബന്ധപ്പെട്ട വിഷയങ്ങൾ പര്യവേക്ഷണം ചെയ്യാൻ ഇത് നിങ്ങളെ അനുവദിക്കുന്നു എന്നതാണ്.

- പുറത്ത് മഞ്ഞു പെയ്യുന്നത് എനിക്ക് ഇഷ്ടമാണ്.
- വാരാന്ത്യ യാത്രകൾ നടത്താൻ ഞാൻ ഇഷ്ടപ്പെടുന്നു.
- കഴിയുന്നത്ര ശാരീരികമായി സജീവമാകുന്നത് നല്ലതല്ലേ?

എസ്ബിആർ സംഭാഷണ തന്ത്രത്തിന്റെ ഏകീകൃത സ്വഭാവം, അത് പ്രധാനമായും നിങ്ങൾ സംസാരിക്കുന്ന വിഷയങ്ങളിൽ ശ്രദ്ധ കേന്ദ്രീകരിക്കുന്നു എന്നതാണ്. അതായത്, നിങ്ങളുടെ മുന്നിലുള്ള കൃത്യമായ വിഷയം നിങ്ങൾ എടുക്കുകയും അതിലേക്ക് കൂടുതൽ ആഴത്തിൽ സഞ്ചരിക്കുകയും, അടിസ്ഥാനപരമായി മറ്റേ വ്യക്തി നിങ്ങളെ ചോദ്യങ്ങളിലൂടെ നയിക്കുവാൻ അനുവദിക്കുകയും ചെയ്യുന്നു.

അപ്പോൾ അത് വളരെ നേരിട്ടുള്ളതും ലളിതവുമായ ഒരു നിയമസംഹിതയായിരുന്നു, അല്ലേ? ഇപ്പോൾ നിങ്ങൾക്ക് ഏത് സാഹചര്യത്തിലും പ്രവേശിക്കുവാൻ കഴിയുന്ന ആറ് പ്രതികരണങ്ങളുണ്ട്, ഏതാണ്ട് നിങ്ങൾ ക്യൂ കാർഡുകൾ

(ഒരു ടെലിവിഷൻ പ്രക്ഷേപകന് വായിക്കാൻ വേണ്ടി ക്യാമറ യുടെ അരികിൽ പിടിച്ചിരിക്കുന്ന ഒരു കാർഡ്) വായിച്ചു നോക്കുന്നതുപോലെ, "ഓ,... തത്ത്വചിന്ത... ശരി, എനിക്ക് അതിനെക്കുറിച്ച് തോന്നുന്നത് ഇങ്ങനെയാണ്..." എന്ന് പറയാൻ കഴിയും.

അവസാനത്തേതിലേക്ക്: ഇഡിആർ. ഇവിടെ, ഒൻപത് ചട്ടക്കൂടുകളിൽ അവസാനത്തെ മൂന്നെണ്ണം ഉപയോഗിച്ച്, "ഹേയ്, നിങ്ങളുടെ വാരാന്ത്യം എങ്ങനെയുണ്ടായിരുന്നു?" എന്നതിൽ ആരംഭിച്ച് അവസാനിക്കുമായിരുന്ന ഒരു സംഭാഷണത്തിലേക്ക് നിങ്ങൾ വളരെയധികം ഇടപെടൽ, വ്യക്തിഗതമാക്കൽ, ആഴം, ഗൂഢാലോചന എന്നിവ ചേർക്കുന്നു.

ഇഡിആർ

നിങ്ങൾക്ക് എന്തിനും ഉത്തരം നൽകാൻ സഹായിക്കുന്ന, ഒമ്പത് ചട്ടക്കൂടുകളുടെ അവസാന ഭാഗമാണ് ഇഡിആർ. ഇത് എച്ച്പിഎം, എസ്ബിആർ എന്നിവയെ മറികടക്കുന്നു —നിങ്ങളുടെ മുന്നിലുള്ളത് നിങ്ങൾക്ക് ഉപയോഗിക്കാം, പക്ഷേ നിങ്ങൾ ആന്തരികമായി കാര്യങ്ങൾ വിശകലനം ചെയ്യുകയും നിങ്ങളുടെ സ്വന്തം ചിന്തകളെയും അഭിപ്രായ ങ്ങളെയും കുറിച്ച് സംസാരിക്കുകയും ചെയ്താൽ അത് കൂടുതൽ മികച്ചതായിരിക്കും.

ഇഡിആർ എന്നാൽ വികാരം (Emotion), വിശദാംശങ്ങൾ (Details), പുനഃസ്ഥാപനങ്ങൾ (Restatements) എന്നിവയെ സൂചിപ്പിക്കുന്നു.

സംഭാഷണത്തിൽ നടത്തിയ ഒരു പ്രസ്താവനയോട് പ്രതികരിക്കുമ്പോൾ, നിങ്ങൾ മറ്റൊരാളുടെ വികാരത്തെയോ വൈകാരികാവസ്ഥയെയോ പ്രസ്താവിക്കുന്നു എന്നാണ് ഇ (Emotion) എന്നതിന്റെ അർത്ഥം.

നിങ്ങളുടെ പങ്കാളിയുടെ വൈകാരിക പ്രതികരണം എന്തായിരിക്കുമെന്ന് നിങ്ങൾ വിശ്വസിക്കുന്നു എന്നാണ് നിങ്ങൾ പരാമർശിക്കുന്നത്. ഉദാഹരണത്തിന്, "നിങ്ങൾ

അതിൽ ശരിക്കും ആവേശത്തിലാണെന്ന് തോന്നുന്നു." മറ്റേ വ്യക്തിയുടെ വൈകാരികാവസ്ഥ എന്താണെന്ന് നിങ്ങൾക്ക് 100 ശതമാനം വ്യക്തമല്ലെങ്കിൽ പോലും, നിങ്ങൾ ശരിയാണോ അല്ലയോ എന്ന് കാണാൻ ഒരു അനുമാനത്തെ സംഗ്രഹിച്ചുകൊണ്ട് നിങ്ങൾക്ക് ഒരു പ്രസ്താവന നടത്താം. നിങ്ങൾ പറയുന്നത് ശരിയാകണമെന്നില്ല; നിങ്ങൾ ശരിയാണെങ്കിലും അല്ലെങ്കിലും, അവർ നിങ്ങളെ തിരുത്തുകയും അവരുടെ യഥാർത്ഥ വികാരങ്ങൾ യാന്ത്രികമായി വിശദീകരിക്കുകയും ചെയ്യും എന്നതാണ് കാര്യം.

"കഴിഞ്ഞ വാരാന്ത്യത്തിൽ ഞാൻ സ്കീയിംഗിന് പോയി!"

"നിങ്ങൾ അതിനെക്കുറിച്ച് ശരിക്കും ആവേശഭരിതനാണെന്ന് തോന്നുന്നു."

നിങ്ങൾ തെറ്റാണെങ്കിൽ... "യഥാർത്ഥത്തിൽ, അല്ല. കാരണം ഇതാണ്..."

നിങ്ങൾ പറഞ്ഞത് ശരിയാണെങ്കിൽ... "ശരിക്കും, മലഞ്ചെരുവുകളിൽ സമയം ചിലവഴിക്കുന്നത് വളരെ ആവേശകരമാണ്."

മറ്റുള്ളവരുടെ വികാരങ്ങളെക്കുറിച്ച് സംസാരിക്കുവാൻ ആഗ്രഹിക്കുന്ന, വളരെ തുറന്ന മനസ്സുള്ള ഒരു കൗൺസിലറാണ് നിങ്ങളെന്ന് കരുതുക. ഒരാൾ തന്റെ വികാരങ്ങൾ പ്രകടിപ്പിക്കുമ്പോൾ, നിങ്ങൾ അവരുമായി വളരെ ഇണങ്ങിച്ചേരുകയും അവരുടെ ക്ഷേമത്തിൽ ഏർപ്പെടുകയും ചെയ്യുന്നതായി അവർക്കനുഭവപ്പെടുന്നു.

നിങ്ങളുടേതിന് പകരം, നിങ്ങൾ മറ്റുള്ളവരുടെ വികാരങ്ങളെക്കുറിച്ച് സംസാരിക്കുന്നു എന്നതാണ്, ഈ സമീപനത്തെ ഫലപ്രദമാക്കുന്നത്.

നമ്മൾ മനസ്സിലാക്കിയതുപോലെ, ആളുകൾ ശ്രദ്ധാകേന്ദ്രമാകാൻ ഇഷ്ടപ്പെടുന്നു. നിങ്ങൾ അവർക്ക് കൂടുതൽ ശ്രദ്ധ നൽകുംതോറും അവർ കൂടുതൽ തുറന്ന് സംസാരിക്കുവാൻ സാധ്യതയുണ്ട്. ഇ-യിൽ, നിങ്ങൾ അവരെ ശ്രദ്ധാകേന്ദ്രമാക്കുവാനും അവരുടെ വികാരങ്ങൾ പ്രകടിപ്പിക്കുവാനും അനുവദിക്കുന്നു. ഇത് ആളുകൾ വിലമതിക്കുന്നു, കാരണം

മിക്ക ആളുകളും തങ്ങൾ പ്രാധാന്യമുള്ളവരാണെന്ന് തോന്നാൻ ഇഷ്ടപ്പെടുന്നു, മാത്രമല്ല അവർക്ക് അങ്ങനെ തോന്നാൻ പലപ്പോഴും അവസരം ലഭിക്കുന്നില്ല.

ഒരു വിഷയത്തോട് പ്രതികരിക്കുമ്പോൾ, വിശദാംശങ്ങൾ ചോദിച്ചുകൊണ്ടും അവ നിങ്ങൾ സംസാരിക്കുന്ന വ്യക്തിയുമായി എങ്ങനെ ബന്ധപ്പെട്ടിരിക്കുന്നു എന്നതിനെക്കുറിച്ചും ചോദിക്കുന്നതാണ് ഡി (Detail) എന്നതിന്റെ അർത്ഥം. ഇത് എസ്ബിആർ-ലെ എസ്-ന് സമാനമാണ്.

നിങ്ങൾക്ക് വിശദാംശങ്ങൾ ലഭിക്കുകയും നിങ്ങൾ സംസാരിക്കുന്ന വ്യക്തിയെ അവ എങ്ങനെ സ്വാധീനിക്കുന്നു എന്നതിന്റെ ഒരു അവലോകനം ലഭിക്കുകയും ചെയ്യും. ഉദാഹരണത്തിന്, പ്രധാന പത്രപ്രവർത്തന "5 ഡബ്ല്യൂ (5 Ws – Who, What, Where, When, and Why)" (ആര്, എന്ത്, എവിടെ, എപ്പോൾ, എന്തുകൊണ്ട്) ഇവിടെ മികച്ച രീതിയിൽ പ്രവർത്തിക്കുന്നു. നിങ്ങൾ സംസാരിക്കുന്ന വ്യക്തിയുമായി വ്യത്യസ്ത വിശദാംശങ്ങൾ ബന്ധിപ്പിക്കുവാൻ നിങ്ങളെ അനുവദിക്കുന്നതിനാൽ 5 ഡബ്ല്യൂ വളരെ നന്നായി പ്രവർത്തിക്കുന്നു. ഒരു നിഗൂഢത പരിഹരിക്കുന്നതിന് വ്യത്യസ്ത സൂചനകളിലൂടെ അരിച്ചുപെറുക്കുന്ന ഒരു ഡിറ്റക്ടീവായി നിങ്ങളെത്തന്നെ സങ്കൽപ്പിക്കുക.

ഉദാഹരണത്തിന്, "നിങ്ങൾ എപ്പോഴാണ് അങ്ങനെ ചെയ്യാൻ തുടങ്ങിയത്?" "അത് നിങ്ങൾക്ക് എങ്ങനെ അനുഭവപ്പെട്ടു?" തുടങ്ങിയവ.

ആർ (Restatements, പുനഃപ്രസ്താവനകൾ) എന്നാൽ മറ്റേയാൾ പറഞ്ഞത് ആവർത്തിക്കുകയോ സംഗ്രഹിക്കുകയോ ചെയ്ത് അവരിലേക്ക് തിരിച്ചു നൽകുക എന്നാണ് അർത്ഥമാക്കുന്നത്.

ഇത് വളരെ ഫലപ്രദമാണ്, കാരണം നിങ്ങൾ സംസാരിക്കുന്ന വ്യക്തിക്ക് നിങ്ങൾ അവരെ ശ്രദ്ധിക്കുന്നുണ്ടെന്ന് വ്യക്തമായി അറിയിക്കുവാൻ ഇത് സഹായിക്കും. നിങ്ങൾ വളരെയധികം ശ്രദ്ധ ചെലുത്തുന്നതിനാൽ അവരുടെ വാക്കുകൾ നിങ്ങളിൽ നിന്നും കൈവിട്ടു പോവുകയുമില്ല!

മുകളിൽ ഞാൻ സൂചിപ്പിച്ചതുപോലെ, ആളുകൾ തങ്ങൾ പ്രാധാന്യമുള്ളവരാണെന്ന് തോന്നാൻ ഇഷ്ടപ്പെടുന്നു. ആ വിലമതിപ്പ് പ്രകടിപ്പിക്കുവാൻ, അവർ പറയുന്നത് നിങ്ങൾ ശ്രദ്ധിച്ചു കേട്ടുവെന്നും, മാത്രമല്ല, അവർ എന്താണ് പറഞ്ഞതെന്ന് നിങ്ങൾക്ക് മനസ്സിലായെന്ന് ഉറപ്പാക്കണമെന്നും വ്യക്തമായി പറയുന്നതിനേക്കാൾ നല്ല മാർഗ്ഗം എന്താണ്?

അവർ പറയുന്നത് നിങ്ങൾ വീണ്ടും പറയുമ്പോൾ, നിങ്ങൾ അടിസ്ഥാനപരമായി അവരെ രണ്ടുതവണ സാധൂകരിക്കുകയാണ്. ഒന്നാമതായി, അവർ പറഞ്ഞത് സംഗ്രഹിക്കുന്ന ലളിതമായ പ്രവൃത്തി അവരെ സാധൂകരിക്കുന്നു. നിങ്ങൾ അവരെ ശ്രദ്ധിച്ചുകൊണ്ടിരുന്നുവെന്ന് അത് അവരെ അറിയിക്കുന്നു. അതിനുപുറമെ, നിങ്ങൾ അവരെ ശരിയായി മനസ്സിലാക്കിയിട്ടുണ്ടോ എന്ന് കാണാൻ അവരുടെ അനുവാദമോ സ്ഥിരീകരണമോ ചോദിക്കുന്നു. ഇത് മറ്റേ വ്യക്തിക്ക് വളരെയധികം ആശ്വാസവും അവരെ നിങ്ങൾ മനസ്സിലാക്കിയെന്ന തോന്നലും സൃഷ്ടിക്കുന്നു.

"കഴിഞ്ഞ വാരാന്ത്യത്തിൽ ഞാൻ മലകളിൽ സ്കീയിംഗിന് പോയി."

"അപ്പോൾ നിങ്ങൾ കഴിഞ്ഞ വാരാന്ത്യത്തിൽ *മലകളിൽ* സ്കീയിംഗിന് പോയോ?"

"അപ്പോൾ നിങ്ങൾ കഴിഞ്ഞ വാരാന്ത്യത്തിൽ മലകളിൽ *സ്കീയിംഗിന്* പോയോ?

"അപ്പോൾ നിങ്ങൾ *കഴിഞ്ഞ വാരാന്ത്യത്തിൽ* മലകളിൽ സ്കീയിംഗിന് പോയോ?"

നിങ്ങൾ കൂടുതലൊന്നും പറയാതെ തന്നെ അവരുടെ പ്രസ്താവനയെക്കുറിച്ച് വിശദീകരിക്കുവാൻ ഇത് അവരെ പ്രേരിപ്പിക്കുന്നു. നിങ്ങൾ ചെയ്തത് ഒരേ കാര്യം അവരോട് തിരിച്ചു പറയുക മാത്രമാണ്, അവർ പറഞ്ഞതിന്റെ ഒരു വശത്തെക്കുറിച്ച് നിങ്ങൾക്ക് ജിജ്ഞാസയുണ്ടെന്നും വ്യക്തത ആവശ്യമാണെന്നും സൂചിപ്പിക്കുന്നതിന് വ്യത്യസ്തമായ ഒരു വാക്കിൽ അല്പം ഊന്നൽ നൽകി. ഈ മൂന്ന്

പതിപ്പുകളും വ്യത്യസ്തമായ ഒരു പ്രസ്താവനയോ ചോദ്യമോ ആണ്, പക്ഷേ നിങ്ങൾ കൃത്യമായി അവരുടെ വാക്കുകൾ ഉപയോഗിക്കുന്നു.

ഒരു മനഃശാസ്ത്രജ്ഞൻ ഒരു രോഗിയെ കൂടുതൽ ആഴമേറിയതും വ്യക്തിപരവുമായ കണ്ടെത്തലുകൾക്കും ഉൾക്കാഴ്ചകൾക്കും പ്രേരിപ്പിക്കുന്നത് പോലെ ഇതിനെ ഒന്ന് സങ്കൽപ്പിച്ചു നോക്കൂ. എച്ച്പിഎം, എസ്ബിആർ എന്നിവയ്ക്ക് പുറമേ ഇഡിആർ ഉപയോഗിക്കുന്നതിലൂടെ, ഏതൊരു കാര്യത്തെക്കുറിച്ചും ആളുകളോട് പ്രതികരിക്കുവാൻ നിങ്ങൾക്ക് ഇപ്പോൾ ഒമ്പത് വഴികളുണ്ട്.

ഈ ഒമ്പത് കാര്യങ്ങളിൽ ഏതാണ് നിങ്ങൾക്ക് എളുപ്പവും സ്വാഭാവികവുമായി തോന്നുന്നത്, ഏതാണ് നിങ്ങൾക്ക് ബുദ്ധിമുട്ടായി തോന്നുന്നത്?

ശ്രദ്ധാപൂർവ്വം മാനസ്സിലാക്കുക, കാരണം മുമ്പ് സൂചിപ്പിച്ചതുപോലെ, ഇവയിൽ ചിലത് നിങ്ങളുടെ സ്വന്തം ചിന്തകളെയും ആന്തരികപ്രവർത്തനങ്ങളെയും കുറിച്ചാണ്, മറ്റുള്ളവ നിങ്ങളുടെയും മറ്റേ വ്യക്തിയുടെയും മുന്നിലുള്ള സാഹചര്യത്തെക്കുറിച്ചാണ്. അതിനാൽ നിങ്ങൾ ഒരു ദിശയിലേക്ക് വളരെയധികം ചായുകയാണെങ്കിൽ, നിങ്ങൾ ഒരു സംഭാഷണത്തിൽ നിങ്ങളുടെ ഗുണങ്ങളിൽ മാത്രം മതിമറക്കുന്നവൻ ആണെന്നോ അല്ലെങ്കിൽ ഒരു മൂല്യമോ സത്തയോ നൽകാത്ത ഒരാളാണെന്നോ അർത്ഥമാക്കാം.

അവയെ ഒന്നിച്ചുചേർക്കുക, ഈ ഒമ്പത് വിദ്യകൾ ഉപയോഗിച്ചാൽ നിങ്ങൾക്ക് സംസാരിക്കുവാൻ കാര്യങ്ങൾ ഒരിക്കലും തീർന്നുപോകില്ല.

പ്രധാന സൂചനകൾ :

- സംസാരിക്കുവാൻ ഒന്നുമില്ലെന്ന് തോന്നുമ്പോൾ, സംഭാഷണം, പ്രത്യേകിച്ച് ചെറിയ സംസാരം, സുഗമമായി ഒഴുകുന്നത് എങ്ങനെ നിലനിർത്തുവാൻ കഴിയും? നല്ല സുഹൃത്തുക്കളുമായി പോലും ചിലപ്പോൾ ഇത് ഒരു വെല്ലുവിളിയാണ്. മിക്കപ്പോഴും, ഈ സ്തംഭനാ

വസ്ഥ ഉണ്ടാകുന്നത് നിങ്ങൾ കൃത്യമായി അത് ചെയ്യാത്തതുകൊണ്ടാണ്—സ്തംഭനാവസ്ഥ—ഇരുവശത്തുമുള്ള ഇടപെടലിൽനിന്ന് ഒന്നും കൂട്ടിച്ചേർക്കുകയോ വേർതിരിച്ചെടുക്കുകയോ ചെയ്യുന്നില്ല. എന്നാൽ അത് മാറ്റാൻ നിങ്ങൾക്ക് നിരവധി മാർഗ്ഗങ്ങളുണ്ട്.

- ആദ്യം, ഒരു ചലനബോധം സൃഷ്ടിക്കുക. ഒരേ വിഷയത്തിലോ, വികാരത്തിലോ ദീർഘനേരം നിൽക്കുന്നത് വിരസതയും നേരിയ സമ്മർദ്ദവും സൃഷ്ടിക്കും. *നിങ്ങൾക്ക് അതിൽ നിന്ന് രക്ഷപ്പെടാൻ കഴിയാത്തത് എന്തുകൊണ്ട്?* തീർച്ചയായും, നിങ്ങൾ ഒരു സിനിമ കാണുകയും അതിൽ മുഴുവൻ സമയവും ആളുകൾ സംസാരിക്കുകയും ചെയ്യുന്നുവെങ്കിൽ, നല്ലത് ആ സിനിമ രസകരമാക്കാൻ *നന്നായി എഴുതിയതായിരിക്കും.* വിപരീതമായി, ജോസഫ് കാംബെല്ലിന്റെ നായകന്റെ യാത്ര ഒരാളുടെ അന്വേഷണം, വിജയം, തുടർന്നുള്ള പരിവർത്തനം എന്നിവയെ പിന്തുടരുന്ന ഒരു ക്ലാസിക് കഥയാണ്. ഭാഗ്യവശാൽ, ഒരു ഇടപെടലിൽ ചലനം സൃഷ്ടിക്കാൻ നിരവധി മാർഗ്ഗങ്ങളുണ്ട്, എന്നാൽ ഏറ്റവും ശക്തമായ ഭാഗം കാര്യങ്ങൾ ഏതെങ്കിലും വിധത്തിൽ നീങ്ങണമെന്ന് മനസ്സിലാക്കുക എന്നതാണ്.
- ചിലപ്പോൾ, ചലനം സൃഷ്ടിക്കേണ്ടത് നമ്മളാണെന്ന് നന്നായി അറിയാമായിരുന്നിട്ടും, നമുക്ക് അത് ചെയ്യാൻ കഴിയില്ല. ചിലപ്പോൾ നമ്മുടെ മനസ്സ് ശൂന്യമാകും. അടുത്ത രണ്ട് വിഭാഗങ്ങൾ ഇത് പ്രത്യേകമായി കൈകാര്യം ചെയ്യുന്നു—നിങ്ങൾക്ക് എങ്ങനെ വേഗത്തിൽ ചിന്തിക്കുവാൻ കഴിയും? ഇതിന് പരിശീലനം ആവശ്യമാണ്; സ്ഥിരമായി അത് കൈകാര്യം ചെയ്യുന്ന ആർക്കും ഇത്രയും പെട്ടെന്നുള്ള ബുദ്ധി ജനിക്കുന്നില്ല. അപ്പോൾ നിങ്ങൾ അത് എങ്ങനെ പരിശീലിക്കും? സ്വതന്ത്ര സഹവാസത്തോടെ, ഒരു വാക്ക് എടുത്ത് അത് നിങ്ങളെ ഓർമ്മിപ്പിക്കുന്ന കുറച്ച് വാക്കുകളോ ആശയങ്ങളോ പട്ടികപ്പെടുത്തുക. നിങ്ങളുടെ തലച്ചോ

റിന്റെ പെട്ടെന്നുള്ള പ്രതികരണങ്ങളെ പരിശീലിപ്പിക്കുകയും നിങ്ങളുടെ കൈവശമുള്ള ഏതെങ്കിലും മാനസിക മുൻവിധികളെ തകർക്കുകയും ചെയ്യുക എന്നതാണ് പ്രധാന ഭാഗം. നിങ്ങൾക്ക് രണ്ട് വാക്കുകൾ തിരഞ്ഞെടുത്ത് അവയെ ഒരു ഹ്രസ്വ കഥയുമായി ബന്ധപ്പെടുത്താം, അല്ലെങ്കിൽ നിഘണ്ടുവിലെ ക്രമരഹിതമായ വാക്കുകളിലേക്ക് മറിച്ചിട്ട് ഒരു കഥ സൃഷ്ടിക്കുവാൻ അവ ഉപയോഗിക്കാം.

- അവസാനമായി, മറ്റെല്ലാം നിങ്ങളുടെ മനസ്സിൽ നിന്ന് മായുന്നുണ്ടെങ്കിൽ, പറയാൻ കാര്യങ്ങൾ പെട്ടെന്ന് തീർന്നുപോകാതിരിക്കാൻ നിങ്ങളെ സഹായിക്കുന്ന മൂന്ന്, അവിശ്വസനീയമാംവിധം സഹായകരമായ ചുരുക്കെഴുത്തുകൾ ഇവയാണ്: എച്ച്പിഎം, എസ്ബിആർ, ഇഡിആർ. എച്ച്പിഎം എന്നാൽ ചരിത്രം (വിഷയത്തെക്കുറിച്ചുള്ള നിങ്ങളുടെ വ്യക്തിപരമായ അനുഭവം), തത്ത്വശാസ്ത്രം (വിഷയത്തെക്കുറിച്ചുള്ള നിങ്ങളുടെ അഭിപ്രായം), രൂപകം (വിഷയം നിങ്ങളെ ചിന്തിപ്പിക്കുന്നത്) എന്നിവയാണ്. എസ്ബിആർ എന്നാൽ നിർദ്ദിഷ്ടം (വിഷയത്തെക്കുറിച്ചുള്ള കൂടുതൽ വിശദാംശങ്ങൾ), വിശാലമായത് (വിഷയത്തിന്റെ വിശാലമായ സന്ദർഭം), ബന്ധപ്പെട്ടത് (ബന്ധപ്പെട്ട വിഷയങ്ങൾ) എന്നിവയാണ്. ഇഡിആർ എന്നാൽ വികാരം (വിഷയം മറ്റേ വ്യക്തിയിൽ ഉണർത്തുന്ന വികാരങ്ങൾ), വിശദാംശം (വിഷയത്തെക്കുറിച്ചുള്ള കൂടുതൽ വിശദാംശങ്ങൾ), പുനഃസ്ഥാപനങ്ങൾ (കൂടുതൽ വിശദീകരണത്തിനായി വിഷയം പുനഃസ്ഥാപിക്കൽ) എന്നിവയാണ്.

അദ്ധ്യായം 5

കൂടുതൽ ആഴത്തിൽ പോകുക, മികച്ചതാക്കുക

പുസ്തകത്തിന്റെ ഈ ഘട്ടം വരെ, പ്രാരംഭ മതിപ്പുകൾ, കഥപറച്ചിൽ, ചെറിയ സംസാരം ഒഴിവാക്കുവാൻ നിങ്ങൾ സാധാരണയായി ആളുകളെ എങ്ങനെ സമീപിക്കണം എന്നതിനെക്കുറിച്ചെല്ലാം നമ്മൾ സംസാരിച്ചു.

ഒരാളുമായുള്ള അടുപ്പത്തിന്റെ അടുത്ത തലത്തിലേക്ക് എങ്ങനെ എത്തിച്ചേരാം എന്നതിനെക്കുറിച്ച് ഇപ്പോൾ കുറച്ചു കൂടി ശ്രദ്ധ കേന്ദ്രീകരിക്കാം. നിങ്ങൾ സങ്കൽപ്പിക്കുന്നത്ര ബുദ്ധിമുട്ടുള്ള കാര്യമല്ല ഇത്, പക്ഷേ നിലവിൽ നിങ്ങൾ ആളുകളുമായി ഇടപഴകുന്ന രീതിയിൽ ചില മാറ്റങ്ങൾ ആവശ്യമായി വന്നേക്കാം. ഒരാളുടെ നന്മകൾ എങ്ങനെ മനസ്സിലാക്കാം എന്നതിനെക്കുറിച്ചുള്ള ഒരു അദ്ധ്യായമാണിത്. ആദ്യം നമ്മൾ അഭിനന്ദനങ്ങൾ, കൂടുതൽ വ്യക്തമായ ഒരു രീതി എന്നിവയെക്കുറിച്ച് സംസാരിക്കും, മറ്റ് വിഭാഗങ്ങൾ ആശ്വാസം, സുരക്ഷ, എളുപ്പം എന്നിവ നൽകുന്നതിനെക്കുറിച്ചാണ് സംസാരിക്കുന്നത്. ഇതിൽ ചിലത് ലളിതമോ വ്യക്തമോ ആയി തോന്നിയേക്കാം.

പക്ഷേ നമ്മളിൽ മിക്കവരും ഇത് ഇപ്പോഴും നല്ല രീതിയിൽ ഉപയോഗിക്കുന്നില്ല!

പുസ്തകത്തിലെ ഏറ്റവും പഴയ തന്ത്രം

തീർച്ചയായും ഒരാളുടെ നല്ല ഗുണങ്ങൾ ആസ്വദിക്കുവാനുള്ള ഏറ്റവും എളുപ്പ മാർഗ്ഗങ്ങളിലൊന്ന് വേഗത്തിലും സ്വതന്ത്രമായും അവരെ അഭിനന്ദിക്കുക എന്നതാണ്. മുഖസ്തുതിക്കും ആളുകളെ പുഞ്ചിരിയോടെ പ്രകാശിപ്പിക്കുന്നതിനും അടിസ്ഥാനപരമായി ഇതൊരു നല്ല മാർഗ്ഗമാണ്. ഒന്ന് ആലോചിച്ചു നോക്കിയാൽ, ദിവസം മുഴുവൻ ആളുകളെക്കുറിച്ച് നിങ്ങൾക്ക് നല്ല ചിന്തകൾ ഉണ്ടാകുവാൻ സാധ്യതയുണ്ട്, അതിനാൽ അവർക്കുവേണ്ടി തുറന്നു സംസാരിക്കാതിരിക്കുവാൻ ഒരു കാരണവുമില്ല. നമ്മൾ ഇഷ്ടപ്പെടുന്നതിനേക്കാൾ കൂടുതൽ പരിഹാസ്യമായ വശങ്ങളിൽ ശ്രദ്ധ കേന്ദ്രീകരിക്കുവാൻ നാം പ്രവണത കാണിക്കുന്നു.

അഭിനന്ദനങ്ങളുടെ ലോകത്ത്, രണ്ട് തലങ്ങൾ തമ്മിൽ വേർതിരിച്ചു പറയുവാൻ ഞാൻ ആഗ്രഹിക്കുന്നു. ആദ്യ തലം എളുപ്പമുള്ളതാണ്—മനോഹരമായ കണ്ണുകളുള്ള ഒരാൾക്ക് അതിനെക്കുറിച്ച് കേൾക്കുവാൻ കഴിയുന്നതും എന്നാൽ അത് സ്വാധീനിക്കപ്പെടുന്നതും വളരെ കുറച്ച് തവണ മാത്രമാണ്. ഈ തലത്തിലാണ് മിക്ക ആളുകളും കുടുങ്ങിക്കിടക്കുന്നത്. ആഴത്തിലുള്ള പ്രസ്താവനകളെക്കാൾ ലളിതമായ നിരീക്ഷണങ്ങളാകാനാണ് സാധ്യത. രണ്ട് തരത്തിലുള്ള അഭിനന്ദനങ്ങൾ തമ്മിലുള്ള വ്യത്യാസം നിങ്ങൾക്ക് മനസ്സിലാക്കുന്നത് അവ ഒരു വ്യക്തിയിൽ ചെലുത്തുന്ന സ്വാധീനത്തിലൂടെയാണ്. കണ്ണുകൾ മികച്ചതാണ്—പക്ഷേ അത് ചൂണ്ടിക്കാണിക്കുന്നത് വളരെ ആഴമില്ലാത്ത കാര്യമാണ്. നിങ്ങൾക്ക് മനോഹരമായ കണ്ണുകളുണ്ടെന്നും അത് മറ്റുള്ളവർ നിരീക്ഷിക്കുന്നുവെന്നും നിങ്ങൾക്ക് കേൾക്കാൻ കഴിയുന്ന സമയങ്ങൾ വളരെ കുറവാണ്. കൂടുതൽ ചിന്താപൂർവ്വവും ബഹിർമാത്രസ്പർശിയല്ലാത്തതുമായ അഭിനന്ദനങ്ങൾ നിങ്ങൾ എങ്ങനെയാണ് നൽകുന്നത്?

രണ്ടാമത്തെ തലത്തിലുള്ള അഭിനന്ദനം ഉപരിതലത്തിന് താഴെയാണ്. പരമാവധി സ്വാധീനം ചെലുത്താൻ, രണ്ട്

കാര്യങ്ങൾക്ക് (വ്യക്തവും ഉപരിപ്ലവവുമായ കാര്യങ്ങൾക്ക് പുറമെ) ആളുകളെ അഭിനന്ദിക്കുക. (1) അവർക്ക് നിയന്ത്രണമുള്ള കാര്യങ്ങളിലും (2) അവർ ബോധപൂർവ്വം തിരഞ്ഞെടുത്ത കാര്യങ്ങളിലും ആളുകളെ അഭിനന്ദിക്കുക. രണ്ടും തമ്മിൽ കാര്യമായ വ്യാപനം ഉണ്ടാകാം.

ഉദാഹരണത്തിന്, കണ്ണുകളുടെ നിറത്തിൽ ആർക്കും നിയന്ത്രണമില്ല; അതിനാൽ, അത് അത്ര സ്വാധീനം ചെലുത്തുന്ന ഒരു അഭിനന്ദനമല്ല. എന്നിരുന്നാലും, ആരെങ്കിലും വളരെ ബോധപൂർവ്വം ഒരു പ്രത്യേക കേശാലങ്കാര ശൈലി ധരിച്ചിരിക്കാം, അവർക്ക് ഒരുങ്ങാൻ ഒരു മണിക്കൂർ സമയം എടുത്തിരിക്കാം. മറ്റ് ഉദാഹരണങ്ങളിൽ പ്രത്യേക ശീലങ്ങൾ, ആളുകൾ ഉപയോഗിക്കുന്ന വാക്കുകളും ശൈലികളും, വ്യത്യസ്തമായ പരിഷ്കാര രീതി, അതുല്യമായ ചിന്തകൾ തുടങ്ങിയവ ഉൾപ്പെടുന്നു.

എന്തുകൊണ്ടാണ് ഈ വശങ്ങൾ അഭിനന്ദനത്തിന് ഇത്രയധികം വ്യക്തിപരവും സ്വാധീനശക്തിയുള്ളതുമാകുന്നത്? കാരണം അവ ആ വ്യക്തിയുടെ ചിന്താ പ്രക്രിയകളെയും വ്യക്തിത്വത്തെയും പ്രതിഫലിപ്പിക്കുന്നു. ആളുകൾ സ്വയം പ്രതിനിധീകരിക്കാൻ ബോധപൂർവ്വം എടുക്കുന്ന തിരഞ്ഞെടുപ്പുകളാണിവ—അവരുടെ അഭിരുചികളും മൂല്യങ്ങളും. അവർ ഇത് മറ്റുള്ളവർക്കുവേണ്ടി ചെയ്യുന്നില്ല, മറിച്ച് അവരുടെ തീരുമാനങ്ങൾ പോസിറ്റീവായി വിലയിരുത്തപ്പെടുകയും അഭിനന്ദിക്കപ്പെടുകയും ചെയ്യുമെന്ന് അവർ പ്രതീക്ഷിക്കുന്നു. ഒരു കാര്യം കൂടുതൽ അതിരുകടന്നതാണെങ്കിൽ, നല്ല സ്ഥിരീകരണം കൂടുതൽ മൂല്യവത്താണ്. അതിനാൽ, ഒരാളുടെ തിരഞ്ഞെടുപ്പുകളെയും ചിന്തകളെയും നിങ്ങൾ അഭിനന്ദിക്കുമ്പോൾ, നിങ്ങൾ അവരെ ഏറ്റവും ഉയർന്ന അളവിൽ സാധൂകരിക്കുന്നു. അവരോട് നിങ്ങൾ യോജിക്കുന്നുവെന്ന് പറയുമ്പോൾ, എല്ലാം വിലമതിക്കുന്നതാകുന്നു, അവർ ശരിയായ തിരഞ്ഞെടുപ്പ് നടത്തി!

ഒരു വ്യക്തിയുടെ കണ്ണുകളുടെ നിറം പോലുള്ള നിയന്ത്രണമില്ലാത്ത കാര്യത്തിന് അഭിനന്ദനം നൽകുന്നത്

"ഹേയ്, നിങ്ങളുടെ കണ്ണുകളിലൂടെ ജനിതക ലോട്ടറി നേടിയതിന് അഭിനന്ദനങ്ങൾ!" എന്നതല്ലാതെ മറ്റൊന്നു മല്ലെന്ന് നിങ്ങൾക്ക് കാണാൻ കഴിയും. ഇപ്പോൾ, ഈ വ്യക്തി നിറമുള്ള കോണ്ടാക്ട് ലെൻസുകൾ ധരിച്ചിരുന്നെങ്കിൽ, അത് കൂടുതൽ മികച്ച അഭിനന്ദനമായിരിക്കാം, കാരണം അത് അവരുടെ യഥാർത്ഥ കണ്ണുകളുടെ നിറം മാറ്റാൻ അവർ എടുത്ത ഒരു തിരഞ്ഞെടുപ്പാണ്.

നിങ്ങളുടെ സംഭാഷണ പങ്കാളി ബോധപൂർവ്വമെടുത്ത വിഷയങ്ങളെ അഭിനന്ദിക്കുക. ഇതിൽ ഒരു തിളക്കമുള്ള ഷർട്ട്, ഒരു നല്ല ഹാൻഡ്ബാഗ്, അസാധാരണമായ ഒരു കലാസൃഷ്ടി, അല്ലെങ്കിൽ ഒരു വിന്റേജ് കാർ എന്നിവ ഉൾപ്പെടാം. ഈ കാര്യങ്ങൾ അസാധാരണവും അപൂർവ്വമായ തുമാണ്, കൂടാതെ മാനദണ്ഡത്തിൽ നിന്ന് ബോധപൂർവ്വമായ വ്യതിയാനത്തെ പ്രതിഫലിപ്പിക്കുന്നു. ഒരാളുടെ വ്യക്തിത്വം, അവർ ഹവായിയൻ ഷർട്ടുകൾ ധരിക്കാൻ തിരഞ്ഞെടുക്കുന്നു എന്ന വസ്തുതയിൽ ആഴത്തിൽ വേരൂന്നിയതാണോ എന്ന് നിങ്ങൾക്ക് ഒരിക്കലും അറിയില്ല. ഒരാൾ വ്യക്തമായ ഉദ്ദേശ്യത്തോടെ തിരഞ്ഞെടുത്ത ഒരു കാര്യത്തെ പ്രശംസിക്കുന്നതിലൂടെ, അവർ സ്വയം നടത്തിയ പ്രസ്താവനയെ നിങ്ങൾ അംഗീകരിക്കുകയും സാധൂകരിക്കുകയും ചെയ്യുന്നു.

ആളുകളുടെ പെരുമാറ്റം, ചില ആശയങ്ങൾ എങ്ങനെ രൂപപ്പെടുത്തുന്നു, അഭിപ്രായങ്ങൾ, ലോകവീക്ഷണം, കാഴ്ചപ്പാട് എന്നിവയാണ് അവരുടെ വ്യക്തിപരമായ തിരഞ്ഞെടുപ്പുകളായി നിങ്ങൾക്ക് അഭിനന്ദിക്കുവാൻ കഴിയുന്ന മറ്റ് കാര്യങ്ങൾ.

എല്ലാറ്റിനുമുപരി, അഭിനന്ദനങ്ങൾ മനുഷ്യരുടെ ഏറ്റവും അടിസ്ഥാനപരമായ ഒരു ബലഹീനതയെ ഉത്തേജിപ്പിക്കുന്നു : മറ്റുള്ളവരുടെ ശ്രദ്ധയ്ക്കായി നാം ദാഹിക്കുന്നു. മറ്റുള്ളവരുടെ ശ്രദ്ധാകേന്ദ്രത്തിൽ വരാനും അർഹതയുണ്ടെന്ന് നമുക്ക് തോന്നുന്ന ശ്രദ്ധ ലഭിക്കുവാനും നമ്മൾ ഇഷ്ടപ്പെടുന്നു. ആളുകൾക്ക്, പ്രത്യേകിച്ച് പുരുഷന്മാർക്ക്, ദിവസേന അത്രയധികം പ്രശംസ ലഭിക്കുന്നില്ല.

ഒരു യഥാർത്ഥ അഭിനന്ദനത്തെ ഒരു ചെറിയ മടി കൂടാതെ എങ്ങനെ സ്വീകരിക്കണമെന്ന് മിക്ക ആളുകൾക്കും അറിയാത്തതിനാൽ നമുക്ക് ഇത് എളുപ്പത്തിൽ കാണുവാൻ കഴിയും. നിങ്ങൾ നൽകുന്ന അഭിനന്ദനങ്ങളെക്കുറിച്ച് ആളുകൾ മടി കാണിക്കുന്നത് കാണുന്നത് ഒരു ലക്ഷ്യമാക്കുക—അതായത് അവർക്ക് അധികം ലഭിക്കാത്തതിനാൽ അത് അവരെ കൂടുതൽ സ്വാധീനിക്കുന്നു, മാത്രമല്ല അത് നിങ്ങളുടെ ബന്ധത്തിൽ കൂടുതൽ സ്വാധീനം ചെലുത്തുകയും ചെയ്യും.

ബന്ധപ്പെട്ട ഒരു വിഷയത്തിൽ, ആളുകളുടെ വിചിത്രതകൾ ശ്രദ്ധിക്കുകയും ചൂണ്ടിക്കാണിക്കുകയും ആഘോഷിക്കുകയും ചെയ്യുന്നത് ഒരു ശീലമാക്കുവാൻ ശ്രമിക്കുക. ഓരോരുത്തർക്കും അവരുടേതായ മാനസിക, വൈകാരിക അല്ലെങ്കിൽ ശാരീരിക സ്വഭാവവിശേഷങ്ങൾ ഉണ്ട്, അത് *അവരെ* അതുല്യരാക്കുന്നു, കൂടാതെ ഇവയ്ക്ക് പരിധിയില്ലാത്ത രൂപങ്ങളുണ്ടാകാം.

ഈ വിചിത്രതകൾ ആളുകൾ മറ്റുള്ളവരിൽ നിന്ന് മറച്ചുവെക്കാനും മൂടിവയ്ക്കുവാനും ആഗ്രഹിക്കുന്ന കാര്യങ്ങളാണെന്ന് നിങ്ങൾ കരുതിയേക്കാം. എന്നാൽ ഇതാ ഒരത്ഭുതം : നിങ്ങൾ അവരെ ശ്രദ്ധിക്കുകയും ചൂണ്ടിക്കാണിക്കുകയും ആഘോഷിക്കുകയും ചെയ്യുമ്പോൾ, അവർ നിങ്ങളെ സ്നേഹിക്കും. സംഭാഷണത്തിന്റെ പശ്ചാത്തലത്തിൽ, അത് അവരുടെ പെരുമാറ്റ രീതികൾ, ചലനങ്ങൾ, ആംഗ്യങ്ങൾ, ശരീരഭാഷ, പദാവലി, അതുല്യമായ പദപ്രയോഗം, അല്ലെങ്കിൽ അവർ കാലുകൾ വയ്ക്കുന്ന രീതി എന്നിവ പോലുള്ള കാര്യങ്ങളായിരിക്കും. മറ്റ് നിരവധി സാധ്യതകളുണ്ട്. നിങ്ങൾ അത് ഒരു സവിശേഷവും നല്ലതും ആകർഷകവുമായ വെളിച്ചത്തിൽ രൂപപ്പെടുത്തുന്നുവെന്ന് ഉറപ്പാക്കേണ്ടതുണ്ട്.

ഉദാഹരണത്തിന്, ഓരോരുത്തരും മറ്റുള്ളവരോട് സംസാരിക്കുമ്പോൾ, പ്രധാനമായും ഉപബോധമനസ്സോടെ, വ്യത്യസ്തമായ ശാരീരിക രീതികളിൽ ഏർപ്പെടുന്നു. സംഭാഷണത്തിനിടയിൽ ഇത് ഒരു ശാരീരിക രീതിയല്ലെങ്കിൽ, എല്ലാ

വർക്കും അവർ മനസ്സിലാക്കുന്നതും അവരുടെ ദിവസം ചെലവഴിക്കുന്നതും വ്യത്യസ്ത രീതികളിലാണ്. ചില ആളുകൾ ഓരോ വായ് നിറയെ ഭക്ഷണത്തിനും അമ്പത് തവണ ചവയ്ക്കും. മറ്റു ചിലർ വാതിലുകൾ തുറക്കുമ്പോൾ വാതിലിന്റെ പിടിയിൽ തൊടുന്നത് ഒഴിവാക്കും. ചിലർ വിനോദത്തിനായി നടപ്പാതയിലെ വിള്ളലുകളിൽ ചവിട്ടുന്നത് ഒഴിവാക്കിയേക്കാം.

കൊതുകിന്റെയോ മറ്റേതെങ്കിലും പാരിസ്ഥിതിക ഘടകത്തിന്റെയോ ഫലമല്ലെന്ന് ഉറപ്പാക്കാൻ, കുറച്ച് തവണയെങ്കിലും നിങ്ങൾ അതേ വിചിത്രത നിരീക്ഷിച്ചു കഴിഞ്ഞാൽ, അതിലേക്ക് ശ്രദ്ധ ആകർഷിക്കുക! മോശം രീതിയിലല്ല, മറിച്ച് നിരീക്ഷണത്തോടെ.

- ഹേയ്, അത് നിങ്ങളുടെ ഷൂസ് കെട്ടുന്നതിനുള്ള രസകരമായ ഒരു മാർഗ്ഗമാണ്...
- നിങ്ങൾ ജാറുകൾ പാറ്റേണുകളിലായി തിരിക്കുന്നത് ഞാൻ കാണുന്നു. അതിനെക്കുറിച്ച് എന്നോട് പറയൂ.
- "നിങ്ങൾക്ക് ഇടതു കൈയാണോ കൂടുതൽ ഇഷ്ടം? നമ്മൾ ഓരോ തവണ അകത്തു കടക്കുമ്പോഴും നിങ്ങൾ അത് അഞ്ച് തവണ ഒടിക്കും."
- നിങ്ങൾ അടുത്തിടെ *നൈൻറ്റീൻ എയ്റ്റി-ഫോർ* വായിച്ചിരുന്നോ? നിങ്ങൾ "ഗുഡ്പ്ലസ്" എന്ന വാക്ക് ധാരാളം ഉപയോഗിക്കുന്നു...

ഒരു പ്രത്യേകതരം വിചിത്രത ചൂണ്ടിക്കാണിക്കുമ്പോൾ നിങ്ങളുടെ ശബ്ദത്തിലോ ശരീരഭാഷയിലോ ഒരു വിമർശക സ്വഭാവവും ഉണ്ടാകാതിരിക്കാൻ ശ്രദ്ധിക്കുക. നിങ്ങൾ അവരെ കുറ്റപ്പെടുത്തുകയല്ല. അത് മോശം കാര്യമല്ല. മറ്റുള്ളവരാൽ ശ്രദ്ധിക്കപ്പെട്ടില്ലെന്ന് അവർ കരുതിയ, അവരുടെ വ്യക്തിപരമായ ഒരു കാര്യത്തിലേക്ക് നിങ്ങൾ വെളിച്ചം വീശുകയാണ്. പക്ഷേ നിങ്ങൾ ശ്രദ്ധിച്ചു. നിങ്ങൾ അങ്ങനെ ചെയ്തു എന്നത് അവരെ പ്രത്യേകമായി തോന്നിപ്പിക്കും,

കാരണം നിങ്ങൾ അവർക്ക് വളരെയധികം ശ്രദ്ധ നൽകിയിട്ടുണ്ട്. മുകളിലുള്ള ഉദാഹരണങ്ങൾ തുടരുകയാണെങ്കിൽ, പ്രതികരണം എന്തായിരിക്കുമെന്ന് നിങ്ങൾ കരുതുന്നു? സന്തോഷകരമായ ഒരു ഞെട്ടലും സ്വയം തുറന്നുപറയാനും നിങ്ങളോട് വിശദീകരിക്കാനുമുള്ള ഒരു നിർബന്ധവും ഉണ്ടാകാൻ സാധ്യതയുണ്ട്.

അടുത്തതായി, കുട്ടിക്കാലം മുതൽ സ്കൂളിൽ പഠിപ്പിക്കേണ്ട അടിസ്ഥാനപരമായ ഒന്നിലേക്ക് നമ്മൾ തിരിയുന്നു, എന്നിട്ടും....

സംസാരിക്കുന്നതിനേക്കാൾ കൂടുതൽ കേൾക്കുക

നിങ്ങൾക്ക് എപ്പോഴെങ്കിലും ഇങ്ങനെ സംഭവിച്ചിട്ടുണ്ടെങ്കിൽ നിങ്ങളുടെ കൈ ഉയർത്തുക : നിങ്ങൾ ഒരാളുമായി സംസാരിക്കുകയാണ്, നിങ്ങൾ സംസാരിച്ചു കഴിഞ്ഞയുടനെ, അവർ നിങ്ങൾ പറഞ്ഞതെല്ലാം അവഗണിച്ചു, അത് അംഗീകരിക്കുക പോലും ചെയ്തില്ല, പൂർണ്ണമായും ബന്ധമില്ലാത്ത ഒരു ചിന്തയിലോ സ്പർശനത്തിലോ സംഭാഷണം തുടർന്നു. നിങ്ങൾ പറഞ്ഞതിൽ നിന്ന് ഒരു വാക്കുപോലും അവർ കേട്ടില്ല, ഒരുപക്ഷേ അവർ കേട്ടില്ല എന്ന മട്ടിൽ പെരുമാറുന്നു.

ഒരു നാടക പ്രകടനത്തിനിടെ ഇത് സംഭവിക്കുന്നത് നിങ്ങൾക്ക് സങ്കൽപ്പിക്കുവാൻ കഴിയുമോ?

നടൻ #1 : "എനിക്ക് ഇപ്പോൾ ഇറച്ചിക്കടയിൽ പോകണം, അതിനാൽ നമുക്ക് ഇപ്പോൾതന്നെ ഇറങ്ങാം!"

നടൻ #2 : "ഈ മേശ ആകർഷകമാണ്. ഇത് ജർമ്മനിയിൽ നിർമ്മിച്ചതാണെന്ന് നിങ്ങൾക്ക് തോന്നുന്നുണ്ടോ?"

നടൻ #1 : "ഉം.... അപ്പോൾ ആ ഇറച്ചിക്കടയിലേക്ക് തിരികെ പോകാം...."

ഒന്നാം നടൻ ആശയക്കുഴപ്പത്തിലാകുകയും ബുദ്ധിമുട്ടി

ലാവുകയും ചെയ്യും. നിർഭാഗ്യവശാൽ, നമ്മൾ നമ്മളോട് തന്നെ സത്യസന്ധരാണെങ്കിൽ, ഇത്തരത്തിലുള്ള ഇടപെടൽ സാധാരണമാണ്, പലപ്പോഴും ഇത്തരത്തിൽ സംഭവിക്കാറുണ്ട്. നമ്മുടെ എല്ലാ നല്ല ഉദ്ദേശ്യങ്ങളോടും, നമ്മളുൾപ്പെടെ മിക്ക ആളുകളും മോശം ശ്രോതാക്കളാണ്, അത് നമ്മുടെ ബന്ധങ്ങളുടെ ഗുണനിലവാരത്തെ ബാധിക്കുന്നു. ആളുകൾ തങ്ങൾക്ക് പറയാനുള്ളത് പറയാൻ ആഗ്രഹിക്കുന്നു, മറ്റുള്ളവരെക്കാൾ സ്വന്തം ജീവിതത്തിൽ അവർക്ക് താൽപ്പര്യമുണ്ട്. മിക്കവർക്കും, അബോധാവസ്ഥയിൽ, *പങ്കിടൽ* എന്നാൽ ശ്രദ്ധിക്കലല്ല, കരുതലാണ്.

ഇത് സാധാരണ മനുഷ്യ സ്വഭാവമാണ്, പക്ഷേ അത് നമുക്ക് നല്ലതാണെന്ന് അർത്ഥമാക്കുന്നില്ല. അച്ചടക്കം, ഇച്ഛാശക്തി, മറ്റുള്ളവരിൽ ശ്രദ്ധ കേന്ദ്രീകരിക്കൽ തുടങ്ങിയ നല്ല ശീലങ്ങൾ നമ്മുടെ അന്തർലീനമായ സഹജാവബോധത്തിന് വിരുദ്ധമാണ്, അതിനാൽ ഇത് ചില പരാജയങ്ങൾക്ക് കാരണമായേക്കാം. സംഭാഷണം രണ്ട് വഴികളിലേക്കുള്ള ഒരു തെരുവാണ്, അത് സ്വയം സ്വീകരിക്കുന്നതിന് നിങ്ങൾ മറ്റേ വ്യക്തിക്ക് സംസാരിക്കാൻ ഇടം നൽകണം. നിർഭാഗ്യവശാൽ, പലരും (നിങ്ങൾ അങ്ങനെയല്ലെന്ന് പ്രതീക്ഷിക്കുന്നു) സംഭാഷണത്തെ ഒരു ചവറ്റുകൊട്ടയായി കാണുന്നു. ഇത് രണ്ട് വഴികളിൽ ഒന്നിൽ സംഭവിക്കും.

ആളുകൾ ഒന്നുകിൽ ഒരു നിശ്ചിത അജണ്ടയും സംഭാഷണ വിഷയങ്ങളുമായി വരും, അല്ലെങ്കിൽ അവർ സ്വന്തം ജീവിതത്തിൽ മുഴുകി, അവരെക്കുറിച്ച് മാത്രം പങ്കുവെക്കാൻ ആഗ്രഹിക്കുകയും നിങ്ങളുടെ കാര്യങ്ങളെക്കുറിച്ച് കേൾക്കാതിരിക്കുകയും ചെയ്യും. രണ്ട് സാഹചര്യങ്ങളിലും, അവർ വായ തുറക്കും, വിവരങ്ങൾ പുറത്തുവിടും, സ്വന്തം ശബ്ദങ്ങൾ മടുക്കുന്നതുവരെ നിർത്തുകയുമില്ല.

ഇത് ശ്രോതാവിന് എന്ത് വികാരമാണ് ഉണ്ടാക്കുന്നത്? ആളുകൾ മണ്ടന്മാരല്ല. നിങ്ങൾ ഇടപെടുകയും അവർക്ക് പറയാനുള്ളതിൽ താൽപ്പര്യം കാണിക്കുകയും ചെയ്യുമ്പോൾ ആളുകൾക്ക് അത് മനസ്സിലാക്കുവാൻ കഴിയും.

മറ്റേയാൾ തന്റെ ഊഴത്തിനായി കാത്തിരിക്കുകയാണെന്നും അവർക്ക് പറയാനുള്ളത് കേൾക്കാൻ താൽപ്പര്യമില്ലെന്നും അവർക്ക് വ്യക്തമായ ഒരു തോന്നൽ ലഭിക്കും. നിങ്ങളെ ശ്രദ്ധിക്കാൻ അവർ പരമാവധി ശ്രമിക്കുന്നുണ്ടെന്ന് അവർക്ക് അറിയാമെങ്കിലും, അവരുടെ ജീവിതം വളരെ ആകർഷകമാണെന്ന് അവർക്ക് തോന്നുന്നു, അതിനാൽ ആ വിഷയത്തിലേക്ക് മടങ്ങാതിരിക്കാൻ അവർക്ക് കഴിയില്ല.

ശ്രോതാക്കൾക്ക് ഈ സംഭാഷണത്തിൽ നിന്ന് വലിയ പ്രയോജനം ലഭിക്കുന്നില്ല, ചില സമയങ്ങളിൽ, ഒരാളെ ശ്രദ്ധിക്കുകയും നിങ്ങളുടെ നിർദ്ദേശങ്ങൾ അവഗണിക്കുകയും ചെയ്യുന്നത് ക്ലേശകരമായതും അരോചകവുമാണ്. ഒരു നാടക പ്രകടനത്തിൽ, രണ്ട് കക്ഷികളും ഒരുമിച്ച് പ്രവർത്തിക്കില്ല, ഒരാൾക്ക് മറ്റേയാളുടെ ഇഷ്ടാനിഷ്ടങ്ങൾ നിറവേറ്റേണ്ടി വരുന്നതിനാൽ രംഗം വേർപിരിയുന്നു.

നിശബ്ദത ഫലപ്രദമായ ഒരു ആശയവിനിമയ ഉപാധിയാണ്. നിങ്ങൾ കരുതുന്നതിലും കൂടുതൽ തവണ അത് ഉപയോഗിക്കുക. നിങ്ങൾ ഇടപഴകുന്ന ആരെങ്കിലും നിങ്ങളുടെ ചോദ്യങ്ങൾക്ക് സന്തോഷത്തോടെ ഉത്തരം നൽകുകയും എന്നാൽ നിങ്ങൾ എങ്ങനെയിരിക്കുന്നുവെന്ന് ചോദിക്കാതിരിക്കുകയും ചെയ്താൽ, *അവർ* കൂടുതൽ തവണ നിശബ്ദത പാലിക്കേണ്ടി വരും. അത് *നിങ്ങളാണെങ്കിൽ*, നിശബ്ദത പാലിക്കേണ്ടത് നിങ്ങളാണ്.

സംഭാഷണങ്ങൾക്കിടയിൽ ചിലപ്പോൾ നമുക്ക് വളരെയധികം ആവേശം തോന്നുന്നതിനാൽ ഇത് ബുദ്ധിമുട്ടായിരിക്കും. നമ്മൾ സംസാരിക്കുന്ന കാര്യങ്ങളിൽ നമ്മൾ വട്ടം കറങ്ങുന്നതായി നമുക്ക് തോന്നുന്നു, മണിക്കൂറുകളോളം നമുക്ക് അത് തുടർന്നുകൊണ്ടേയിരിക്കാം. അതൊരു സ്വാർത്ഥമായ പരിശ്രമമാണ്, ആരെങ്കിലും കുറച്ചു സമയത്തേക്ക് ശ്രദ്ധാകേന്ദ്രമാകാൻ ആഗ്രഹിക്കുന്നുവെങ്കിൽ, നിങ്ങൾ അത് പൂർണ്ണമായും ഉപേക്ഷിക്കുകയും സ്വയം മാറുകയും മറ്റൊരാളുടെ ആശയങ്ങളിലേക്കും വിഷയങ്ങളിലേക്കും പൂർണ്ണമായും ശ്രദ്ധ ചെലുത്തുവാൻ തയ്യാറാകുകയും വേണം.

അതുകൊണ്ട്, സംഭാഷണത്തിൽ, ആദ്യത്തെ താക്കോലുകളിൽ ഒന്ന്, സംസാരിക്കുവാനുള്ള നിങ്ങളുടെ ഊഴത്തിനായി കാത്തിരിക്കരുത് എന്നതാണ്. ചിലർക്ക് ഇത് "ആളുകളെ സംസാരിക്കുവാൻ അനുവദിക്കുക, അവരെ തടസ്സപ്പെടുത്തരുത്" എന്ന് തോന്നുമെങ്കിലും, അത് അതിലും ആഴത്തിൽ സഞ്ചരിക്കുന്ന കാര്യമാണ്.

ഇതിനർത്ഥം ആരെങ്കിലും സംസാരിക്കുമ്പോൾ നിങ്ങളുടെ മനസ്സിനെ ശൂന്യമാക്കുകയും നിങ്ങളുടെ പ്രതികരണമോ അടുത്ത വിഷയമോ തയ്യാറാക്കുന്നത് നിർത്തുകയും ചെയ്യുക എന്നതാണ്. നിങ്ങൾ ശ്രദ്ധിക്കുമ്പോൾ, സംസാരിക്കുവാനുള്ള നിങ്ങളുടെ ഊഴത്തിനായി കാത്തിരിക്കുകയും അതിനായി തയ്യാറെടുക്കുകയും ചെയ്യുക മാത്രമല്ല നിങ്ങൾ ചെയ്യുന്നത്. നിങ്ങൾ ഒരു ശൂന്യമായ മനസ്സുപയോഗിച്ച് അവരെ കേൾക്കുകയും തുടർന്ന് അവർ പറഞ്ഞതിന് അനുസൃതമായി നിങ്ങളുടെ പ്രതികരണം ക്രമീകരിക്കുകയും ചെയ്യുന്നു. മറ്റൊരാൾ സംഭാഷണം തടസ്സപ്പെടുത്താൻ ആഗ്രഹിക്കുന്നിടത്തെല്ലാം, നിങ്ങൾ അവരോടൊപ്പം പോകാൻ തയ്യാറാകണം. അത് മികച്ച ശ്രവണവും ബഹുമാന പ്രകടനവുമാണ്.

ഒറ്റയടിക്ക് ഇത്രയും നേരം സംസാരിക്കരുതെന്ന് തോന്നുന്നതുകൊണ്ട് നിങ്ങൾ മറ്റൊരാളെ സംസാരിക്കാൻ അനുവദിക്കുകയാണെങ്കിൽ, നിങ്ങൾ സംസാരിക്കാനുള്ള നിങ്ങളുടെ ഊഴത്തിനായി കാത്തിരിക്കുകയാണ്. നിങ്ങൾ സംഭാഷണത്തിൽ പങ്കെടുക്കുന്നില്ല; മറ്റേയാൾ സംഭാവന നൽകുകയും അത് കേൾക്കുകയും ചെയ്യുമെന്ന പ്രതീക്ഷയിലാണ് നിങ്ങൾ ഒരു ആത്മഭാഷണം നൽകുന്നത്. അല്ലെങ്കിൽ അതിലും മോശമായ കാര്യം, മറ്റേയാൾ നിങ്ങളെപ്പോലെ തന്നെ കേൾക്കുന്നു എന്നതാണ്, അവിടെ നിങ്ങൾ ഒരു സംഭാഷണത്തേക്കാൾ ദ്വന്ദ്വയുദ്ധത്തിൽ ഏർപ്പെടുന്നു.

അതിലും ഗൗരവമായി പറഞ്ഞാൽ, നിങ്ങൾ നിങ്ങളുടെ സംഭാഷണ പങ്കാളിയെ ബഹുമാനിക്കുന്നില്ല. നിങ്ങൾക്ക് പറയാനുള്ളത് പുറത്തുവിടാൻ, നിങ്ങളുടെ ഊഴത്തിനായി

കാത്തിരിക്കുമ്പോൾ, നിങ്ങൾ അവരെ ശ്രദ്ധിക്കുകയോ വിലമതിക്കുകയോ ചെയ്യുന്നില്ല എന്നാണ് നിങ്ങളുടെ പെരുമാറ്റം കാണിക്കുന്നത്. ഇതിൽ ഭൂരിഭാഗവും നമ്മുടെ ഉപബോധമനസ്സിലാണ് നടക്കുന്നത്, അതിനാൽ നമ്മുടെ ദൈനംദിന സംഭാഷണങ്ങളിൽ നമ്മൾ ദ്രോഹബുദ്ധിയുള്ളവരാണെന്ന് പറയുന്നത് തെറ്റാണ്. നമ്മുടെ ജീവിതം നമുക്ക് ഏറ്റവും രസകരമാണെന്നതിനാൽ നമ്മൾ ചിലപ്പോൾ നമ്മളെക്കുറിച്ച് സംസാരിക്കുവാൻ വളരെയധികം ഉത്സുകരാകുന്നു, പിന്നെ എന്തുകൊണ്ട് മറ്റുള്ളവർക്ക് അത് അങ്ങനെയല്ല?

ആദ്യമായി മഞ്ഞു കണ്ട നായ്ക്കുട്ടികളെപ്പോലെയാണ് നമ്മൾ, നമുക്ക് ആവേശം അടക്കാൻ കഴിയുന്നില്ല.

മോശമായ കേൾവിയുടെ ഒരു ഉദാഹരണം നമുക്ക് നേരത്തെ തന്നെ ഉണ്ടായിരുന്നു—ആ നശിച്ച കശാപ്പ് കട. അത് വളരെ മോശമായിരുന്നു, മോശമായ കേൾവിയുടെ മിക്ക ഉദാഹരണങ്ങളും സൂക്ഷ്മതയുള്ളവയാണ്, അവ ഒരു പ്രശ്നമാണെന്ന് നിങ്ങൾക്ക് മനസ്സിലാകണമെന്നില്ല. അവയെ "ഫലപ്രദമല്ലാത്തത്" എന്ന് മാത്രം തരംതിരിക്കാം.

ഫലപ്രദമല്ലാത്ത ശ്രവണം :

ബോബ് : ആ ഇറച്ചിക്കട വളരെ നല്ലതാണെന്ന് ഞാൻ കേട്ടിട്ടുണ്ട്.

ജോൺസൺ : ഓ, കൊള്ളാം. അത് എവിടെയാണ്?

ബോബ് : ഏകദേശം പത്ത് മിനിറ്റ് നടക്കാനുള്ള ദൂരമുണ്ട്.

ജോൺസൺ : ഓ, എനിക്ക് മനസ്സിലായി. എന്റെ പുതിയ മരുമകളെക്കുറിച്ച് ഞാൻ നിങ്ങളോട് പറഞ്ഞോ?

ബോബ് : ഇല്ല, പറഞ്ഞില്ല. അഭിനന്ദനങ്ങൾ.

ജോൺസൺ : അവൾ ശരിക്കും സുന്ദരിയാണ്. അവളുടെ ചിത്രങ്ങൾ ഇതാ.

ഇത് ഫലപ്രദമല്ലാത്ത കേൾവിക്ക് കാരണമാകുന്നത്, ജോൺസൺ ബോബിന്റെ താൽപ്പര്യങ്ങൾക്ക് വേണ്ടി വാചാലനാകുകയും തന്റെ മരുമകളെക്കുറിച്ച് സംസാരിക്കുന്നതിൽ നിന്ന് സ്വയം നിയന്ത്രിക്കാൻ കഴിയാതിരിക്കുകയും ചെയ്യുന്നതിനാലാണ്. ബോബിന്റെ ചിന്തകൾ പൂർത്തിയാകുന്നത് അദ്ദേഹം കാണുന്നില്ല, പകരം സ്വന്തം വിഷയത്തിലേക്ക് മാറാൻ ഇടയ്ക്കുവച്ച് അയാളെ ഒഴിവാക്കുന്നു. ഇത്തരത്തിലുള്ള മോശം കേൾവിയാണ് നമ്മൾ ദിവസേന കൂടുതലായി കാണുന്നത്. ഇത് സൂക്ഷ്മമാണ്, പക്ഷേ ചിലപ്പോൾ അത്രയും മോശവുമാണ്.

നല്ല കേൾവിക്കാരൻ എന്ന നിലയിൽ ആ സംഭാഷണം ഇതാ :

ബോബ് : ആ ഇറച്ചിക്കട വളരെ നല്ലതാണെന്ന് ഞാൻ കേട്ടിട്ടുണ്ട്.

ജോൺസൺ : ഓ, കൊള്ളാം. എവിടെയാണ് അത്?

ബോബ് : ഏകദേശം പത്ത് മിനിറ്റ് നടക്കാനുള്ള ദൂരമുണ്ട്.

ജോൺസൺ : ഓ, എനിക്ക് മനസ്സിലായി. നിങ്ങൾക്ക് അവിടേക്ക് പോകണമോ?

ബോബ് : എനിക്ക് പോകണമെന്നുണ്ട്. നിങ്ങൾ എന്റെ കൂടെ വരുന്നോ?

ജോൺസൺ : തീർച്ചയായും. പോകുന്ന വഴിയിൽ, എന്റെ പുതിയ മരുമകളുടെ ചിത്രങ്ങൾ ഞാൻ നിങ്ങൾക്ക് കാണിച്ചുതരാം.

ഇവിടെ ഇരു കക്ഷികൾക്കും അവരുടെ ചിന്തകളെ പരസ്പരം ബന്ധിപ്പിക്കുവാൻ കഴിയും. ബന്ധങ്ങൾ മെച്ചപ്പെടുത്തുകയും ആളുകളെ പരസ്പരം നല്ലതായി തോന്നിപ്പിക്കുകയുംചെയ്യുന്നസംഭാഷണത്തിൽനിശബ്ദതയുംസംസാരവും തമ്മിലുള്ള ഒരു ഇടപെടൽ ഉൾപ്പെടുന്നു, കൂടാതെ രണ്ട് കക്ഷികൾക്കും ശ്രദ്ധാകേന്ദ്രമാകാൻ തുല്യ അവസരവുമുണ്ട്.

സഹകരണം എന്നത് ഒരു മത്സരമാണെന്നിരിക്കട്ടെ, അവിടെ സംസാരിക്കുവാക്കാനുള്ള നിങ്ങളുടെ ഊഴത്തിനായി കാത്തിരിക്കുന്നത് ഒരു പൊതു ലക്ഷ്യത്തിലേക്ക് സംഭാവന ചെയ്യുന്നില്ല—നിങ്ങളുടേത് മാത്രമാകുന്നു.

മികച്ച കേൾവിക്കാരാകാനുള്ള ശ്രമത്തിൽ തടസ്സപ്പെടുത്തൽ തീർച്ചയായും ഒരു നിസ്സാരമായ നിർദ്ദേശമാണ്. എന്നാൽ മറ്റുള്ളവരെ തടസ്സപ്പെടുത്തുന്നത്, "നിങ്ങൾ സംസാരിക്കുകയായിരുന്നുവെന്ന് എനിക്കറിയാം, പക്ഷേ എനിക്ക് പറയാനുള്ളത് നമ്മൾ രണ്ടുപേർക്കും കൂടുതൽ രസകരമാണ്" അല്ലെങ്കിൽ "നിങ്ങൾ പറയുന്നതിനേക്കാൾ ഞാൻ പറയുന്നത് പ്രധാനമാണ്" എന്ന സന്ദേശം നൽകുന്നു. വീണ്ടും, അത് ബോധപൂർവ്വമല്ല, പക്ഷേ നമ്മുടെ ചിന്തകളും അജണ്ടകളും മറ്റുള്ളവരുടെ ചിന്തകൾക്ക് മുകളിൽ വയ്ക്കുമ്പോൾ അതാണ് സംഭവിക്കുന്നത്.

അതൊരു വലിയ കാര്യമായി നിങ്ങൾക്ക് തോന്നണമെന്നില്ല, പക്ഷേ നിങ്ങൾ മറ്റൊരാളുടെ സംഭാഷണം തടസ്സപ്പെടുത്തിക്കൊണ്ടിരിക്കുകയാണെങ്കിൽ, അതാണ് നിങ്ങൾ അയയ്ക്കുന്ന സന്ദേശം. നിങ്ങളുടെ തലയ്ക്കുള്ളിൽ എന്താണ് സംഭവിക്കുന്നതെന്ന് നിങ്ങളുടെ സംഭാഷണ പങ്കാളിക്ക് അറിയില്ല, അതിനാൽ നിങ്ങളുടെ പ്രവൃത്തികൾ നിങ്ങളുടെ ഉദ്ദേശ്യങ്ങളെ പ്രതിനിധീകരിക്കുന്നില്ലെങ്കിൽ ആർക്കാണ് അവരെ അകറ്റുവാൻ കഴിയുക?

തടസ്സപ്പെടുത്തുന്നതിനുള്ള ചില മാർഗ്ഗനിർദ്ദേശങ്ങൾ ഇതാ. ഒന്നാമതായി, മറ്റുള്ളവരുടെ വാക്കുകളുമായി നിങ്ങൾ യോജിക്കുന്നില്ലെങ്കിൽ അവരെ തടസ്സപ്പെടുത്തരുത്, അങ്ങനെ അവരുടെ വാചകം പൂർത്തിയാക്കാൻ അവരെ അനുവദിക്കുവാൻ നിങ്ങൾക്ക് കഴിയും. രണ്ടാമതായി, ഏതെങ്കിലും കാരണത്താൽ നിങ്ങൾ അവരെ തടസ്സപ്പെടുത്തുകയാണെങ്കിൽ, അവർ എന്താണ് പറഞ്ഞതെന്ന് സംസാരിച്ചു കഴിഞ്ഞയുടനെ അവരോട് ചോദിച്ച് അത് അവരിലേക്ക് തിരികെ കൊണ്ടുവരിക. നിങ്ങളുടെ തെറ്റ് അംഗീകരിച്ച് വേഗത്തിൽ അവരുടെ ശ്രദ്ധ തിരിച്ചുവിടുക.

മൂന്നാമതായി, സ്വയം നിയന്ത്രിക്കുക എന്ന രണ്ട് സെക്കൻഡ് നിയമം പാലിക്കുവാൻ ശ്രമിക്കുക. ഒരാൾ സംസാരിച്ചു കഴിഞ്ഞാൽ, അവർ എന്താണ് പറഞ്ഞതെന്ന് ചിന്തിക്കുവാനായി രണ്ട് സെക്കൻഡ് പൂർണ്ണമായും എടുക്കുക, അവരുടെ വാക്കുകൾ നിങ്ങൾ വിശകലനം ചെയ്യുന്നുണ്ടെന്ന് ബാഹ്യമായി തെളിയിക്കുക. അതിനുശേഷം മാത്രമേ നിങ്ങൾ മറുപടി നൽകുവാൻ പാടുള്ളൂ. സംസാരിക്കുന്നതിന് മുമ്പ് ചിന്തിക്കാനും ആദ്യം ആളുകളെ അഭിസംബോധന ചെയ്യാനും ഇത് നിങ്ങളെ പരിശീലിപ്പിക്കുന്നു.

മറ്റുള്ളവരെ സംസാരിച്ചുകൊണ്ടിരിക്കാൻ പ്രോത്സാഹിപ്പിക്കുന്ന ശൈലികൾ ഉപയോഗിക്കുന്നതും നിങ്ങൾക്ക് ശീലമാക്കാം. എപ്പോഴും മിണ്ടാതെ തലയാട്ടിയാൽ മാത്രം പോരാ. ഒരാളെ ശൂന്യമായി നോക്കുന്നത്, അവർ പറയുന്നത് ആവർത്തിക്കണമെന്നും അവരുടെ സന്ദേശം നിങ്ങൾക്ക് മനസ്സിലായില്ലെന്നും തോന്നിപ്പിക്കും. അത് അവരെ ശ്രദ്ധിക്കാതിരിക്കുന്നതിന് തുല്യമാണ്.

സംഭാഷണത്തിന്റെ ഓരോ ഘട്ടവും നിങ്ങൾ മാനസികമായി പിന്തുടരുന്നുണ്ടെന്ന് തെളിയിക്കേണ്ടതുണ്ട്, നിങ്ങൾ അങ്ങനെയല്ലെങ്കിൽ പോലും. അവരുടെ ഓരോ പ്രസ്താവനയ്ക്കും നിങ്ങളുടെ മുഖഭാവങ്ങൾ, പുരികങ്ങൾ, ആംഗ്യങ്ങൾ, ചിരി എന്നിവ ഉപയോഗിച്ച് പ്രതികരണം സൂചിപ്പിക്കുക. അവർ ഒരു കാര്യം ഊന്നിപ്പറയുമ്പോൾ തലയാട്ടുക. താൽപ്പര്യവും നിക്ഷേപവും പ്രകടിപ്പിക്കുവാൻ ചില പ്രോത്സാഹജനകമായ വാക്യങ്ങൾ ഇതാ :

- ആഹാ.
- എനിക്ക് മനസ്സിലായി.
- അത് രസകരമാണ്.
- കൂടുതൽ പറയൂ.
- പിന്നെ?
- അടുത്തതായി എന്ത് സംഭവിച്ചു?
- അതിനെക്കുറിച്ച് എന്താണ് പറയുവാനുള്ളത്?

സംഭാഷണങ്ങളെ കേവലം കേൾക്കാനുള്ള ഒരു വ്യായാമ മായി കാണുകയും നിങ്ങളുടെ അഹങ്കാരത്തിന് ഊർജ്ജം ലഭിക്കുകയും ചെയ്താൽ, നിങ്ങൾ ഇടപഴകുന്ന എല്ലാവരോടും വലിയ ദ്രോഹമാണ് ചെയ്യുന്നത്. എല്ലാവരും നിങ്ങളുടെ ജീവിതത്തിൽ നിങ്ങളെപ്പോലെ താൽപ്പര്യമുള്ളവരല്ല. നിങ്ങൾ വേണ്ടത്ര ശ്രദ്ധയോടെ കേൾക്കുകയും നിശബ്ദത പാലിക്കുകയും ചെയ്യുന്നുണ്ടെന്ന് നിങ്ങൾ കരുതുന്നു ണ്ടെങ്കിൽ പോലും, നിങ്ങൾ ഇപ്പോഴും നിങ്ങളുടെ ചിന്താധാരയിൽ ഉപബോധമനസ്സോടെ പറ്റിപ്പിടിച്ചിരിക്കാനും അത് ഉറപ്പിക്കാനുള്ള അവസരത്തിനായി കാത്തിരിക്കുവാനും സാധ്യതയുണ്ട്.

നിങ്ങളുടെ സംഭാഷണങ്ങൾ മെച്ചപ്പെടുത്താനും മികച്ച ബന്ധം സ്ഥാപിക്കാനും, നിങ്ങൾ കൂടുതൽ നിശബ്ദത പാലിക്കേണ്ടതുണ്ട്. പഴയ പഴഞ്ചൊല്ല് പോലെ, നിങ്ങൾ സംസാരിക്കുമ്പോൾ നിങ്ങൾക്ക് പഠിക്കാൻ കഴിയില്ല.

ആദ്യം അത്തരത്തിൽ തോന്നില്ലെങ്കിലും, മറ്റുള്ളവരെ കേൾക്കുന്നത് നിങ്ങൾക്ക് ചെയ്യാൻ കഴിയുന്ന ഏറ്റവും സ്വാർത്ഥതാൽപ്പര്യമുള്ള കാര്യങ്ങളിൽ ഒന്നാണ്, കാരണം നിങ്ങൾ അവർക്ക് പ്രയോജനപ്പെടുകയും അവരെ പഠിക്കു കയും ചെയ്യുന്ന വ്യക്തിയാണ്. ഇത് പൂർണ്ണമായും രണ്ടു കൂട്ടർക്കും പ്രയോജനപ്പെടുന്ന ഒരു സാഹചര്യമാണ്.

നിശബ്ദതയുടെ ശക്തി മനസ്സിലാക്കുവാൻ, ഒരു സുഹൃത്തുമായുള്ള അടുത്ത സംഭാഷണത്തിൽ അവരെ ക്കുറിച്ചാണ് സംസാരിക്കേണ്ടത്. അവരുടെ ദിവസത്തിലെ ഓരോ നിമിഷ വിശദാംശങ്ങളും അറിയാൻ ശ്രമിക്കുക. ഇതിനർത്ഥം നിങ്ങൾ നിശബ്ദത പാലിക്കുക, അവരെ ശ്രദ്ധിക്കുക, അതിനനുസരിച്ച് പ്രതികരിക്കുക, കൂടുതൽ ആഴത്തിലുള്ള ചോദ്യങ്ങൾ ചോദിക്കുക എന്നാണ്. കഴിയു ന്നത്ര കുറച്ച് സംസാരിക്കുക, ശരിയായി പ്രതികരിക്കുകയും സംഭാഷണം അവർ ആഗ്രഹിക്കുന്ന ദിശയിലേക്ക് മാറ്റുകയും ചെയ്യുക. കഴിയുന്നത്ര അസന്തുലിതമായ ഒരു ആശയ വിനിമയം നടത്തുക.

അവരെ തടസ്സപ്പെടുത്തരുത്, കഴിയുന്നത്ര കഥകൾ അവരിൽ നിന്ന് കെട്ടിച്ചമയ്ക്കാൻ ശ്രമിക്കുക. അവർ തങ്ങളെക്കുറിച്ച് വിശദമായി സംസാരിക്കുവാൻ എത്രമാത്രം തയ്യാറാണെന്ന് ശ്രദ്ധിക്കുക.

ഇത് നിങ്ങൾക്ക് എളുപ്പമാണോ ബുദ്ധിമുട്ടാണോ? ആളുകളോട് അവരുടെ ദിവസത്തെക്കുറിച്ച് ആഴത്തിൽ ചോദിക്കുകയും അവരിൽ ശ്രദ്ധ കേന്ദ്രീകരിക്കുകയും ചെയ്യുന്നത് അസ്വാഭാവികമായി തോന്നിയോ? അങ്ങനെയാണെങ്കിൽ, നിങ്ങൾ കൂടുതൽ നിശബ്ദത പാലിക്കുവാൻ പരിശീലിക്കേണ്ടതുണ്ട്!

കേൾക്കുന്നതിനെക്കുറിച്ച് നമ്മൾ ഇതുവരെ ചർച്ച ചെയ്ത കാര്യങ്ങളിൽ ഭൂരിഭാഗവും ശ്രദ്ധ പിടിച്ചുപറ്റാനും നിങ്ങളുടെ മനസ്സിന്റെ തൃപ്തിയോടെ പങ്കിടാനുമുള്ള നിങ്ങളുടെ സ്വാർത്ഥ പ്രവണതകളെ എങ്ങനെ ചെറുക്കാം എന്നതിനെക്കുറിച്ചാണ്. എന്നാൽ നിങ്ങൾക്ക് ആ പ്രവണത ഉണ്ടെങ്കിൽ, നിങ്ങളുടെ എതിർവശത്തുള്ള വ്യക്തിക്കും അങ്ങനെ തന്നെയായിരിക്കും. നിങ്ങളുടെ ആശയവിനിമയം മെച്ചപ്പെടുത്തുന്നതിനായി മാറി നിൽക്കുക, അവർക്ക് സ്വാർത്ഥരാകാനുള്ള അവസരം നൽകുക.

അധികം പങ്കുവെക്കാത്ത ഒരു സംഭാഷണം ഉപേക്ഷിച്ചു പോകുമ്പോൾ നിങ്ങൾക്ക് എന്തുതോന്നുന്നുവെന്ന് ചിന്തിക്കുക. നിങ്ങൾക്ക് അവഗണിക്കപ്പെട്ടതായും, അടിച്ചമർത്തപ്പെട്ടതായും, നിങ്ങളുടെ ചിന്തകൾ കൂട്ടിച്ചേർക്കാൻ കഴിയാത്തതിനാൽ അതൊരു മോശം അനുഭവമായും തോന്നിയേക്കാം. ഇനി നിങ്ങൾക്ക് ഉപയോഗിക്കാൻ കഴിയുന്ന എല്ലാ വ്യോമാതിർത്തിയും നൽകുകയും നിങ്ങൾക്ക് ഒരു തടവിലാക്കപ്പെട്ട പ്രേക്ഷകരുണ്ടാകുകയും ചെയ്യുന്ന ഒരു സാഹചര്യം സങ്കൽപ്പിക്കുക. നിങ്ങളുടെ ചിന്തകളുടെ സൂക്ഷ്മതകൾ വ്യക്തമാക്കുവാൻ നിങ്ങൾക്ക് കഴിഞ്ഞതിനാൽ നിങ്ങൾക്ക് സുഖമായി മടങ്ങി വരാം. സ്വയം പ്രകടിപ്പിക്കുന്നതും വിശദീകരിക്കുന്നതും എത്ര നല്ലതാണെന്ന് നിങ്ങൾക്കറിയാം, അതിനാൽ അതേ അനുഭവം മറ്റുള്ളവരിൽ നിന്ന് കവർന്നെടുക്കരുത്.

ആളുകളെ നിങ്ങൾ ശ്രദ്ധിക്കുന്നുണ്ടെന്നും അവർ പ്രധാനമാണെന്നും തോന്നിപ്പിക്കുക. ആളുകളെ ശ്രദ്ധാകേന്ദ്ര മാക്കുന്നത്, തങ്ങൾക്ക് ശ്രദ്ധാകേന്ദ്രമുണ്ടെന്ന് ആളുകൾക്ക് ബോധ്യപ്പെടുത്തുന്നതിൽ നിന്ന് തികച്ചും വ്യത്യസ്തമായ കാര്യമാണ്.

> *"രണ്ട് വർഷത്തിനുള്ളിൽ നിങ്ങളിൽ താൽപ്പര്യം കാണിക്കുന്നതിലൂടെ നേടാൻ കഴിയുന്നതിനേക്കാൾ കൂടുതൽ സുഹൃത്തുക്കളെ മറ്റുള്ളവരിൽ താൽപ്പര്യം കാണിക്കുന്നതിലൂടെ രണ്ട് മാസത്തിനുള്ളിൽ നിങ്ങൾക്ക് ഉണ്ടാക്കാൻ കഴിയും."*
>
> *—ഡെയ്ൽ കാർണഗീ*

മികച്ച ചോദ്യങ്ങൾ ചോദിക്കുക

അവസാനമായി, കൂടുതൽ ആഴത്തിൽ പോകേണ്ടി വരുമ്പോൾ, അത് ചെയ്യാൻ ഒരു പ്രത്യേക മാർഗ്ഗമുണ്ട് : ചോദ്യങ്ങളെ മൺവെട്ടി പോലെ ഉപയോഗിക്കുന്നതിലൂടെ.

നിർഭാഗ്യവശാൽ, നമ്മൾ ഉപയോഗിക്കുന്ന മിക്ക ചോദ്യങ്ങളും എവിടെയും എത്തുന്നില്ല. അവ ചുറ്റികകളും ഈർച്ചവാളുമാണ്, കൂടുതൽ ആഴത്തിൽ കുഴിക്കുവാൻ അവ അത്ര അനുയോജ്യമല്ല. അവയിൽ ചിലത് അലസമായി നിർമ്മിച്ചതാണ്, അത് തിരിച്ച് അലസമായ ഉത്തരങ്ങൾ നൽകുന്നു. മറ്റുള്ളവ വ്യക്തമായ ആശയക്കുഴപ്പമുണ്ടാക്കുന്നതോ വളച്ചൊടിക്കുന്നതോ ആണ്, വ്യക്തമായ ലക്ഷ്യമില്ലാതെ.

അവരിൽ ഭൂരിഭാഗത്തിനും ഉപരിതലത്തിനടിയിൽ കാണാനോ ആളുകളെ മനസ്സിലാക്കാനോ കഴിയില്ല.

നല്ല ചോദ്യങ്ങൾ ഇരു കക്ഷികളെയും ആഴത്തിലുള്ള ആശയവിനിമയം വികസിപ്പിക്കുവാൻ സഹായിക്കുന്നു. നന്നായി നിർമ്മിച്ച അന്വേഷണങ്ങൾ പ്രതികരിക്കുന്നയാളെ അവരുടെ സാഹചര്യങ്ങളെക്കുറിച്ച് ചിന്തിക്കുവാൻ പുതിയ വഴികൾ കണ്ടെത്താൻ പ്രേരിപ്പിക്കും, ഇത് വിശ്വാസത്തെ

ശക്തിപ്പെടുത്തുകയും ആശയവിനിമയം പുതുമയോടെ നിലനിർത്തുകയും ചെയ്യുന്നു. ഭാഗ്യവശാൽ, നല്ല ചോദ്യങ്ങൾ ചോദിക്കുന്നത് പൂർണ്ണമായും നിങ്ങളുടെ കഴിവിനുള്ള ഒരു പരിശീലനമാണ്.

പുസ്തകത്തിന്റെ തുടക്കത്തിൽ, അടുപ്പത്തിന്റെ വികാരങ്ങൾ വളർത്തുന്ന വ്യക്തിപരമായ ചോദ്യങ്ങളെക്കുറിച്ചുള്ള ഗവേഷകനായ ആർതർ ആരോണിന്റെ 1997-ലെ പഠനത്തെക്കുറിച്ച് നമ്മൾ ചർച്ച ചെയ്തത് ഓർക്കുക. ചോദ്യങ്ങൾ അരോചകമായി നുഴഞ്ഞു കയറുന്നവയല്ലെങ്കിലും, അവ കേവലം ചെറിയ സംസാരത്തേക്കാൾ കൂടുതലായിരുന്നു ("നിങ്ങൾക്ക് പ്രശസ്തനാകാൻ ആഗ്രഹമുണ്ടോ, എങ്ങനെ?" "നിങ്ങൾ എങ്ങനെ മരിക്കും എന്നതിനെക്കുറിച്ച് നിങ്ങൾക്ക് ഒരു രഹസ്യ ധാരണയുണ്ടോ?" "നിങ്ങളുടെ ഏറ്റവും മോശം ഓർമ്മ എന്താണ്?" "നിങ്ങളുടെ അമ്മയുമായുള്ള ബന്ധത്തെക്കുറിച്ച് നിങ്ങൾക്ക് എന്തു തോന്നുന്നു?").

ആരോണിന്റെ കണ്ടെത്തലുകൾ വ്യക്തമായിരുന്നു : നമ്മുടെ ആശയവിനിമയങ്ങളിൽ കൂടുതൽ ആഴത്തിലോ തീവ്രമായോ പോകുന്നത് ഒരാൾ വിചാരിക്കുന്നതിലും വളരെ വേഗത്തിൽ നല്ല ഫലങ്ങൾ സൃഷ്ടിക്കും. ഫലപ്രദമായ ചോദ്യങ്ങൾ ചോദിക്കുന്നത് നമുക്ക് പെട്ടെന്ന് ചെയ്യാൻ കഴിയുന്ന ഒരു പ്രതിഫലന പ്രവർത്തനമല്ല. ആഴം വർദ്ധിപ്പിക്കുകയും അടുപ്പമുള്ള ബന്ധങ്ങൾ മെച്ചപ്പെടുത്തുകയും ചെയ്യുന്ന കൂടുതൽ വെളിപ്പെടുത്തുന്ന ഉത്തരങ്ങൾ കണ്ടെത്തുന്നതിന്, ആഴത്തിൽ സഞ്ചരിക്കുന്നതിനും ആളുകളെക്കുറിച്ച് പഠിക്കുന്നതിനും വളരെയധികം സഹായിക്കുന്ന ആറ് തന്ത്രങ്ങൾ ഇതാ.

ഇവ തീർച്ചയായും ചെറിയ സംസാരത്തിനുള്ള ചോദ്യങ്ങളല്ല.

1. *തുറന്ന ചോദ്യങ്ങൾ ചോദിക്കുക.* അതെ അല്ലെങ്കിൽ അല്ല എന്ന ഉത്തരം മാത്രം ആവശ്യമുള്ള ചോദ്യങ്ങൾ സാധാരണയായി അതെ അല്ലെങ്കിൽ അല്ല എന്ന ഉത്തരങ്ങൾ മാത്രമായിരിക്കും നൽകുന്നത്. ചോദ്യത്തിൽ പ്രതികരി

ക്കുന്നയാൾക്ക് വിശദീകരിക്കുവാൻ ഒരു സൂചനയും ഇല്ലെങ്കിൽ, അവർ അങ്ങനെ ചെയ്യാതിരിക്കുവാനുള്ള സാധ്യത വളരെ കൂടുതലാണ്.

എന്നിരുന്നാലും, തുറന്ന ചോദ്യങ്ങൾ ചർച്ചകൾക്ക് തുടക്കമിടുകയും ദ്വന്ദ്വ ചോദ്യങ്ങൾ പ്രോത്സാഹിപ്പിക്കാത്ത പുതിയതും വെളിപ്പെടുത്തുന്നതുമായ ധാരണകൾ കൊണ്ടുവരികയും ചെയ്യും. ഉദാഹരണത്തിന്, "നിങ്ങളുടെ അമ്മയുമായുള്ള ബന്ധത്തിൽ *നിങ്ങൾ സംതൃപ്തനാണോ?*" എന്ന് ചോദിക്കുന്നതിനു പകരം, "നിങ്ങളുടെ അമ്മയുമായുള്ള ബന്ധം *എന്തുകൊണ്ടാണ്* ഇങ്ങനെയായിരിക്കുന്നത്? അത് എങ്ങനെ അങ്ങനെയായി?" എന്ന് നിങ്ങൾക്ക് ചോദിക്കാം.

ഇത്തരം ചോദ്യങ്ങൾ എപ്പോഴും കാരണങ്ങൾ, കഥകൾ, വികാരങ്ങൾ, ചിന്താരീതികൾ എന്നിവ കണ്ടെത്തുവാൻ ശ്രമിക്കുന്നു. വസ്തുതകളുടെ രൂപത്തിൽ ലളിതമായ വിവരങ്ങൾ അല്ല അവ ആവശ്യപ്പെടുന്നത്. വസ്തുതയ്ക്ക് മുമ്പും ശേഷവുമുള്ള വിശകലനവും പ്രതികരണവും അവ അന്വേഷിക്കുന്നു.

2. *അനുമാനങ്ങൾക്ക് പിന്നിൽ നിന്ന് മാറുക.* നാമെല്ലാവരും നമ്മുടെ സ്വന്തം അനുഭവങ്ങൾ, അറിവ്, അനുമാനങ്ങൾ എന്നിവയിലൂടെയാണ് പ്രവർത്തിക്കുന്നത്—നിങ്ങൾക്കറിയാവുന്ന കാര്യങ്ങൾ തീർച്ചയായും നിങ്ങൾക്കറിയാം. *മറ്റുള്ളവരുടെ* വിശ്വാസങ്ങളെ മനസ്സിലാക്കുക എന്നതാണ് നല്ല ആശയവിനിമയത്തിൽ ഉൾപ്പെടുന്നത്. നമുക്ക് പരിചിതമല്ലാത്ത വിഷയങ്ങളെക്കുറിച്ച് അവർ സംസാരിക്കുമ്പോൾ, അവർ എന്താണ് ഉദ്ദേശിക്കുന്നത്, എന്താണ് വിശ്വസിക്കുന്നത്, അല്ലെങ്കിൽ ആ സാഹചര്യത്തിലേക്ക് അവരെ കൊണ്ടുവരുന്ന അനുമാനങ്ങൾ എന്തൊക്കെയാണെന്ന് വിശദീകരിക്കുവാൻ നമ്മൾ അവരോട് ആവശ്യപ്പെടുന്നു.

"നിങ്ങൾ എങ്ങനെയാണ് ആ നിഗമനത്തിലെത്തിയത്?" "ഈ പ്രത്യേക സാഹചര്യത്തെ സാധാരണയിൽ നിന്ന് വ്യത്യസ്തമാക്കുന്നത് എന്താണ്?" "എന്താണ് നിങ്ങൾക്ക് ഈ ആശയം നൽകിയത്?" "നിങ്ങളുടെ വിശ്വാസത്തിന്

പിന്നിലെ കഥ എന്താണ്?" നിങ്ങളുടെ പങ്കാളി പറയുന്നതും നിങ്ങൾക്ക് പരിചിതമായതും തമ്മിലുള്ള ഒരു വിടവ് അനുഭവപ്പെടുമ്പോൾ, അവർ അവരുടെ പ്രസ്താവനകൾക്ക് അടിസ്ഥാനമായി എന്താണ് പറയുന്നതെന്ന് വ്യക്തത ലഭിക്കേണ്ട സമയമാണിത്. ലോകത്തെക്കുറിച്ചും നിങ്ങളെക്കൂടാതെ മറ്റുള്ളവരെക്കുറിച്ചും കൂടുതലറിയാൻ സഹായിക്കുന്ന പ്രധാന മാനസികാവസ്ഥയാണിത്. എല്ലാത്തിനുമുപരി, നിങ്ങളുടെ അനുമാനങ്ങളും വിശ്വാസങ്ങളും മാത്രമാണ് ന്യായയുക്തമെന്ന് നിങ്ങൾക്ക് അനുമാനിക്കുവാൻ കഴിയില്ല —എല്ലാവരുടെയും അനുമാനങ്ങൾ ഒരു പരിധിവരെ ന്യായയുക്തമാണ്. അപ്പോൾ നിങ്ങൾക്ക് എന്താണ് നഷ്ടമാകുന്നത്?

3. *കഥയുടെ എല്ലാ വശങ്ങളും മനസ്സിലാക്കുക.* ജീവിതത്തിൽ സങ്കീർണ്ണമല്ലാത്തതോ, വെട്ടിച്ചുരുക്കിയതോ, കറുപ്പും വെളുപ്പും നിറഞ്ഞതോ ആയ സാഹചര്യങ്ങൾ വളരെ കുറവാണ്. ഒരാൾക്ക് തന്റെ പ്രത്യേക വീക്ഷണകോണിനെക്കുറിച്ച് എത്ര ശക്തമായി തോന്നിയാലും, ഒരു കഥയ്ക്ക് എല്ലായ്പ്പോഴും ഒന്നിലധികം വശങ്ങളുണ്ട്. ഒരു പ്രത്യേക വിഷയത്തെക്കുറിച്ച് കഴിയുന്നത്ര വിവരങ്ങൾ നേടുന്നതിലൂടെ, നമ്മൾ കൂടുതൽ ആഴത്തിൽ സഞ്ചരിക്കുകയും ഒരു സാഹചര്യത്തിന്റെയോ പ്രശ്നത്തിന്റെയോ സംഭവത്തിന്റെയോ മൊത്തത്തിലുള്ള സ്വഭാവത്തെക്കുറിച്ച് കൂടുതൽ മനസ്സിലാക്കുകയും ചെയ്യുന്നു.

നമ്മെ ഭീഷണിപ്പെടുത്തുന്നതോ വ്രണപ്പെടുത്തുന്നതോ ആയ അഭിപ്രായങ്ങളോ വിശ്വാസങ്ങളോ തുറന്നുപറയാതിരിക്കുക എന്നതാണ് പലപ്പോഴും നമ്മുടെ മുന്നിലുള്ള ഒരു സാഹചര്യം. ഇക്കാലത്ത് അത് ചെയ്യാൻ വളരെ ബുദ്ധിമുട്ടാണ്. എന്നാൽ ഉത്തരവാദിത്തത്തോടെ ചോദിക്കുന്ന ഒരു ചോദ്യം കാര്യങ്ങളുടെ വിശാലമായ പശ്ചാത്തലം നന്നായി മനസ്സിലാക്കുവാൻ സഹായിക്കുകയും നമ്മുടെ സ്വന്തം പരിമിതമായ വീക്ഷണത്തിനപ്പുറം കാര്യങ്ങൾ മനസ്സിലാക്കുവാൻ നമ്മെ അനുവദിക്കുകയും ചെയ്യും. "ഈ സാഹചര്യത്തെക്കുറിച്ച് നിങ്ങൾക്ക് മറ്റൊരു കാഴ്ചപ്പാ

ടുണ്ടോ?" "നിങ്ങളോട് വിയോജിക്കുന്ന ഒരാൾ എന്തായിരിക്കും ഇതിനെക്കുറിച്ച് പറയുക?" "ആരെങ്കിലും ഇത് വ്യത്യസ്തമായി ചെയ്താൽ എന്ത് സംഭവിക്കും?"

പൊതുവേ, ഒരു പ്രത്യേക കാര്യത്തിന്റെ എല്ലാ വസ്തുതകളും ലഭിച്ചു എന്ന് കരുതി ഒരു അനുമാനത്തിൽ എത്തിച്ചേരരുത്.

4. *തുടർ ചോദ്യങ്ങൾ ചോദിക്കുക.* ഒരാളുമായി അടുക്കാൻ ശ്രമിക്കുമ്പോൾ, നമ്മൾ അവരോട് ചോദിക്കുന്ന പല ചോദ്യങ്ങൾക്കും എളുപ്പമുള്ള ഉത്തരങ്ങൾ ഉണ്ടാകണമെന്നില്ല. വാസ്തവത്തിൽ, നമ്മൾ അവ എഴുതി വച്ചിരുന്നെങ്കിൽ, അവ വിശദീകരിക്കുവാൻ ഇടമുള്ള രണ്ടോ മൂന്നോ ഭാഗങ്ങളുള്ള ചോദ്യങ്ങൾ പോലെയാകുമായിരുന്നു.

വ്യക്തിപരമായ ഇടപെടലുകളിൽ, തുടർ ചോദ്യങ്ങൾ ചോദിച്ചുകൊണ്ട് നമുക്ക് ആ ആഴം അനുകരിക്കുവാനും നമ്മുടെ ശ്രദ്ധയുടെ ശക്തി കാണിക്കുവാനും കഴിയും. എന്നാൽ നിങ്ങളുടെ പങ്കാളിയുടെ ഉത്തരത്തിന് തൊട്ടുപിന്നാലെ അവ വരണമെന്നില്ല. നിങ്ങളുടെ സ്വന്തം അഭിപ്രായം പറയാതെ തന്നെ തുടർച്ചയായി എത്ര ചോദ്യങ്ങൾ ചോദിക്കാമെന്ന് ഒരു എഴുത്തുകാരൻ (ഞാൻ) നിർദ്ദേശിക്കുന്നു, അതുവഴി നിങ്ങളുടെ പങ്കാളിക്ക് അവരുടെ പ്രതികരണം വികസിപ്പിക്കുവാനും കൂടുതൽ ആഴത്തിൽ സഞ്ചരിക്കുവാൻ അനുവദിക്കുവാനും കഴിയും.

തുടർ ചോദ്യങ്ങൾ ചോദിക്കുമ്പോൾ ഒരു പത്രപ്രവർത്തകനെയോ കുറ്റാന്വേഷകനെയോ പോലെ തോന്നാതിരിക്കേണ്ടത് വളരെ പ്രധാനമാണ്. പകരം, നിങ്ങളുടെ പങ്കാളിയുടെ ഉത്തരങ്ങളെ അവർ ഇതിനകം ചർച്ച ചെയ്ത കാര്യങ്ങളുമായി ബന്ധിപ്പിക്കുവാൻ ശ്രമിക്കുക : "കമ്പ്യൂട്ടർ സാങ്കേതിക വിദ്യ പൂർണ്ണമായി മനസ്സിലാക്കാത്തതിനെക്കുറിച്ച് നിങ്ങൾ ഇപ്പോൾ പരാമർശിച്ചത് സ്കൂളിൽ നന്നായി പഠിക്കാത്തതിനെക്കുറിച്ച് നിങ്ങൾ പറഞ്ഞതിനെ ഓർമ്മിപ്പിക്കുന്നു. അവ എങ്ങനെ ബന്ധപ്പെട്ടിരിക്കുന്നു?" അല്ലെങ്കിൽ "ആ വേർപിരി

യൽ, ബന്ധങ്ങളെക്കുറിച്ചുള്ള നിങ്ങളുടെ വീക്ഷണങ്ങളെ എങ്ങനെ ബാധിച്ചു?"

നല്ല തുടർ ചോദ്യങ്ങൾ നിങ്ങളുടെ പങ്കാളിയുടെ മറുപടിയിൽ നിങ്ങൾക്ക് മതിപ്പുളവാക്കും—നിങ്ങൾ രണ്ടു പേരും അറിയേണ്ട ഉത്തരങ്ങൾ ലഭിക്കുവാൻ കുറച്ച് സമയമെടുത്തേക്കാം. എന്നാൽ അത് ആശയവിനിമയം നടത്താൻ ചെലവഴിക്കുന്ന സമയമാണ്.

5. *"നിശബ്ദതയുടെ കാലയളവ്" ആസ്വദിക്കൂ.* ആളുകൾ സാധാരണയായി "അസുഖകരമായ നിശബ്ദതകളെ" ഭയപ്പെടുന്നു—അതായത് സംഭാഷണത്തിനിടയിൽ താത്കാലികമായ ഒരു ഇടവേള ഉണ്ടാകുകയും ആരും ഒന്നും പറയാതിരിക്കുകയും ചെയ്യുന്ന നിമിഷങ്ങൾ. ഈ നിശബ്ദതകളെ നമ്മൾ തെറ്റായി വ്യാഖ്യാനിക്കുന്നത്, നമുക്കോ നമ്മുടെ പങ്കാളിക്കോ പറയാൻ കാര്യങ്ങൾ തീർന്നു എന്നതിന്റെ സൂചനയായിട്ടാണ്. ചിലപ്പോൾ അത് സത്യമാണ്. എന്നാൽ ചിലപ്പോൾ, ആരെങ്കിലും നിങ്ങളെ വിലയിരുത്താൻ ശ്രമിക്കുകയും സംസാരിച്ചുകൊണ്ടേയിരിക്കാൻ സൂക്ഷ്മമായി അനുമതി തേടുകയും ചെയ്യുന്നു.

തുടർന്ന്, നിശബ്ദത ആശയവിനിമയത്തിന് അനുകൂലമായി പ്രവർത്തിക്കും—നിങ്ങൾ നിശബ്ദതയിൽ സുഖമായിരിക്കുകയും അത് ഭ്രാന്തമായ സംസാരം കൊണ്ട് നിറയ്ക്കാൻ തിരക്കുകൂട്ടാതിരിക്കുകയും ചെയ്യുമ്പോൾ, നിങ്ങൾ ആളുകളെ കൂടുതൽ സംസാരിക്കുവാൻ പ്രേരിപ്പിക്കും. നിശബ്ദതയുടെ നിമിഷങ്ങൾ അവർക്ക് സ്വന്തമായി പുതിയ ചിന്തകൾ സൃഷ്ടിക്കാൻ സഹായിക്കുമോ എന്നും സംഭാഷണം കൂടുതൽ ആഴത്തിലുള്ള തലത്തിലേക്ക് എത്താൻ അനുവദിക്കുമോ എന്നും നോക്കുക. കൂടുതൽ ആഴത്തിൽ സഞ്ചരിക്കുന്നതിന്റെ ഏറ്റവും എളുപ്പമുള്ള ഭാഗമാണിത്; നിങ്ങളുടെ അഭ്യർത്ഥനയ്ക്ക് പകരം ആളുകൾക്ക് അത് സ്വയം ചെയ്യാൻ ഇടം നൽകുക.

6. *നിങ്ങളുടെ പങ്കാളിയെ സ്വന്തം ഉൾക്കാഴ്ചകൾ കണ്ടെത്താൻ*

പ്രോത്സാഹിപ്പിക്കുക. മികച്ച തരത്തിലുള്ള ചോദ്യോത്തരങ്ങൾ ഒരു വഴി മാത്രമല്ല, ഒരാൾ മറ്റൊരാൾക്ക് ഉൾക്കാഴ്ചയും വിവരങ്ങളും നൽകുന്നു. *എല്ലാവരും* പുതിയ കാര്യങ്ങൾ പഠിക്കുമ്പോൾ അത് എല്ലായ്പ്പോഴും മികച്ചതും നല്ല ആശയവിനിമയത്തിന് വളരെ സഹായകരവുമാണ്.

ഒരു വിസമ്മതവുമില്ലാതെ, സ്വയം കണ്ടെത്തലിനെ പ്രോത്സാഹിപ്പിക്കുന്ന ചോദ്യങ്ങൾ, ഒരു പ്രത്യേക വീക്ഷണകോണിൽ നിന്ന് ഉത്ഭവിക്കുന്ന ചോദ്യങ്ങളെക്കാൾ വളരെ ഫലപ്രദമാണ്. "ആമസോൺ നദിയിലൂടെ സഞ്ചരിച്ച ആ അനുഭവത്തിൽ നിന്ന് നിങ്ങൾ എന്താണ് പഠിച്ചത്? അത് നിങ്ങളുടെ ജീവിതത്തിന് എന്ത് നൽകിയെന്ന് നിങ്ങൾ കരുതുന്നു?" അല്ലെങ്കിൽ "നിങ്ങളുടെ അച്ഛൻ ജീവിച്ചിരിപ്പുണ്ടെങ്കിൽ നിങ്ങൾ അദ്ദേഹത്തോട് എന്താണ് പറയാൻ ആഗ്രഹിക്കുന്നത്?"

എല്ലാ ചോദ്യങ്ങളെയും പോലെ, സ്വയം കണ്ടെത്തൽ പ്രോത്സാഹിപ്പിക്കാൻ ഉദ്ദേശിച്ചുള്ള ചോദ്യങ്ങളും ശ്രദ്ധാപൂർവ്വം പരിഗണിക്കേണ്ടതുണ്ട്. നിങ്ങൾ ഒരു അന്വേഷണത്തിലാണെന്ന് തോന്നാൻ നിങ്ങൾ ഒരിക്കലും ആഗ്രഹിക്കുന്നില്ല, അധികം ശ്രമിക്കാതെ തന്നെ ആ കെണിയിൽ വീഴുന്നത് എളുപ്പമാണ്. പ്രത്യേകിച്ച് വ്യക്തിബന്ധങ്ങളുടെ കാര്യത്തിൽ, പിന്തുണ നൽകുന്നതിനിടയിൽ വിവരങ്ങൾ നേടുന്നതിലും സന്തുലിതാവസ്ഥ കൈവരിക്കേണ്ടതുണ്ട്. അതിനിടയിൽ ആരുടെയെങ്കിലും വികാരങ്ങൾക്ക് വഴങ്ങുന്നതായി നിങ്ങൾക്ക് തോന്നുന്നുവെങ്കിൽ—ഒരുപക്ഷേ വ്യക്തിപരമായ ബന്ധങ്ങൾ നിങ്ങൾക്ക് അനുയോജ്യമല്ലായിരിക്കാം.

ഭാഗ്യവശാൽ, ആഴത്തിലേക്ക് സഞ്ചരിക്കുന്നത് "നിങ്ങളുടെ ഏറ്റവും ആഴത്തിലുള്ള കാല്പനികവും വന്യവുമായ സ്വപ്നം എന്താണ്?" എന്ന് ചോദിക്കുന്നത്ര നേരിട്ടുള്ളത് ആയിരിക്കണമെന്നില്ല. ചോദ്യങ്ങൾ ചോദിക്കുന്നതിനെക്കുറിച്ച് നമ്മൾ ഇപ്പോൾ ചർച്ച ചെയ്ത സാങ്കേതിക വിദ്യകൾ പോലും എല്ലായ്പ്പോഴും ബാധകമോ സഹായകരമോ അല്ല.

ആ ഘട്ടം എത്ര പ്രധാനമാണെങ്കിലും, അത് തളർത്തുന്നതായിരിക്കും. അത് *ആയാസകരവുമാകാം*—സൈദ്ധാന്തികമായി, നിങ്ങളുടെ സ്വന്തം ജീവിതവുമായി ബന്ധപ്പെട്ട സംഭവങ്ങളെയും വിഷയങ്ങളെയും കുറിച്ച് സംസാരിച്ചു കഴിഞ്ഞാൽ, നിങ്ങളെക്കുറിച്ചും മറ്റൊരാളെക്കുറിച്ചും കണ്ടെത്താൻ നിങ്ങൾക്ക് കാര്യങ്ങൾ ഇല്ലാതാകും. ഒരു ജീവിതത്തിൽ നിങ്ങൾക്ക് ലഭിക്കുന്ന ഹൈസ്കൂൾ പരിപാടികൾ, മാതാപിതാക്കളുടെ വാദങ്ങൾ, സങ്കീർണ്ണമായ ജോലി സാഹചര്യങ്ങൾ, കുടുംബ സംഗമങ്ങൾ എന്നിവ വളരെ കുറവാണ്. ഏറ്റവും മോശം സാഹചര്യത്തിൽ, അത് ഒരു ജോലി അഭിമുഖം മോശമായി പോകുന്നതായി മാറും.

നമ്മളെക്കുറിച്ചും, നാം നേരിട്ട് അനുഭവിച്ചതോ പങ്കുവെച്ചതോ ആയ കാര്യങ്ങളെക്കുറിച്ചും സംസാരിക്കുവാൻ നമുക്ക് പൊതുവെ ഇഷ്ടമാണ്. എന്നാൽ നിങ്ങളുടെ ജീവിതത്തിന് പുറത്തുള്ള വിഷയങ്ങളും സംഭവങ്ങളും ചർച്ച ചെയ്യുന്നതിലൂടെ ഗണ്യമായ അളവിൽ നിങ്ങൾക്ക് കൂടുതൽ ഉൾക്കാഴ്ച ലഭിക്കും. സംഭാഷണം തിരിച്ചുവിടുന്ന "മൂന്ന് കാര്യങ്ങൾ—എന്നെക്കുറിച്ചല്ല, അവരെക്കുറിച്ചല്ല, മറിച്ച് മറ്റെന്തെങ്കിലുമാണ്", എന്നാണ് എഴുത്തുകാരനായ ഡാനിയേൽ മെനക്കർ ഈ സമീപനത്തെ വിളിക്കുന്നത്. ഇത് നിങ്ങളെക്കുറിച്ചോ പ്രത്യേകിച്ച് മറ്റൊരാളെക്കുറിച്ചോ അല്ല. ഇത് ബാഹ്യമായ ഒന്നിനെക്കുറിച്ചാണ്, ഇത് ഒരു ദിവസത്തിലെ വാർത്തകൾ പോലെയോ നിങ്ങളുടെ ചുറ്റുപാടിലുള്ള സസ്യങ്ങളുടെ തരങ്ങൾ പോലെയോ പോലുമാകാം. ഇതിനെ, നവീകരിച്ച ചെറിയ സംസാരം എന്ന് വിളിക്കാം.

ഈ ബാഹ്യ വിഷയങ്ങളെക്കുറിച്ച് സംസാരിക്കുന്നത് ഒരാൾ എങ്ങനെ ചിന്തിക്കുന്നുവെന്നും അവർ എന്തിനെ വിലമതിക്കുന്നുവെന്നും കണ്ടെത്തുന്നതിനുള്ള ഒരു മാർഗ്ഗമായി പ്രവർത്തിക്കുന്നു. ഇതിനെല്ലാം ആവശ്യമായിരിക്കുന്നത് ആളുകൾ ചില സംഭവങ്ങളെക്കുറിച്ചോ, കാര്യങ്ങളെക്കുറിച്ചോ, സാഹചര്യങ്ങളെക്കുറിച്ചോ എങ്ങനെ ചിന്തിക്കുന്നുവെന്നോ പ്രതികരിക്കുമെന്നോ ചോദിക്കുക എന്നതാണ്.

ഒരാളോട് സ്വന്തം വിവരങ്ങൾ നേരിട്ട് ചോദിച്ചാൽ, അവരുടെ ഉത്തരങ്ങൾ പലപ്പോഴും വിരസമായതോ അപര്യാപ്തമോ ആയിരിക്കും. (ഒരു തെറാപ്പിസ്റ്റ് അല്ലാത്ത ഒരാൾ) "നിങ്ങൾക്ക് ദേഷ്യം വരുമ്പോൾ എന്നോട് പറയൂ" അല്ലെങ്കിൽ "നിങ്ങൾ എന്താണ് വിശ്വസിക്കുന്നത്?" എന്ന് ചോദിക്കുന്നത് സങ്കൽപ്പിക്കുക. ഇടതുപക്ഷ ചോദ്യങ്ങൾ പോലെ തോന്നുന്നതിനു പുറമേ, അവ വളരെ വ്യക്തമായ പ്രതികരണങ്ങൾ നൽകുവാൻ സാധ്യതയില്ല. ചിലർക്ക് ഈ അന്വേഷണങ്ങൾ അൽപ്പം നുഴഞ്ഞുകയറുന്നതോ അരോചകമോആയിതോന്നിയേക്കാം,പ്രത്യേകിച്ച്സൗഹൃദത്തിന്റെയോ ഇടപെടലിന്റെയോ പ്രാരംഭ ഘട്ടങ്ങളിൽ.

ലോകത്ത് നടക്കുന്ന കാര്യങ്ങളെക്കുറിച്ചാണ് നമ്മൾ സംസാരിക്കുന്നതെങ്കിൽ, ബാഹ്യ സാഹചര്യങ്ങളോടുള്ള മറ്റുള്ളവരുടെ പ്രതികരണങ്ങളിലൂടെയാണ് നമുക്ക് ആ ചോദ്യങ്ങൾക്കുള്ള ഉത്തരങ്ങൾ ലഭിക്കുന്നത്. വിരസതയോ അസ്വസ്ഥതയോ തോന്നാതെ, അവരുടെ അഭിപ്രായങ്ങളും പ്രതികരണങ്ങളും അവർ യഥാർത്ഥത്തിൽ എങ്ങനെയാണെന്ന സൂചന നൽകുന്നു. ബാഹ്യ കാര്യങ്ങൾ ചർച്ച ചെയ്യുന്നത് നിങ്ങൾക്കൊപ്പമുള്ള വ്യക്തിയെക്കുറിച്ച് കൂടുതൽ പൂർണ്ണമായ ഒരു ചിത്രം നേടാൻ സഹായിക്കും, ഇത് വളരെ സഹായകരമാണ്, കാരണം നിങ്ങൾക്ക് സംസാരിക്കുവാൻ കഴിയുന്ന കാര്യങ്ങൾക്ക് പരിധിയില്ല. പരോക്ഷമായി നിങ്ങൾക്ക് ശേഖരിക്കുവാൻ കഴിയുന്ന ആഴത്തിലുള്ള വിവരങ്ങളുടെ ഒരു ഉദാഹരണമായി, "നിങ്ങൾക്ക് എവിടെ നിന്നാണ് വാർത്തകൾ ലഭിക്കുന്നത്? ഏത് തരത്തിലുള്ള പ്രസിദ്ധീകരണങ്ങളാണ് നിങ്ങൾ കൂടുതൽ സമയം വായിക്കുന്നത്?" എന്ന് ആരോടെങ്കിലും ചോദിക്കുന്നത് പരിഗണിക്കുക.

ഇതൊരു നിഷ്കളങ്കമായ ചോദ്യമാണ്, അത് ബാഹ്യമായ ഒന്നാണ്. എന്നിരുന്നാലും, ഒരാൾ പരാമർശിക്കുന്ന ഉറവിടങ്ങളും അവരുടെ ഇഷ്ടപ്പെട്ട വീക്ഷണകോണുകളും അറിയുന്നതിലൂടെ, അവരുടെ കാഴ്ചപ്പാടുകൾ, മുൻഗണനകൾ, മൂല്യങ്ങൾ, മൊത്തത്തിലുള്ള ലോകവീക്ഷണം എന്നിവ

യെക്കുറിച്ച് നിങ്ങൾക്ക് ധാരാളം കാര്യങ്ങൾ പഠിക്കുവാൻ കഴിയും. ഇത് ഏതൊരു രാഷ്ട്രീയ ഉദ്ദേശ്യത്തിനും അപ്പുറത്തേക്ക് ഉപയോഗപ്രദമാണ്—ഒരാൾ ഏത് മാധ്യമമാണ് ഉപയോഗിക്കുന്നതെന്ന് നിങ്ങൾക്കറിയുമ്പോൾ, അവർ ലോകത്തെ എങ്ങനെ കാണാൻ ഇഷ്ടപ്പെടുന്നുവെന്ന് നിങ്ങൾക്ക് പെട്ടെന്ന് മനസ്സിലാകും.

നേരിട്ട് ആഴത്തിൽ സഞ്ചരിക്കുന്നത് പലപ്പോഴും അസ്വസ്ഥത ഉളവാക്കുന്നതോ അല്ലെങ്കിൽ ഏറ്റവും വിചിത്രമായതോ ആണ്. അതിന് പകരമായി, ബാഹ്യ കാര്യങ്ങളോടുള്ള ആളുകളുടെ പ്രതികരണങ്ങൾ അളക്കുന്നതിലൂടെ നിങ്ങൾക്ക് ആഴത്തിലുള്ള ഒരു കാഴ്ചപ്പാട് നേടുവാൻ കഴിയും. നിങ്ങൾക്ക് പലപ്പോഴും കൂടുതൽ സത്യസന്ധമായ ഉത്തരം ലഭിക്കും, കൂടാതെ ആ പ്രക്രിയയിൽ നിങ്ങൾക്ക് അവരെക്കുറിച്ച് കൂടുതലറിയുവാനും കഴിയും.

ചോദ്യങ്ങൾ ചോദിക്കൽ: എപ്പോഴും സംസാരിക്കാനുള്ള നിങ്ങളുടെ ഉത്തരവാദിത്തം ഇല്ലാതാക്കുകയും നിങ്ങളുടെ പങ്കാളിയുമായി പൊതുവായ ഒരു നിലപാട് കണ്ടെത്താൻ സഹായിക്കുകയും ചെയ്യുക മാത്രമല്ല, നിങ്ങൾ അവരെ ശ്രദ്ധിക്കുന്നുണ്ടെന്ന് മറ്റേ വ്യക്തിക്ക് തോന്നിപ്പിക്കുകയും ചെയ്യുന്നു. ഒരു ചോദ്യം ചോദിക്കുന്നത് അവരുടെ അഭിപ്രായങ്ങളും അനുഭവങ്ങളും നിങ്ങൾക്ക് പ്രധാനമാണെന്നതോന്നൽ അവരിൽ ഉണ്ടാക്കുവാൻ സഹായിക്കുന്നു, ഇത് അവരെ പ്രധാനപ്പെട്ടവരായി തോന്നിപ്പിക്കുന്നു. ഇതിനുള്ള രഹസ്യം ലളിതമാണ്; ചോദ്യങ്ങൾ ചോദിക്കുകയും ആളുകളുടെ ഉത്തരങ്ങളിൽ ശ്രദ്ധ ചെലുത്തുകയും ചെയ്യുക.

പ്രധാന സൂചനകൾ :

- കൂടുതൽ ആഴത്തിൽ പോയി മെച്ചപ്പെട്ടവരാകുക—ഇത് നമ്മുടെ സന്തോഷത്തിനും മാനസിക ക്ഷേമത്തിനും കൂടുതൽ ഗുണകരമാണെന്ന് നമുക്കറിയാവുന്ന തരത്തിലുള്ള ഇടപെടലുകളിലേക്ക് നമുക്ക് എങ്ങനെ പ്രവേശിക്കാം എന്നതിനെക്കുറിച്ചാണ്. ഒരാളുടെ

നല്ല സവിശേഷതകളിലേക്ക് നമുക്ക് എങ്ങനെ പ്രവേശിക്കുവാനും അവരുടെ കാവൽക്കാരെ ഉപേക്ഷിച്ച് ഒരു യഥാർത്ഥ ബന്ധം കെട്ടിപ്പടുക്കുവാൻ തക്കവണ്ണം അവർക്ക് നമ്മളെക്കുറിച്ച് നല്ല അനുഭവം നൽകാനും കഴിയും?

- ആളുകളെ, അവരുടെ അതിരുകൾ താഴ്ത്താൻ പ്രേരിപ്പിക്കുന്നതിനുള്ള ഏറ്റവും വ്യക്തമായ മാർഗ്ഗം, അവരെ പലപ്പോഴും അഭിനന്ദിക്കുക എന്നതാണ്. പൊതുവെ അഭിനന്ദനങ്ങൾ നല്ലതാണ്, പക്ഷേ സ്വീകർത്താക്കളെ ശരിക്കും സ്വാധീനിക്കുന്ന ചില പ്രത്യേക അഭിനന്ദനങ്ങളുണ്ട്. ആളുകൾ ബോധപൂർവ്വം തിരഞ്ഞെടുത്ത കാര്യങ്ങളിലും അവരുടെ ചിന്താപ്രക്രിയയെ പ്രതിഫലിപ്പിക്കുന്ന കാര്യങ്ങളിലും നിങ്ങൾ അവരെ അഭിനന്ദിക്കാൻ ശ്രമിക്കണം. ഇത് അവരെ സംബന്ധിച്ചിടത്തോളം, കേവലം അഭിനന്ദനം മാത്രമല്ല, മറിച്ച് അവർക്ക് സാധുത നൽകുന്ന ഒന്നാണ്. ഇത്തരത്തിലുള്ള അഭിനന്ദനങ്ങൾ മറ്റുള്ളവരോട് നിങ്ങൾ അവരുമായി ആഴത്തിലുള്ള തലങ്ങളിൽ യോജിക്കുന്നുവെന്ന് സൂക്ഷ്മമായി പറയുന്നു, കൂടാതെ അവർ ശരിയായ തീരുമാനങ്ങൾ എടുത്തിട്ടുണ്ടെന്നതിൽ അവർക്ക് സന്തോഷിക്കാൻ അവസരം നൽകുകയും ചെയ്യുന്നു.
- ചിലപ്പോൾ, ശ്രദ്ധയോടെ കേൾക്കുവാനും അവരുടെ ആന്തരിക ചിന്തകൾ പ്രകടിപ്പിക്കുവാനും തയ്യാറുള്ള ഒരാളെ കണ്ടെത്തിയാൽ പോലും ആളുകൾ ഉദ്ദേശിക്കാതെ തന്നെ അവരുടെ പ്രതിരോധം ദുർബ്ബലപ്പെടുത്തും. കേൾക്കൽ എന്നത് കുട്ടിക്കാലം മുതൽ പഠിപ്പിക്കേണ്ട ഒരു കഴിവാണ്, പക്ഷേ അങ്ങനെയല്ല നമ്മൾ വളരുന്നത്, അതിനാൽ നമുക്ക് എല്ലാത്തരം ഫലപ്രദമല്ലാത്ത ശ്രവണ ശീലങ്ങളും അവശേഷിക്കുന്നു. നാമെല്ലാവരും സ്വാഭാവികമായും സ്വയം-ആസക്തിയുള്ളവരാണ്, ഇത് മറ്റുള്ളവരെ ഒരു ഇടപെടലിനെക്കുറിച്ച് നന്നായി തോന്നിപ്പിക്കുന്നതിനുള്ള ഒരു കഴിവായി

കേൾക്കുന്നതിന്റെ പ്രാധാന്യം എടുത്തുകാണിക്കുന്നു. നന്നായി കേൾക്കാൻ വിവിധ രീതികളുണ്ടെങ്കിലും, ശ്രദ്ധിക്കുന്ന മനോഭാവം ഉണ്ടായിരിക്കുക എന്നതാണ് ഏറ്റവും പ്രധാനപ്പെട്ട ഭാഗം: നിങ്ങളെക്കുറിച്ചല്ല, മറ്റൊരാളിൽ ശ്രദ്ധ കേന്ദ്രീകരിക്കുക, അവർ എന്തെങ്കിലും പറഞ്ഞാൽ, അത് പര്യവേക്ഷണം ചെയ്യുക.

- തീർച്ചയായും, ആളുകളുമായി നേരിട്ട് കൂടുതൽ അടുക്കാൻ പരീക്ഷിച്ചുനോക്കിയതും സത്യവുമായ മാർഗ്ഗം മികച്ച ചോദ്യങ്ങൾ ചോദിക്കുക എന്നതാണ്. ലളിതമായ സത്യം എന്തെന്നാൽ, നമ്മൾ ഉപയോഗിക്കുന്ന മിക്ക ചോദ്യങ്ങളും ഉപരിതലത്തിലുള്ളവയാണ്, അതിനാൽ അവ ഉപരിതലത്തിലുള്ള പ്രതികരണങ്ങൾ മാത്രമേ നൽകൂ. യഥാർത്ഥ വസ്തുതയ്ക്ക് കൂടുതൽ ഫലഭൂയിഷ്ഠമായ ഇടം സൃഷ്ടിക്കുന്ന കൂടുതൽ ആഴത്തിലുള്ള ചോദ്യങ്ങൾക്കുള്ള ചില മാർഗ്ഗനിർദ്ദേശങ്ങൾ ഇതാ : തുറന്ന ചോദ്യങ്ങൾ ചോദിക്കുക (വസ്തുതകൾ ചോദിക്കരുത്, വസ്തുതകളുമായി ബന്ധപ്പെട്ട വിശകലനവും പ്രതികരണവും ചോദിക്കുക), അനുമാനങ്ങൾക്കപ്പുറം പോകുക (നിങ്ങളുടെ സ്വന്തം വിശകലനത്തിൽ നിങ്ങൾക്ക് എന്താണ് നഷ്ടമായത്?), കഥയുടെ എല്ലാ വശങ്ങളും മനസ്സിലാക്കുക (കൂടുതൽ കാഴ്ചപ്പാടുകൾ ഉണ്ടെങ്കിൽ നല്ലത്), തുടർ ചോദ്യങ്ങൾ ഉപയോഗിക്കുക (നിങ്ങളുടെ സ്വന്തം ചിന്തകളിൽ ഇടപെടരുത്), നിശബ്ദമായ അന്തരീക്ഷത്തിൽ സുഖമായിരിക്കുക, വാസ്തവത്തിൽ അത് ഉപയോഗിക്കുക, സ്വന്തം ഉൾക്കാഴ്ചകൾ കണ്ടെത്താൻ ആളുകളെ പ്രോത്സാഹിപ്പിക്കുക (അപ്പോൾ അത് കാര്യങ്ങളെക്കുറിച്ചുള്ള നിങ്ങളുടെ അഭിപ്രായത്തെ എങ്ങനെ മാറ്റിമറിച്ചു?).

അദ്ധ്യായം 6

ഉള്ളിലേക്ക് നോക്കുക

ജെഫ്രിക്ക് സാധാരണയായി ധാരാളം കാര്യങ്ങൾ പറയാനു ണ്ടാകും. എല്ലാ ദിവസവും രാവിലെ അദ്ദേഹം വാർത്തകൾ വായിക്കുകയും ഒഴിവു സമയം ലഭിക്കുമ്പോഴെല്ലാം മാധ്യമ ങ്ങളിൽ മുഴുകുകയും ചെയ്യുന്നു. നർമ്മസല്ലാപ സൈറ്റുകളും റിയാലിറ്റി ടെലിവിഷനും അദ്ദേഹം ഒഴിവാക്കുന്നു, എന്നിരു ന്നാലും സാധാരണയായി എല്ലാ ദിവസവും കുറച്ച് വസ്തുത കൾ അദ്ദേഹം മനസ്സിലാക്കുന്നു. ഉയർന്നുവരുന്ന ഏത് വിഷയ ത്തിലും ആളുകളുമായി സംസാരിക്കുവാനും ബന്ധപ്പെടാനും അദ്ദേഹത്തിന് കഴിയുമെന്നതിൽ അതിശയിക്കാനില്ല.

കൂടാതെ, ഓരോ വിഷയത്തെക്കുറിച്ചുമുള്ള തന്റെ കാഴ്ചപ്പാടുകൾ അവതരിപ്പിക്കുവാൻ അദ്ദേഹത്തിന് കഴിയും. മറ്റുള്ളവർ ഉൾക്കാഴ്ചയോ വിശകലനമോ നൽകാതെ ഒറ്റവാക്കിൽ മറുപടി നൽകിയേക്കാം. ജെഫ്രി എപ്പോഴും ഒരേ നിലപാടുള്ളയാളാണെന്ന് തോന്നുന്നതിനാൽ അദ്ദേഹവു മായി സംസാരിക്കുന്നത് ഒരു അത്ഭുതമാണ്, അല്ലെങ്കിൽ, അദ്ദേഹം ജിജ്ഞാസയും പഠനവും ആസ്വദിക്കുന്ന വ്യക്തിയാണ്.

നിങ്ങൾക്ക് ജെഫ്രിയോ മറ്റേയാളോ ആകാം. എന്താണ് വ്യത്യാസം? വ്യത്യസ്ത അഭിപ്രായങ്ങളും കാഴ്ചപ്പാടുകളും ചർച്ച ചെയ്യാനുള്ള കഴിവ് കാരണം ജെഫ്രി ഒരു മികച്ച

സംഭാഷണപ്രിയനാണ്. അദ്ദേഹം വെറുതെ അഭിനയിക്കുകയല്ല; അറിവ്, വിവരങ്ങൾ, വ്യത്യസ്ത കാഴ്ചപ്പാടുകൾ എന്നിവയ്ക്കായി ദാഹിക്കുന്ന ഒരു ജിജ്ഞാസുവായ വ്യക്തിയാണ് അദ്ദേഹം. ലോകത്തെക്കുറിച്ച് കൂടുതൽ കാര്യങ്ങൾ മനഃപൂർവ്വം അദ്ദേഹം തുറന്നുപറഞ്ഞിട്ടുണ്ട്, കൂടുതൽ പഠിക്കുംതോറും അദ്ദേഹത്തിന് താൻ പണ്ഡിതനാണെന്ന് തോന്നുന്നത് കുറയുന്നു.

ധാരാളം അനുഭവങ്ങളും പറയാൻ ധാരാളം കാര്യങ്ങളുമുള്ള ഒരു വ്യക്തിയാകുക. കൂടുതൽ ചുരുക്കി പറഞ്ഞാൽ, നിങ്ങൾ അറിയുവാൻ ആഗ്രഹിക്കുന്ന തരത്തിലുള്ള വ്യക്തിയായി നിങ്ങൾ മാറണം. ദിവസം മുഴുവൻ ടെലിവിഷൻ കാണുന്ന ഒരാളേക്കാൾ സജീവമായി സ്കൈഡൈവ് ചെയ്യുന്ന ഒരാളെയാണ് നിങ്ങൾ ഇഷ്ടപ്പെടുന്നത്. രസകരമായ ഒരു വിഷയം നിങ്ങളെ പഠിപ്പിക്കുവാൻ കഴിവുള്ള ഒരാളെയാണ് നിങ്ങൾ ഇഷ്ടപ്പെടുന്നത്. വിവിധ വിഷയങ്ങളിൽ അഭിനിവേശം പ്രകടിപ്പിക്കുകയും അഭിപ്രായങ്ങൾ പ്രകടിപ്പിക്കുകയും ചെയ്യുന്ന ഒരാളെയാണ് നിങ്ങൾ ഇഷ്ടപ്പെടുന്നത്. നിങ്ങൾ ഈ വ്യക്തിയാണോ?

നമ്മുടെ സംഭാഷണ സംഗ്രഹം സൃഷ്ടിക്കാൻ ശ്രമിക്കുമ്പോൾ, അത് സംശയാസ്പദമായി ശൂന്യമോ രസകരമായ ഒന്നും ഇല്ലാത്തതോ ആണെന്ന് നമുക്ക് മനസ്സിലായേക്കാം. കഴിഞ്ഞ ആഴ്ച നമ്മൾ ജോലിയും ഭക്ഷണവും അല്ലാതെ മറ്റൊന്നും ചെയ്തിട്ടില്ലെന്ന് നമുക്ക് മനസ്സിലായേക്കാം. മറ്റുള്ളവർ അവരുടെ പുതിയ കണ്ടെത്തലുകൾ പങ്കിടുമ്പോൾ, നമുക്ക് അക്ഷരാർത്ഥത്തിൽ ഒന്നും ചേർക്കാനില്ലെന്ന് നമുക്ക് മനസ്സിലായേക്കാം. അതിനാൽ, ഈ അദ്ധ്യായത്തിന്റെ ആദ്യ ഭാഗം ഉള്ളിലേക്ക് നോക്കുന്നതിലും ആകർഷകമായ സംഭാഷണം നടത്താൻ പ്രയാസമുള്ള ഒരാളായി മാറുന്നതിലും ശ്രദ്ധ കേന്ദ്രീകരിക്കുന്നു. ഈ പുസ്തകത്തിലെ എല്ലാ സാങ്കേതിക വിദ്യകളും ഫലപ്രദവും ഉപയോഗപ്രദവുമാണെങ്കിലും, പങ്കിടാനും ഇടപഴകാനും ധാരാളം കാര്യങ്ങൾ ഉള്ള ആളാണ് നിങ്ങളെങ്കിൽ, സ്വാഭാവികമായും നിങ്ങൾ അവയുമായി വളരെയധികം പൊരുത്തപ്പെടും.

സ്വയം നിർമ്മിക്കുക

സംഭാഷണത്തിന് യോഗ്യരായ ആളുകൾ തങ്ങൾ ആഗ്രഹിക്കുന്ന കാര്യങ്ങൾ സജീവമായി പിന്തുടരുന്നു. വീട്ടിൽ ഇരുന്ന്, 24/7 ജോലി ചെയ്തു, അല്ലെങ്കിൽ എപ്പോഴും ഒരേ കാര്യങ്ങളെക്കുറിച്ച് സംസാരിച്ചുകൊണ്ടിരുന്നത് നിങ്ങളെ രസകരമാക്കില്ല. വാസ്തവത്തിൽ, അത് നിങ്ങളുടെ ജീവിതത്തിൽ ഒന്നും നടക്കുന്നില്ലെന്ന് തോന്നിപ്പിക്കും, അത് കൃത്യമായ ഒരു വിലയിരുത്തലായിരിക്കാം. മറ്റുള്ളവരുമായി വീണ്ടും സംസാരിക്കുവാൻ തങ്ങൾക്ക് താൽപ്പര്യമില്ലാത്ത ദൈനംദിന അനുഭവങ്ങൾ എല്ലാവർക്കും ഉണ്ടാകും. നിങ്ങൾ എന്താണ് ചെയ്തതെന്ന് ആളുകൾ നിങ്ങളോട് ചോദിക്കുമ്പോൾ, നിങ്ങൾ "ജോലി ചെയ്തു" എന്ന് പറയുന്നത് കേൾക്കുവാൻ അവർ ആഗ്രഹിക്കുന്നില്ല.

അവർ ചിരിക്കുകയും പുഞ്ചിരിക്കുകയും ചെയ്തേക്കാം, പക്ഷേ നിങ്ങളിൽ നിന്നുള്ള മറ്റ് വിശദാംശങ്ങൾ ഒരുപക്ഷേ വിരസമാകുമെന്ന് അവർക്കറിയാവുന്നതിനാൽ, അവർ സംഭാഷണം അവിടെ നിർത്തുന്നു. എന്നാൽ "ഞാൻ സ്കൈ ഡൈവിംഗ് ചെയ്യുവാൻ പോയി. അത് വളരെ ആവേശകരമായിരുന്നു, വായുവിലൂടെ പതിനാലായിരം അടി താഴേക്ക് പതിക്കുന്നത്! എന്റെ ച്യൂട്ട് മിക്കവാറും വികസിച്ചില്ല, പക്ഷേ ഒടുവിൽ അത് വികസിച്ചു—ഹോ!" എന്നതുപോലെ എന്തെങ്കിലും പറഞ്ഞാൽ സംഭാഷണം അതിരുകടന്ന വഴിത്തിരിവുകളിലേക്ക് മാറുമെന്ന് സങ്കൽപ്പിക്കുക.

ആളുകളിൽ ഉടലെടുക്കാവുന്ന ചോദ്യങ്ങളും അഭിപ്രായങ്ങളും സങ്കൽപ്പിക്കുക—എന്നാൽ ഇവിടെ പ്രധാന കാര്യം, നിങ്ങൾ മുൻകൈയെടുത്ത് നിങ്ങളുടെ താൽപ്പര്യം പിന്തുടരാൻ വേണ്ടത്ര ശ്രദ്ധിച്ചു എന്നതാണ്, നിങ്ങൾ ചെയ്ത ഒരു കാര്യത്തെക്കുറിച്ച് നിങ്ങൾ വീമ്പിളക്കുകയല്ല. അതൊരു യോഗ്യമായ സ്വഭാവമാണ്, അത് കൂടുതൽ ഇടപഴകലിനും ആളുകൾ നിങ്ങളിൽ താൽപ്പര്യം കാണിക്കുന്നതിനും കാരണമാകുന്നു. ആരെങ്കിലും നിങ്ങളുടെ വാരാന്ത്യത്തെക്കുറിച്ച് നിങ്ങളോട് ചോദിക്കുകയും നിങ്ങളുടെ

സത്യസന്ധമായ ഉത്തരങ്ങൾ ആളുകളിൽ അത്തരം പ്രതികരണങ്ങൾ ഉളവാക്കുകയും ചെയ്താൽ, നിങ്ങൾ ശരിയായ പാതയിലാണെന്ന് നിങ്ങൾക്ക് ഉറപ്പിക്കാം.

ഒരുപക്ഷേ വിമാനങ്ങളിൽ നിന്ന് ചാടുന്നത് നിങ്ങൾക്ക് ഇഷ്ടമുള്ള കാര്യമല്ലായിരിക്കാം—അത് കുഴപ്പമില്ല. നിങ്ങൾക്ക് താൽപ്പര്യമുള്ള കാര്യങ്ങൾ കണ്ടെത്തി ആ താൽപ്പര്യം ശമിപ്പിക്കുന്നതിനുള്ള നടപടികൾ സ്വീകരിക്കുക. പിന്നീട് നിങ്ങൾക്ക് ആളുകൾക്ക് പുതിയ അറിവ് പകർന്നു നൽകാനാകും, അല്ലെങ്കിൽ ഭാവിയിൽ അതേ വിനോദം പങ്കിടുകയും നിങ്ങളോടൊപ്പം അതിൽ പങ്കുചേരാൻ ആഗ്രഹിക്കുകയും ചെയ്യുന്ന ആളുകളെ നിങ്ങൾ കണ്ടെത്തിയേക്കാം.

നിങ്ങൾക്ക് കൂടുതൽ താൽപ്പര്യങ്ങളുണ്ടെങ്കിൽ, നിങ്ങൾ കൂടുതൽ താൽപ്പര്യമുള്ളവരായി മാറുന്നു. നിങ്ങൾ ഇടപഴകുമ്പോൾ, മറ്റുള്ളവർ നിങ്ങളുമായും ഇടപഴകുന്നു. ഈ പഴഞ്ചൊല്ലുകൾ ബുദ്ധിപരമായി തോന്നുക മാത്രമല്ല; അവ സത്യമായി മുഴങ്ങുന്നു. ജീവിതത്തിൽ മൂല്യവത്തായ കാര്യങ്ങൾ ചെയ്യുന്നവരിൽ ആളുകൾ താൽപ്പര്യം കാണിക്കുന്നു. നിങ്ങളുടെ ഒന്നോ അതിലധികമോ വിനോദങ്ങൾ പങ്കിടുന്ന ഒരാളെ നിങ്ങൾ കണ്ടെത്താനുള്ള സാധ്യതയും കൂടുതലാണ്. നിങ്ങൾക്ക് ഒരു വിനോദം മാത്രമേയുള്ളൂവെങ്കിൽ, ആ താൽപ്പര്യം പങ്കിടാനുള്ള സാധ്യത വളരെ കുറവായതിനാലും നിങ്ങൾ സംസാരിക്കാൻ വളരെ കുറച്ച് വിഷയങ്ങൾ മാത്രമേ നൽകുന്നുള്ളൂ എന്നതിനാലും ആളുകൾക്ക് നിങ്ങളെ പെട്ടെന്ന് വിരസമായി തോന്നിയേക്കാം.

നിങ്ങൾ സംസാരിച്ചതെല്ലാം *സ്റ്റാർ വാർസ്* ആക്ഷൻ ഫിഗറുകൾ ശേഖരിക്കുന്നതിനെക്കുറിച്ചായിരുന്നുവെന്ന് സങ്കൽപ്പിക്കുക. നിങ്ങളുടെ അതേ വിനോദം പങ്കിടുന്ന ആ ആരാധകവൃന്ദം ഒഴികെ, മിക്ക ആളുകൾക്കും ഇതുമായി ബന്ധം തോന്നണമെന്നില്ല, അതിനാൽ നിങ്ങളുടെ സംഭാഷണം വളരെ രസകരമായി തോന്നുകയുമില്ല. 1970-കളിലെ മിന്റ്-കണ്ടീഷൻ ഡാർത്ത് വാഡർ പാവകളെക്കുറിച്ചാണ് നിങ്ങൾ സംസാരിക്കുന്നതെന്ന് അവർ

മനസ്സിലാക്കുമ്പോൾ അവർ നിങ്ങളെ ഇഷ്ടപ്പെടാതിരിക്കുകയും നിങ്ങളെ ഒഴിവാക്കുകയും ചെയ്യും, അതിനാൽ അവർക്ക് ഒരു തലത്തിലും നിങ്ങളുമായി ബന്ധപ്പെടാനോ അവർക്ക് താൽപ്പര്യമുള്ള കാര്യങ്ങൾ നിങ്ങളുമായി ചർച്ച ചെയ്യാൻ കണ്ടെത്താനോ കഴിയില്ല.

എന്നാൽ നിങ്ങൾക്ക് ചിത്രകല ഇഷ്ടമാണെങ്കിൽ, അത് ആസ്വദിക്കുന്ന കൂടുതൽ ആളുകളെ നിങ്ങൾക്ക് കണ്ടെത്താൻ കഴിയും, കൂടാതെ ചിലർ മാത്രമായി പങ്കിടുന്ന ഒരു വിചിത്രമായ വിനോദം മാത്രമല്ല നിങ്ങളുടെ കൈവശമുള്ളത് എന്നതിനാൽ, വലിയൊരു വിഭാഗം ആളുകളെ ആകർഷിക്കുവാനും കഴിയും. നിങ്ങൾ രസകരവും ആകർഷകവുമായിരിക്കുന്നതിന്റെ ഉപരിതല വിസ്തീർണ്ണം ഇവിടെ വർദ്ധിക്കുകയാണ്.

ഇതെല്ലാം ഏകമാനമായിരിക്കുന്നത് ഒഴിവാക്കണം എന്ന ആശയത്തിലേക്ക് നയിക്കുന്നു. ഒരിക്കൽ എനിക്ക് ഒരു മേലധികാരി ഉണ്ടായിരുന്നു, അദ്ദേഹത്തിന്റെ ജീവിതത്തിലെ ഏക താൽപ്പര്യവും ലക്ഷ്യവും അഭിനിവേശവും കായികവിനോദത്തോടായിരുന്നു. അതുമാത്രം. കായികവുമായി ബന്ധപ്പെട്ട വിഷയമല്ലാതെ ഒരു സാധാരണ വ്യക്തിയെപ്പോലെ സംഭാഷണം നടത്തുവാൻ അദ്ദേഹത്തിന് കഴിയുമായിരുന്നില്ല. അല്ലെങ്കിൽ സംഭാഷണം കായിക വിനോദത്തെക്കുറിച്ചല്ലെങ്കിൽ, അത് പതുക്കെ അതിലേക്ക് നയിക്കുന്നുവെന്ന് ഉറപ്പാക്കുവാൻ അദ്ദേഹം തന്റെ വഴിക്ക് പോകുമായിരുന്നു.

ഇത് കായികവിനോദങ്ങൾ ഇഷ്ടപ്പെടാത്തവരോ അതിൽ താൽപ്പര്യമില്ലാത്തവരോ ആയ ആളുകളെ അകറ്റി നിർത്തുന്നു. കൂടാതെ, കായികവുമായി ബന്ധമില്ലാത്ത സംഭാഷണങ്ങളിൽ ഏർപ്പെടുന്നതിൽ നിന്നും ഇത് അദ്ദേഹത്തെ തടയുകയും മറ്റുള്ളവരുമായുള്ള ഇടപെടലുകൾ പരിമിതപ്പെടുത്തുകയും ചെയ്തു. മിക്ക ആളുകൾക്കും അദ്ദേഹം അരോചകമായി തോന്നി, കായികം ഇഷ്ടപ്പെടുന്ന ആളുകൾക്ക് പോലും അദ്ദേഹത്തിന്റെ സംഭാഷണം അരോ

ചകവും അസാധ്യവും നിന്ദ്യവുമായി അനുഭവപ്പെട്ടു. എന്റെ മേലധികാരിയെപോലെയാകുന്നത് ഒഴിവാക്കുക.

എപ്പോഴും നിങ്ങൾ പ്രവർത്തിക്കുന്നതോ ലക്ഷ്യമിടുന്നതോ ആയ മറ്റെന്തെങ്കിലും ഉണ്ടായിരിക്കുവാൻ ശ്രമിക്കുക—നിങ്ങളുടെ ഒഴിവുസമയത്ത് ജോലിയുമായി ബന്ധമില്ലാത്തതും ഏതെങ്കിലും തരത്തിലുള്ള സ്ക്രീൻ വഴി മാധ്യമങ്ങളുടെ നിഷ്ക്രിയ ഉപഭോഗവുമായി ബന്ധമില്ലാത്തതുമായ ഒരു പദ്ധതി പിന്തുടരുക. ഒരു അഭിനിവേശത്തെ സ്നേഹിക്കുന്നതിന് നിങ്ങൾ അളവുകോൽ സജ്ജീകരിക്കേണ്ടതില്ല, പകരം നിങ്ങൾക്ക് താൽപ്പര്യമുള്ള എന്തെങ്കിലും അന്വേഷിക്കുക.

നിങ്ങൾ ജീവിതം കൂടുതൽ ആസ്വദിക്കും, ധാരാളം കാര്യങ്ങൾ പഠിക്കും, സംസാരിക്കുവാൻ കൂടുതൽ വിഷയങ്ങൾ ഉണ്ടാകും. മറ്റുള്ളവർ നിങ്ങളുടെ പ്രോജക്ടിനെക്കുറിച്ച് സംസാരിക്കുവാനും ചോദ്യങ്ങൾ ചോദിക്കുവാനും ആഗ്രഹിക്കും. നിങ്ങളുടെ പുതിയ സംരംഭം നിങ്ങളുടെ അതേ അഭിനിവേശം പങ്കിടുന്ന പുതിയ ആളുകളെ കണ്ടുമുട്ടാൻ നിങ്ങളെ പ്രാപ്തരാക്കുകയും, നിങ്ങളുടെ സാമൂഹിക ചക്രവാളങ്ങൾ വിശാലമാക്കുകയും ചെയ്തേക്കാം.

യെസ് മാൻ എന്ന സിനിമയിൽ, ജിം കാരി എല്ലാത്തിനും യെസ് (അതെ) പറയാൻ നിർബന്ധിതനാകുന്നു—അക്ഷരാർത്ഥത്തിൽ എല്ലാത്തിനും. തൽഫലമായി, അദ്ദേഹത്തിന്റെ ജീവിതം രൂപാന്തരപ്പെടുന്നു, അല്ലാത്തപക്ഷം അദ്ദേഹത്തിന് ഒരിക്കലും അനുഭവിക്കുവാൻ കഴിയാത്ത, നിരവധി മറക്കാനാവാത്ത അനുഭവങ്ങൾ അദ്ദേഹത്തിനു ലഭിക്കുന്നു. അദ്ദേഹം തന്റെ ജീവിതത്തിലെ പ്രണയത്തെ കണ്ടുമുട്ടുന്നു, നിരവധി സാഹസികതകളിൽ ഏർപ്പെടുന്നു, അങ്ങനെയുള്ള ഒരുപാടു കാര്യങ്ങൾ ചെയ്യുന്നു. ശരി, നിങ്ങൾ അദ്ദേഹത്തിന്റെ കഥാപാത്രത്തെപ്പോലെ ആയിരിക്കണം, യെസ് എന്ന് പറയുന്നതും ഒരിക്കലും ഇല്ല എന്ന് പറയാത്തതും ശീലമാക്കണം.

അമിതമായി ചിന്തിക്കുന്നതും 'ഇല്ല' എന്ന് പറയാൻ സ്വയം ഒഴികഴിവുകൾ കണ്ടെത്തുന്നതും നിർത്തുക. 'അതെ' എന്ന് പറയാൻ നിങ്ങൾക്ക് ഒരു കാരണം പോലും

ആവശ്യമില്ല, അതിനാൽ 'അതെ' എന്ന് പറയുന്നത് നിങ്ങൾക്ക് വളരെ എളുപ്പവും യാന്ത്രികവുമായി മാറണം. 'എന്തുകൊണ്ട് പാടില്ല' എന്ന് ചോദിച്ചാൽ മതി, അമിതമായി ചിന്തിക്കുന്നത് ഇല്ലാതാക്കി ഒരു പുതിയ അനുഭവവുമായി മുന്നോട്ട് പോകുക. എന്ത് സംഭവിക്കുമെന്ന് പ്രതീക്ഷകൾ വയ്ക്കരുത്. എന്ത് സംഭവിക്കുമെന്ന് ജിജ്ഞാസ പുലർത്തുകയും തുറന്ന മനസ്സ് നിലനിർത്തുകയും ചെയ്യുക.

ഓർക്കുക, നമ്മുടെ ഉദ്ദേശ്യങ്ങൾക്കായി, ഈ അനുഭവങ്ങൾ എപ്പോഴും നിങ്ങളുടെ പക്കലുണ്ടെങ്കിൽ, നിങ്ങൾ യഥാർത്ഥത്തിൽ രസകരമായ ഒരു സംഭാഷണക്കാരനായി മാറുകയാണ്.

വ്യത്യസ്തമായ കാര്യങ്ങൾ പരീക്ഷിക്കുക

ഒരു പഴയ ജോലിസ്ഥലത്ത് എന്റെ അടുത്തിരുന്ന്, "ആനയുടെ ഗുഹ്യഭാഗത്തെ രോമത്തെ എന്താണ് വിളിക്കുന്നതെന്ന് നിങ്ങൾക്കറിയാമോ? അതിനെ ഒരു ഡ്യൂഡ് എന്ന് വിളിക്കുന്നു" എന്ന് പറഞ്ഞ ഒരു കുട്ടിയെ ഞാൻ ഒരിക്കലും മറക്കില്ല. (ഇത് കൃത്യമായ ഒരു വസ്തുതയാണെന്ന് ഞാൻ പിന്നീട് കണ്ടെത്തി.) ഒരു പുതിയ വ്യക്തിയുമായുള്ള ഏത് സംഭാഷണത്തിലോ ഇടപെടലിലോ ഇതേ ആശയം പ്രസക്തമാണ്. പുതിയ വസ്തുതകൾ ഉപയോഗിച്ച് ആളുകളെ ഞെട്ടിക്കാൻ നിങ്ങൾ കൂടുതൽ അറിയുകയും പഠിക്കുകയും ചെയ്യേണ്ടതില്ല, പക്ഷേ ആളുകൾ നിങ്ങളെ എങ്ങനെ കാണുന്നു എന്നതിന് അത് നിഷേധിക്കാനാവാത്തവിധം ഗുണം ചെയ്യും. നിങ്ങൾക്ക് കൂടുതൽ കാര്യങ്ങൾ അറിയുംതോറും നിങ്ങൾക്ക് കൂടുതൽ കാര്യങ്ങളെക്കുറിച്ച് സംസാരിക്കുവാൻ കഴിയും, നിങ്ങൾക്ക് കൂടുതൽ ആളുകളുമായി ബന്ധപ്പെടാൻ കഴിയും.

മുമ്പത്തെ വിഷയം കൂടുതൽ കാര്യങ്ങൾ ചെയ്യുക എന്നതായിരുന്നുവെങ്കിൽ, ഈ ആശയം സ്വയം കൂടുതൽ വിദ്യാഭ്യാസം നേടുന്നതിന് ഊന്നൽ നൽകുന്നു—നിഷ്ക്രിയമായി അറിവ് നിങ്ങളിലേക്ക് വരുമെന്ന് കരുതുന്നതിനു

പകരം നിങ്ങൾ മുൻകൈയെടുത്ത് അറിവ് നേടുക. കൂടുതൽ നന്നായി വായിക്കുക. പുസ്തകങ്ങളിൽ നിന്നോ പത്രങ്ങളിൽ നിന്നോ പോലും നിങ്ങൾക്ക് ഒരു ദിവസം അഞ്ച് മിനിറ്റ് പഠിക്കാൻ കഴിയുന്ന വിഷയങ്ങൾ നിങ്ങളെ അത്ഭുതപ്പെടുത്താം. കാര്യങ്ങൾ എങ്ങനെ പ്രവർത്തിക്കുന്നു, കാര്യങ്ങൾ പരസ്പരം എങ്ങനെ ബന്ധപ്പെട്ടിരിക്കുന്നു, അല്ലെങ്കിൽ ഏതൊക്കെ അദ്വിതീയ പ്രതിഭാസങ്ങളാണ് മറ്റുള്ളവരെ പ്രബുദ്ധരാക്കുകയും നിങ്ങളെ കൂടുതൽ രസകരമാക്കുകയും ചെയ്യുന്നത്.

നിങ്ങൾക്ക് കാര്യമായൊന്നും പറയാനില്ലെങ്കിൽ, അതിനർത്ഥം നിങ്ങൾ പൊതുവായി കൂടുതൽ ഉപഭോഗം ചെയ്യുകയും നിങ്ങളുടെ ദൈനംദിന നിലനിൽപ്പിന് പുറത്തുള്ള കാഴ്ചപ്പാട് നേടുകയും വേണം എന്നാണ്.

കൂടുതൽ സംസാരിക്കേണ്ടി വരുംതോറും കൂടുതൽ നല്ലതാകുന്നു. ഒരാളുമായി സംഭാഷണം ആരംഭിക്കുകയും ഒന്നിനുപുറകെ ഒന്നായി നിരവധി വിഷയങ്ങളിലൂടെ കടന്നുപോകുകയും ചെയ്യണമെന്നല്ല ഇതിനർത്ഥം, മറിച്ച് വ്യത്യസ്ത കാര്യങ്ങളെക്കുറിച്ച് നിങ്ങൾക്ക് കൂടുതൽ അറിവുണ്ടെങ്കിൽ, നിങ്ങളും നിങ്ങളുടെ സംഭാഷണ പങ്കാളിയും എന്തെങ്കിലും നേരിട്ട് കാണാനും ബന്ധപ്പെടാനുമുള്ള സാധ്യത കൂടുതലാണ്.

ഒരു വിഷയത്തിൽ മാത്രം ആഴത്തിൽ സഞ്ചരിക്കുന്നതിന് പകരം, വിശാലത ലക്ഷ്യമിടാനും നിരവധി വിഷയങ്ങളെ സ്പർശിക്കുവാനും നിങ്ങൾ ആഗ്രഹിക്കുന്നു. അറിയുക എന്ന പ്രവൃത്തി കേവലം രസകരമായിരിക്കുക എന്നതിലുപരിയാണ്—അത് നിങ്ങളുമായുള്ള സംഭാഷണം എളുപ്പവും പലപ്പോഴും ആനന്ദകരവുമാക്കുന്നു. ഇത് പഠിപ്പിക്കാനും, നിർദ്ദേശങ്ങൾ നൽകുവാനും, പ്രബുദ്ധരാക്കുവാനും, നയിക്കാനും, എപ്പോഴും രസകരമായ എന്തെങ്കിലും പറയാനുണ്ടാകാനും നിങ്ങളെ അനുവദിക്കുന്നു.

മറ്റുള്ളവരുടെ അഭിപ്രായങ്ങളെ ആവർത്തിച്ചു പറയേണ്ടി വന്നാൽ പോലും, അഭിപ്രായങ്ങൾ വികസിപ്പി

ക്കുകയും പങ്കിടുകയും ചെയ്യുക. ആളുകൾ അവരുടെ കാഴ്ചപ്പാടുകൾ ചർച്ച ചെയ്യാൻ ഇഷ്ടപ്പെടുന്നു. നിങ്ങൾ ഒരാളോട് വിയോജിച്ചാലും, സംഭാഷണം പിന്തുടരുക. ഒരു അഭിപ്രായമില്ലെങ്കിൽ, സംഭാഷണം സ്തംഭിക്കുകയും മരിക്കുകയും ചെയ്യുന്നു. ഒരു അഭിപ്രായം പ്രകടിപ്പിക്കുന്നത് നിങ്ങൾക്ക് താൽപ്പര്യമുണ്ടെന്നും, നിങ്ങളുടെ കൈവശമുള്ള വസ്തുതകളെ അടിസ്ഥാനമാക്കി നിങ്ങൾ എന്തെങ്കിലും തീരുമാനമെടുത്തിട്ടുണ്ടെന്നും, ലോകത്തെ മൊത്തത്തിൽ ചിന്തിക്കുന്നതിൽ നിങ്ങൾ സജീവമാണെന്നും ആണ്. അത്താഴത്തിന് എവിടെയാണ് ഭക്ഷണം കഴിക്കേണ്ടതെന്ന് ആരോടെങ്കിലും ചോദിക്കുന്നത് എത്ര നിരാശാജനകമാണെന്ന് സങ്കൽപ്പിക്കുക, പക്ഷേ അവർക്ക് ഒരിക്കലും ഉത്തരം ലഭിക്കുന്നില്ല. ആ വ്യക്തിയാകരുത്.

ഇത്തരത്തിൽ സങ്കൽപ്പിക്കുക. നിങ്ങൾ ബ്രെക്സിറ്റിനെക്കുറിച്ച് സംസാരിക്കുമ്പോൾ മറ്റേയാൾ നിങ്ങളോട് പ്രതികരിക്കുമെന്ന് നിങ്ങൾ പ്രതീക്ഷിക്കുന്നു. എന്നാൽ മറ്റേയാൾക്ക് ഒന്നും പറയാനില്ല. അയാൾ തോൾ കുലുക്കി "ഓ, അതെ, ഞാൻ അതിനെക്കുറിച്ച് കേട്ടു" എന്ന് പറയുന്നു. ഒരാൾ പ്രതീക്ഷിക്കുന്ന തരത്തിലുള്ള ഒരു അഭിപ്രായം ലഭിക്കാത്തത് സംഭാഷണത്തെ സ്തംഭിപ്പിക്കുന്നു. സംസാരിക്കുവാൻ മറ്റൊന്നുമില്ല, കാരണം ആ വിഷയം അവിടെ ഇല്ലാതാകുന്നു, ഇപ്പോൾ നിങ്ങൾ പുതിയൊരു വിഷയം ആരംഭിക്കുവാൻ ആഗ്രഹിക്കുന്നില്ല, കാരണം അയാൾ അതും ഇല്ലാതാക്കുമെന്ന് നിങ്ങൾ ഭയപ്പെടുന്നു. ബ്രെക്സിറ്റിനെക്കുറിച്ച് വ്യക്തമായ അഭിപ്രായമുള്ള, നിങ്ങളുമായി ചർച്ച ചെയ്യാൻ കഴിയുന്ന ഒരാളെ കണ്ടുമുട്ടിയാൽ നിങ്ങൾക്ക് കൂടുതൽ താൽപ്പര്യമുണ്ടാകും. അഭിപ്രായക്കുറവ് നിങ്ങൾ കാര്യങ്ങളെക്കുറിച്ച് ചിന്തിക്കുന്നില്ലെന്ന് തോന്നിപ്പിക്കും.

എല്ലാവർക്കും ധാരാളം ജീവിതാനുഭവങ്ങളോ വാർത്തകളുമായി പരിചയമോ ഉണ്ടായിരിക്കണമെന്നില്ല. എന്നാൽ എല്ലാവർക്കും പുതിയ കാര്യങ്ങളിൽ ജിജ്ഞാസയും പഠിക്കുവാനുള്ള ആഗ്രഹവും ഉണ്ടായിരിക്കും. മറ്റുള്ളവരെക്കുറിച്ചും പുതിയ കാര്യങ്ങളെക്കുറിച്ചും അറിയുവാനുള്ള ജിജ്ഞാസ

ഉണ്ടായിരിക്കുന്നത് മറ്റുള്ളവർ നിങ്ങളോട് സംസാരിക്കുവാനും കാര്യങ്ങൾ വിശദീകരിക്കുവാനും അല്ലെങ്കിൽ പുതിയ ആശയങ്ങൾ പഠിപ്പിക്കുവാനും ആഗ്രഹിക്കും.

ബൗദ്ധിക ജിജ്ഞാസ നിങ്ങളെ ലോകത്തെയും, നിങ്ങളുടെ ചുറ്റുമുള്ളതിനെയും, പതിനാറ് മണിക്കൂറോ അതിൽ കൂടുതലോ വിമാനയാത്ര ആവശ്യമുള്ള, നിങ്ങളിൽ നിന്ന് വളരെ അകലെയുള്ള ലോകത്തെയും പര്യവേക്ഷണം ചെയ്യാൻ പ്രേരിപ്പിക്കുന്നു. പുതിയ ഭാഷ പഠിക്കാനും, പുതിയ ആളുകളെ കണ്ടുമുട്ടാനും, വിദേശ ഭക്ഷണം പരീക്ഷിക്കാനും നിങ്ങൾ മറ്റൊരു രാജ്യത്തേക്ക് പറക്കേണ്ടതില്ല. വീട്ടിൽ നിന്ന് തന്നെ, നിങ്ങൾക്ക് നിങ്ങളുടെ ചക്രവാളങ്ങൾ വിശാലമാക്കാനും, ചുറ്റുമുള്ള ലോകത്തിൽ കൂടുതൽ വ്യാപൃതരാകാനും, അങ്ങനെ കൂടുതൽ രസകരമാകാനും കഴിയും. നിങ്ങൾ ചെയ്യേണ്ടത് ആദ്യപടി സ്വീകരിക്കുകയും പഠിക്കുകയും ചെയ്യുക എന്നതാണ്.

അതേസമയം, കൂടുതൽ കാര്യങ്ങൾ ചെയ്യുന്നതും കൂടുതൽ അറിയുന്നതും ഒരു ഒറ്റമൂലിയല്ല.

ലോകത്തിലെ ഏറ്റവും രസകരമായ വ്യക്തി നിങ്ങളായിരിക്കാം, പക്ഷേ മികച്ച വാക്കുകളുടെ അഭാവത്തിൽ ആളുകൾ *വെറുക്കുന്ന* തരത്തിലുള്ള സംഭാഷണശീലങ്ങളിൽ നിങ്ങൾ ഏർപ്പെടുന്നതിനാൽ ആരും നിങ്ങളെ ശ്രദ്ധിക്കില്ല. തീർച്ചയായും, നിങ്ങളുടെ ദൈനംദിന ജീവിതത്തിൽ നിങ്ങൾ കണ്ടിരിക്കാവുന്നതുപോലെ, നിങ്ങളെ ശല്യപ്പെടുത്തുന്ന ആളുകളുമായി ഇടപെടേണ്ടതില്ലെങ്കിൽ, അവർ എത്ര വലിയ നേട്ടമുണ്ടാക്കിയാലും, ചിലപ്പോൾ അത് മൊത്തത്തിലുള്ള നേട്ടമാണ്. മര്യാദയുള്ള, എന്നാൽ അലോസരപ്പെടുത്താത്ത അല്ലെങ്കിൽ നിരാശാജനകമല്ലാത്ത ഒരാളെ നിങ്ങൾ വളരെയധികം ഇഷ്ടപ്പെടുമെന്ന് നിർദ്ദേശിക്കുന്നത് ഒരു വലിയ കാര്യമല്ല.

മറ്റൊരു വിധത്തിൽ പറഞ്ഞാൽ, രസകരവും എന്നാൽ നിരാശാജനകവുമായ വ്യക്തിപര ശീലങ്ങളുള്ള ഒരാളാകുന്നതിനേക്കാൾ, സൗമ്യനും ശല്യപ്പെടുത്താത്തവനുമായി

പ്രത്യക്ഷപ്പെടുന്നത് നിങ്ങളെ മികച്ച സംഭാഷണക്കാരിയാക്കും. ഭാഗ്യവശാൽ, നിങ്ങളെ ആകർഷകവും മനോഹരവുമാക്കുന്ന നിരവധി സംഭാഷണ തന്ത്രങ്ങൾ നമ്മൾ പഠിച്ചിട്ടുണ്ട്—ഇപ്പോൾ നിങ്ങൾ വിഷലിപ്തമായ ശീലങ്ങളും പെരുമാറ്റങ്ങളും പ്രകടിപ്പിക്കുന്നില്ലെന്ന് ഉറപ്പാക്കാം. ഇതിൽ ഇനി പറയുന്നവ ഉൾപ്പെടുന്നു :

നിങ്ങൾക്ക് ശരിയും തെറ്റും എന്ന ലളിതമായ കാഴ്ചപാട് മാത്രമേയുള്ളൂ

മറ്റൊരു വിധത്തിൽ പറഞ്ഞാൽ, കാര്യങ്ങൾ ചെയ്യുന്നതിന് നിങ്ങൾക്ക് ഒരു ശരിയായ രീതി മാത്രമേ കാണുവാൻ കഴിയൂ, ആ കാഴ്ചപ്പാടിൽ നിന്ന് വ്യതിചലിക്കുന്ന എന്തും, നിങ്ങളെ സംബന്ധിച്ചിടത്തോളം തെറ്റാണ്. അതാണ് നിങ്ങളുടെ രീതി.

ഓരോ വിഷയങ്ങളിലും കൂടുതൽ അഭിപ്രായങ്ങളും ചിന്തകളും വികസിപ്പിക്കുക എന്ന മുൻ വിഭാഗത്തിന്റെ തത്ത്വത്തിന് ഇതൊരു വലിയ മുന്നറിയിപ്പാണ്. അത് ഇപ്പോഴും ശരിയാണ്, പക്ഷേ മറ്റുള്ളവരുടെ കാഴ്ചപ്പാടുകളെ ബഹുമാനിക്കുകയും അംഗീകരിക്കുകയും ചെയ്തുകൊണ്ട് വേണം നിങ്ങൾ സ്വന്തം കാഴ്ചപ്പാടുകൾ പ്രകടിപ്പിക്കേണ്ടത്. ഏറ്റവും പ്രധാനമായി, നിങ്ങൾ സ്വയം പ്രകടിപ്പിക്കുമ്പോൾ അവരെ കുറ്റപ്പെടുത്തുകയോ ആക്രമിക്കുകയോ താഴ്ത്തിക്കെട്ടുകയോ ചെയ്യരുത്. ഇത് ഒരു ചെറിയ സംസാരമോ സംഭാഷണ നുറുങ്ങോ മാത്രമല്ല, ജീവിതത്തിനുള്ള ഒരു വലിയ പാഠമാണ്.

കാര്യങ്ങൾ ചെയ്യുന്നതിന് നിങ്ങൾക്ക് ഒരു വഴി മാത്രമേ കാണാൻ കഴിയൂ എങ്കിൽ, നിങ്ങളെ നിരന്തരം "വേണം", "നിർബന്ധം" എന്നീ വാക്കുകൾ നിയന്ത്രിക്കുന്നുവെങ്കിൽ, ആളുകൾ "മണ്ടന്മാർ" അല്ലെങ്കിൽ "അന്ധരാണ്" എന്ന് നിങ്ങൾ സാധാരണയായി കരുതുന്നുവെങ്കിൽ, നിങ്ങൾ വിധികർത്താക്കളാണ്. നിങ്ങൾ വിധികർത്താക്കളാകുമ്പോൾ, ജീവിത സാഹചര്യങ്ങൾ, അഭിപ്രായങ്ങൾ,

മുൻഗണനകൾ എന്നിവ കണക്കിലെടുക്കാതെ നിങ്ങൾ ഒരു നിഗമനത്തിലെത്തുന്നു, മിക്കവാറും എല്ലായ്പ്പോഴും ഒരു മോശം നിഗമനത്തിലെത്തുന്നു എന്നാണ് ഇതിനർത്ഥം.

വിധികർത്താക്കളായിരിക്കുക എന്നത് അത്ര മോശമല്ല. നമ്മുടെ ഉള്ളിലെ ന്യായാധിപന് മുന്നറിയിപ്പ് ലഭിക്കുമ്പോൾ, നമുക്ക് വ്യക്തമായ തീരുമാനങ്ങൾ എടുക്കുവാനും അപകട കരമായ സാഹചര്യങ്ങൾ ഒഴിവാക്കുവാനും കഴിയും. വിധികർത്താക്കൾ ആയിരിക്കുന്നത് നമ്മെ സർഗ്ഗാത്മകരും, ബുദ്ധിമാനും, ഉൾക്കാഴ്ചയുള്ളവരുമാകാൻ സഹായിക്കുന്നു. എന്നാൽ നമ്മളിൽ മിക്കവർക്കും ഇത് വളരെ നേർത്ത ഒരു രേഖയാണ്, മാത്രമല്ല നമുക്ക് എളുപ്പത്തിൽ ആക്രമണാത്മകമായ ഒരു മേഖലയിലേക്ക് കടക്കുവാൻ കഴിയും. ചില സന്ദർഭങ്ങൾ ഒഴികെ, വിധിന്യായം നമുക്ക് വളരെ കുറച്ച് മാത്രമേ പ്രയോജനം ചെയ്യുന്നുള്ളൂ (തീർച്ചയായും ഇത് സാമൂഹിക സാഹചര്യത്തിൽ ദോഷകരമാണ്). താഴെ പറയുന്നവയിൽ ഏതാണ് നിങ്ങൾക്ക് ബാധകമാകുന്നത്?

- ആളുകളെ അവരുടെ പ്രത്യക്ഷമായ പോരായ്മകൾക്കപ്പുറം കാണുവാൻ നിങ്ങൾക്ക് കഴിയില്ല.
- മറ്റുള്ളവരിലെ നല്ലത് കാണുവാൻ നിങ്ങൾ പാടുപെടുന്നു.
- നിങ്ങൾ ആദ്യം നിഗമനങ്ങളിൽ എത്തിച്ചേരുന്നു, പിന്നീട് വിശകലനം ചെയ്യുന്നു (എങ്ങനെയായാലും).
- നിങ്ങൾ അവ്യക്തതയോ ശരിയും തെറ്റും തമ്മിൽ വ്യക്തമായ വേർതിരിവ് ഇല്ലാത്ത ഒരു സാഹചര്യമോ പരിഗണിക്കുന്നില്ല; കറുപ്പോ വെളുപ്പോ മാത്രമേ നിങ്ങളുടെ മുന്നിലുള്ളൂ.
- നിങ്ങളേക്കാൾ വ്യത്യസ്തമായ നിഗമനങ്ങളിൽ എത്തുന്ന ആളുകളോട് നിങ്ങൾക്ക് അസഹിഷ്ണുതയുണ്ട്.

നിങ്ങൾ സ്വയം തുറന്നു പറഞ്ഞാലും, മറ്റുള്ളവരുടെ അഭിപ്രായങ്ങളും ചിന്തകളും തള്ളിക്കളയുകയാണെങ്കിലും,

ഇത്തരത്തിലുള്ള പെരുമാറ്റം മറ്റുള്ളവർക്ക് ശരിക്കും വേദനാജനകവും ദോഷകരവുമാണ്. നിങ്ങൾ തുറന്ന മനസ്സുള്ള ആളാണെന്ന് നിങ്ങൾ കരുതിയേക്കാം, എന്നാൽ മറ്റുള്ളവരെ വിമർശിക്കുകയും വിധിന്യായങ്ങൾ പറയുകയും ചെയ്യുന്നുണ്ടെങ്കിൽ, നിങ്ങൾ അങ്ങനെയല്ലായിരിക്കാം.

ആളുകളോട് സംസാരിക്കുമ്പോൾ സ്വയം മോശമായി ചിത്രീകരിക്കപ്പെടുവാൻ നിങ്ങൾ ആഗ്രഹിക്കാത്തതുപോലെ, മറ്റുള്ളവരും തങ്ങളെ വിലയിരുത്തുന്നു എന്ന തോന്നലിനോട് അത്ര നന്നായി പ്രതികരിക്കില്ല. അഭിപ്രായങ്ങൾ എളുപ്പത്തിൽ വ്യക്തിപരമായി മാറാൻ സാധ്യതയുള്ളതിനാൽ ഇത് ഉപേക്ഷിക്കുവാൻ പ്രയാസമുള്ള ഒരു ശീലമാണ്. നിങ്ങൾ ഈ രീതിയിൽ പ്രവർത്തിക്കുമ്പോൾ, നിങ്ങൾ ആളുകളെ വ്രണപ്പെടുത്തുകയും നിങ്ങളുടെ ചുറ്റും അവർക്ക് സ്വയം പ്രകടിപ്പിക്കുവാൻ കഴിയില്ലെന്ന തോന്നൽ അവരിൽ ഉണർത്തുകയും ചെയ്യും.

ചുരുക്കത്തിൽ, നിങ്ങൾ *വിശ്വാസ പോലീസിലെ* ഒരു പൂർണ്ണ അംഗമായി മാറുന്നു, കാർഡ് വഹിക്കുക, ബാഡ്ജ് ധരിക്കുക. *വാതിൽ തുറക്കൂ! നിങ്ങൾ ചെയ്തത് തെറ്റാണ്!* മറ്റുള്ളവർ തെറ്റ് ചെയ്യുമ്പോൾ അവരെ അറിയിക്കുകയും അവർ തങ്ങളെപ്പോലെ തന്നെ ചിന്തിക്കുന്നുണ്ടെന്ന് ഉറപ്പാക്കുകയും ചെയ്യേണ്ടത് ഒരു വിശ്വാസ പോലീസുകാരന്റെ കടമയാണ്.

ഒരു വിശ്വാസ പോലീസുകാരൻ തന്റെ വിശ്വാസങ്ങൾ മറ്റുള്ളവരിൽ അടിച്ചേൽപ്പിക്കുന്നതിൽ വളരെ ഫലപ്രദനായിരിക്കാം, എന്നാൽ ഈ ശീലം നിങ്ങളുമായി സംസാരിക്കുന്നത് മറ്റുള്ളവരിൽ വെറുപ്പുളവാക്കും. തങ്ങളെ കുറ്റപ്പെടുത്തുകയും ആക്രമിക്കുകയും പ്രതിരോധിക്കുകയും ചെയ്യുന്ന ഒരാളോടൊപ്പം ആരാണ് സമയം ചെലവഴിക്കുവാൻ ആഗ്രഹിക്കുന്നത്? അതിനാൽ ആളുകൾ നിങ്ങളോട് തുറന്നു പറയുന്നത് നിർത്തുകയും ഒടുവിൽ നിങ്ങളെ പൂർണ്ണമായും ഒഴിവാക്കുകയും ചെയ്യും. ക്രമേണ, ഇത് നിങ്ങളുടെ ചുറ്റും മറ്റുള്ളവർക്ക് അസ്വസ്ഥതയും അസൗകര്യവും അനുഭവപ്പെടു

ന്നതിന് കാരണമാകുന്നു, ആ സമയത്ത്, ആളുകൾ നിങ്ങളെ ഒഴിവാക്കുവാൻ തുടങ്ങും. നിങ്ങൾ പറയുന്ന ചില മോശം കാര്യങ്ങളോട് അവർ യോജിക്കുവാൻ ഒരു ചെറിയ സാധ്യതയുണ്ട്, പക്ഷേ അത് ഒരിക്കലും നിങ്ങളുടെ ചുറ്റും അവർക്ക് സുരക്ഷിതത്വം തോന്നിപ്പിക്കുന്നില്ല. ഒടുവിൽ, സ്വയം ഒഴിഞ്ഞു പോവേണ്ടി വരുമെന്ന തോന്നലിൽ നിന്ന് രക്ഷപ്പെടാൻ അവർ നിങ്ങളെ ഒഴിവാക്കും.

മറ്റുള്ളവർ നമ്മളിൽ നിന്ന് വ്യത്യസ്തമായി വിശ്വസിക്കുകയോ ചിന്തിക്കുകയോ ചെയ്യുന്നുണ്ടെന്നും അത് തിരുത്തപ്പെടേണ്ടതുണ്ടെന്നും നമുക്ക് തോന്നുന്നതു കൊണ്ട്, വിശ്വാസ പോലീസുകാർ എന്ന നിലയിൽ കാര്യങ്ങൾ നേരെയാക്കാൻ നമ്മൾ വളരെയധികം സമയം ചെലവഴിക്കുന്നു. എന്നാൽ ഇതിന് എന്ത് വില കൊടുക്കേണ്ടിവരും? ഒടുവിൽ, ഇത് ശരിക്കും പ്രധാനമാണോ?

അഭിരുചിയുടെയും അഭിപ്രായത്തിന്റെയും കാര്യത്തിൽ ഇത് പ്രത്യേകിച്ചും സത്യമാണ്. ഇവ പൂർണ്ണമായും ആത്മനിഷ്ഠമാണ്. നിങ്ങൾക്ക് നല്ലതായി തോന്നുന്നത് മറ്റൊരാൾക്ക് പൂർണ്ണമായും മോശമായി തോന്നിയേക്കാം. ആരെയും ഇതിനകം ഉള്ളതിനേക്കാൾ കൂടുതൽ ചോക്ലേറ്റ് ഇഷ്ടപ്പെടാനോ അവർ വെറുക്കുന്ന ബീറ്റ്റൂട്ട് ആസ്വദിക്കുവാനോ നിങ്ങൾ പ്രേരിപ്പിക്കില്ല, അതിനാൽ അവരെ ബോധ്യപ്പെടുത്താൻ നിങ്ങളുടെ ഊർജ്ജം ചെലവഴിക്കുന്നത് നിങ്ങളുടെ സമയം പാഴാക്കലാണ്— മാത്രമല്ല അത് വളരെ അരോചകവുമാണ്.

ആരെങ്കിലും എന്തെങ്കിലും തെറ്റ് ചെയ്യുന്നുണ്ടെന്ന് നിങ്ങൾക്ക് തോന്നുന്നുവെങ്കിൽ, അല്ലെങ്കിൽ എന്തെങ്കിലും തെറ്റായി ചിന്തിക്കുന്നുവെങ്കിൽ, ആ അനുമാനം നടത്തുന്നതിന് പകരം, ഒരു പടി പിന്നോട്ട് മാറി നിങ്ങളുടെ പക്കൽ തന്നെ മതിയായ വിവരങ്ങൾ ഇല്ലേ എന്ന് ഉറപ്പാക്കുക. ആർക്കെങ്കിലും ഒരു അഭിപ്രായമുണ്ടെങ്കിൽ, ആ അഭിപ്രായത്തിന് അവർക്ക് ന്യായമായ ഒരു അടിസ്ഥാനമുണ്ടെന്ന് മനസ്സിലാക്കി അവരെ ബഹുമാനിക്കുക. എല്ലാത്തിനുമുപരി,

ആരും സ്വന്തം തീരുമാനങ്ങളും ചിന്തകളും മണ്ടത്തരമാണെന്ന് കരുതുന്നില്ല. അവർ ആ ആശയം എങ്ങനെ കൊണ്ടുവന്നുവെന്നും അവർ എന്ത് വിവരങ്ങളും അനുമാനങ്ങളും പുലർത്തുന്നുവെന്നും മനസ്സിലാക്കുവാൻ ചോദ്യങ്ങൾ ചോദിക്കുക.

ഓരോ സാഹചര്യങ്ങളിലും നിങ്ങൾക്ക് എന്തെങ്കിലും പഠിക്കാൻ കഴിഞ്ഞേക്കും. ഉദാഹരണത്തിന്, നിങ്ങൾ കാത്തിരിക്കുന്ന ഒരു പാർക്കിംഗ് സ്ഥലത്തേക്ക് ആരെങ്കിലും വാഹനമോടിച്ചു വന്നാൽ, അവർ വെറും പരിഗണനയില്ലാത്തവരും പരുഷനായ ഒരു വ്യക്തിയാണെന്നും നിങ്ങൾ ചിന്തിച്ചേക്കാം. എന്നിരുന്നാലും, ആ വ്യക്തി കാറിൽ നിന്ന് ഇടറി നിലത്തു വീഴുകയും ഹൃദയാഘാതം വരുന്നുവെന്ന് നിലവിളിക്കുകയും ചെയ്യുന്നുവെന്ന് കരുതുക. ആ സാഹചര്യത്തെക്കുറിച്ചുള്ള നിങ്ങളുടെ വിലയിരുത്തലിൽ നേരിയ മാറ്റം ഉണ്ടാകുമോ?

മറ്റുള്ളവർക്ക് വിചിത്രമായി തോന്നുന്ന ചില കാര്യങ്ങൾ നിങ്ങൾ ചെയ്തിട്ടുണ്ടാകാം, പക്ഷേ നിങ്ങളുടെ പ്രവൃത്തികൾക്ക് തികച്ചും യുക്തിസഹമായ ഒരു കാരണം ഉണ്ടായിരുന്നു, അല്ലേ? അതേ മര്യാദ മറ്റുള്ളവരിലേക്കും വ്യാപിപ്പിക്കുക. ആളുകൾക്ക് സംശയത്തിന്റെ ആനുകൂല്യം നൽകുക. കുറഞ്ഞത് അവരുടെ അഭിപ്രായങ്ങൾക്കും വിശ്വാസങ്ങൾക്കും ന്യായമായ അടിത്തറയുണ്ടെന്ന് കരുതുക. നിങ്ങളുടേതിൽ നിന്ന് വ്യത്യസ്തമായ ഒരു നിലപാട് അവർ സ്വീകരിക്കുന്നതിന് കാരണമായേക്കാവുന്ന എന്ത് അനുഭവങ്ങളാണ് അവരുടെ ജീവിതത്തിൽ ഉണ്ടായിട്ടുള്ളത്? ആളുകൾക്ക് അഭിപ്രായങ്ങൾക്കും വിശ്വാസങ്ങൾക്കും അവരുടേതായ കാരണങ്ങളുണ്ടെന്നും എല്ലാവരും നിങ്ങൾ ചിന്തിക്കുന്ന രീതിയിൽ ചിന്തിക്കുന്നില്ലെന്നും ഓർമ്മിക്കുക. നിങ്ങൾക്ക് ഇത് തിരിച്ചറിയാൻ കഴിയുകയോ അല്ലെങ്കിൽ മനസ്സിലാക്കാതിരിക്കുകയോ ചെയ്യാം.

നിങ്ങൾക്ക് നഷ്ടപ്പെട്ട വിവരങ്ങൾ ഏതൊക്കെയാണെന്ന് കാണാൻ വേണ്ടി മാത്രം, മറ്റുള്ളവരെക്കുറിച്ചുള്ള

കൂടുതൽ സ്വാഭാവികമായ ജിജ്ഞാസയിലേക്ക് നയിക്കുന്ന ഒരു മാനസികാവസ്ഥയാണിതെന്ന് പ്രതീക്ഷിക്കാം.

മറ്റെല്ലാം പരാജയപ്പെട്ടാലും, എല്ലാവരും തങ്ങളാൽ കഴിയുന്നതിന്റെ പരമാവധി ചെയ്യുന്നുണ്ടെന്നും, കഴിയുന്നത്ര മിടുക്കരാണെന്നും, കഴിയുന്നത്ര നല്ലവരാണെന്നും, സാഹചര്യങ്ങൾ കണക്കിലെടുത്തുകൊണ്ട് തിരിച്ചറിയാൻ ശ്രമിക്കുക. ആളുകൾ തങ്ങളുടെ പരമാവധി ചെയ്യുന്നില്ല അല്ലെങ്കിൽ കഠിനമായി ശ്രമിക്കുന്നില്ല എന്ന് നമുക്ക് തോന്നുമ്പോൾ മാത്രമാണ് നമ്മുടെ വിധിന്യായ സഹജാവബോധം ഉണ്ടാകുന്നത്. പകരം എല്ലാവരും അവരുടെ പരമാവധി ശ്രമിക്കുന്നു എന്ന കാഴ്ചപ്പാട് നമ്മൾ സ്വീകരിക്കുകയാണെങ്കിൽ, പെട്ടെന്ന് തന്നെ കാര്യങ്ങൾ മാറും.

മൊത്തത്തിൽ, നിങ്ങളുടെ പോരാട്ടങ്ങൾ തിരഞ്ഞെടുക്കുക, നിങ്ങൾക്ക് മാറ്റാൻ കഴിയാത്തതിന്റെ ചെറിയ വിശദാംശങ്ങളെക്കുറിച്ച് വിഷമിക്കേണ്ടതില്ല. നിങ്ങൾ കൂടുതൽ സന്തോഷവാനാവുകയും, നിങ്ങൾക്ക് സമ്മർദ്ദം കുറയുകയും ചെയ്യും. തുടർന്ന്, നിങ്ങളുടെ സൗഹൃദങ്ങളുടെയും ഇടപെടലുകളുടെയും ഗുണനിലവാരത്തിനും ഇടയിൽ നേരിട്ടുള്ള, നല്ല ബന്ധം നിങ്ങൾ ശ്രദ്ധിക്കുവാൻ തുടങ്ങും.

പ്രധാന സൂചനകൾ :

- ചെറിയ സംസാരം വേദനാജനകവും സുഖകരവുമാക്കുന്നതിനുള്ള നുറുങ്ങുകളും തന്ത്രങ്ങളും കൊണ്ട് നിറഞ്ഞതാണ് ഈ പുസ്തകം. ഇത് മിക്കവാറും പൂർണ്ണമായും ബാഹ്യ കാര്യങ്ങളിൽ ശ്രദ്ധ കേന്ദ്രീകരിക്കുന്നു – മറ്റേ വ്യക്തി, സംഭാഷണം, നിങ്ങളുടെ സാമൂഹിക ഇടപെടലുകൾ മെച്ചപ്പെടുത്താൻ നിങ്ങൾക്ക് എന്ത് പറയാൻ കഴിയും എന്നിവ. അതാണ് ഏറ്റവും പ്രധാനപ്പെട്ട ഭാഗം എങ്കിലും, അവസാനം വരെ അവശേഷിക്കുന്ന സമവാക്യത്തിന്റെ ഒരു പ്രധാന ഭാഗം ഇപ്പോഴും ഉണ്ട് : സ്വയം ഉള്ളിലേക്ക് നോക്കുക എന്നത്. മറ്റുള്ളവരുടെ വീക്ഷണകോണിൽ നിന്ന്, ചെറിയ സംഭാഷണങ്ങൾ

നടത്താൻ എളുപ്പമുള്ള ഒരാളാണോ നിങ്ങൾ? ആളുകളെ ഊർജ്ജസ്വലരാക്കുകയും ജിജ്ഞാസ ഉണർത്തുകയും ചെയ്യുന്ന ഒരാളാണോ നിങ്ങൾ, അതോ അവരുടെ വിലയേറിയ ഊർജ്ജം ചോർത്തുന്ന ആളാണോ നിങ്ങൾ? നമ്മുടെ നിക്ഷേപങ്ങൾ നമുക്ക് ആവശ്യമുള്ള ഫലത്തിന് ആനുപാതികമാണെന്ന് ഉറപ്പാക്കേണ്ടതുണ്ട്.

- സ്വയം കെട്ടിപ്പടുക്കൂ, അവർ നിങ്ങളുടെയടുക്കലേക്ക് വരും. ശരിക്കും, നിങ്ങളെത്തന്നെ നോക്കി എന്താണ് രസകരമായതെന്ന് ചോദിക്കുക എന്നതാണ് പ്രധാന കാര്യം. നിങ്ങളുടെ ജീവിതത്തിൽ നിങ്ങൾ യഥാർത്ഥത്തിൽ എന്താണ് ചെയ്യുന്നത്? മറ്റുള്ളവർ കാണാനും ഇടപഴകാനും ആഗ്രഹിക്കുന്ന തരത്തിലുള്ള ആളാണോ നിങ്ങൾ? എങ്കിൽ, നിങ്ങളുടെ സംഭാഷണ സംഗ്രഹത്തിൽ അത് കാണിക്കുന്നതാണ് നല്ലത്. ഇല്ലെങ്കിൽ, നടപടിയെടുക്കാനും സ്വയം കെട്ടിപ്പടുക്കാനുമുള്ള സമയമാണിത്. നിങ്ങൾക്ക് താൽപ്പര്യമുള്ള കാര്യങ്ങൾ പിന്തുടരുക, ജീവിതത്തിൽ സജീവമായി ഏർപ്പെടുക, അഭിനിവേശങ്ങളോ വിനോദങ്ങളോ കണ്ടെത്തുക. വിനോദത്തിനായി ഇന്റർനെറ്റിൽ തിരയുകയും അതിൽ മുഴുകുകയും ചെയ്യുന്ന ഒരാളെയാണോ നിങ്ങൾ കാണുന്നത്, അതോ വാരാന്ത്യങ്ങളിൽ മാത്രം ടെലിവിഷൻ കാണുന്ന ഒരാളെയാണോ നിങ്ങൾ കാണുന്നത്? *നിങ്ങൾക്ക് കൂടുതൽ താൽപ്പര്യങ്ങൾ ഉണ്ടാകുംതോറും നിങ്ങൾ കൂടുതൽ രസകരമാകും, നിങ്ങൾ ഇടപഴകുമ്പോൾ, മറ്റുള്ളവരും നിങ്ങളുമായി ഇടപഴകുന്നു.*
- സമാനമായി, കൂടുതലറിയുക, കൂടുതൽ വായിക്കുക, കൂടുതൽ കാര്യങ്ങൾക്ക് സ്വയം തുറന്നുകൊടുക്കുക, കൂടുതൽ ചിന്തിക്കുക. നിഷ്ക്രിയമായി നിങ്ങളിലേക്ക് വിവരങ്ങൾ വരുമെന്ന ചിന്ത നിർത്തുക; നിങ്ങൾക്ക് താൽപ്പര്യമുള്ള കാര്യങ്ങളെക്കുറിച്ച് മുൻകൈയെടുത്ത് പഠിക്കുക. ബൗദ്ധിക ജിജ്ഞാസ ഉണ്ടായിരിക്കുക.

വ്യത്യസ്ത വീക്ഷണകോണുകളിലൂടെ ചിന്തിച്ചുകൊണ്ട് അഭിപ്രായങ്ങൾ വികസിപ്പിക്കുക, പൊതുവെ കൂടുതൽ അറിവുള്ളവരാകുക. ഈ രണ്ട് കാര്യങ്ങളും നിങ്ങളെ സ്വതന്ത്രമായ സംഭാഷണം സ്വാഭാവികമായി സംഭവിക്കുന്ന തരത്തിലുള്ള വ്യക്തിയാക്കുന്നു, അവ നിർമ്മിക്കേണ്ടതില്ല.

- അങ്ങനെ പറഞ്ഞാൽ, ലോകത്തിലെ ഏറ്റവും രസകരമായ വ്യക്തി നിങ്ങളായിരിക്കാം. എല്ലാം ന്യായവിധിയോടെ കാണുന്നത് പോലുള്ള, ഏറ്റവും വെറുപ്പുളവാക്കുന്ന സാമൂഹിക ശീലങ്ങളിലൊന്ന് നിങ്ങൾക്കുണ്ടെങ്കിൽ ആരും അത് ശ്രദ്ധിക്കില്ല. കറുപ്പിലും വെളുപ്പിലും മാത്രം കാണുന്ന ഒരു സ്വഭാവമാണിത്, എല്ലാവരും രണ്ട് വിഭാഗങ്ങളായി മാറുന്നു : നിങ്ങളുടെ കാഴ്ചപ്പാട് അല്ലെങ്കിൽ തെറ്റായത്. അവിടെ നിങ്ങൾ വിശ്വാസ പോലീസിലെ അംഗമാണ്. ഇത് മറ്റുള്ളവരെ അലോസരപ്പെടുത്തുന്നതും നിരാശാജനകവുമാണെന്ന് നിങ്ങൾക്ക് ഉറപ്പിക്കാം, ഒടുവിൽ അത് നിങ്ങളുടെ ചുറ്റും അവർക്ക് സുരക്ഷിതത്വമില്ലെന്ന് തോന്നുകയും നിങ്ങളെ പൂർണ്ണമായും ഒഴിവാക്കുകയും ചെയ്യുന്ന അവസ്ഥയിലേക്ക് നയിക്കും. നിങ്ങൾക്ക് ന്യായവിധിയോടെ പെരുമാറുവാനുള്ള പ്രേരണ തോന്നുമ്പോൾ, നിങ്ങൾക്ക് ബുദ്ധിപൂർവ്വമായ ഒരു വിധി നിർണ്ണയിക്കുവാൻ ആവശ്യമായ വിവരങ്ങൾ ഇല്ലെന്ന് കരുതുക, മറ്റുള്ളവരെക്കുറിച്ചും നിങ്ങൾക്ക് എന്താണ് നഷ്ടമാകുന്നതെന്നും കൂടുതൽ ജിജ്ഞാസയുള്ളവരാകുക. മറ്റെല്ലാം പരാജയപ്പെട്ടാൽ, എല്ലാവരും തങ്ങളുടെ പക്കലുള്ളത് ഉപയോഗിച്ച് പരമാവധി ശ്രമിക്കുകയാണെന്ന് അനുമാനിക്കുക.

സംഗ്രഹ മാർഗ്ഗനിർദ്ദേശങ്ങൾ

അദ്ധ്യായം 1. ഓ, ചെറിയ സംസാരം

- നമ്മൾ ഒരു സാമൂഹിക ജീവിയാണ്, ഒന്നിലധികം പഠനങ്ങൾ ഇത് സ്ഥിരീകരിക്കുന്നു. സാമൂഹിക ഇടപെടലിന്റെ അഭാവം തന്നെ ദോഷകരമാണ്, കൂടാതെ നമ്മുടെ ഉദ്ദേശ്യങ്ങൾക്ക്, *സ്വതന്ത്രമായ* സാമൂഹിക ഇടപെടലിന്റെ അഭാവം മികച്ചതൊന്നും ചെയ്യുന്നില്ല. ചെറിയ സംസാരത്തിലൂടെ വേഗത്തിൽ മുന്നോട്ട് പോകാനുള്ള കഴിവും വൈദഗ്ധ്യവും നേടുന്നത് നിങ്ങളുടെ ജീവിതത്തിലെ നിലവിലുള്ള ബന്ധങ്ങൾക്കും ഭാവിയിൽ ഉണ്ടാകാൻ പോകുന്ന ബന്ധങ്ങൾക്കും അവിശ്വസനീയമാം വിധം പ്രയോജനം നൽകുന്നു. എന്നിരുന്നാലും, സംഭാഷണ തന്ത്രങ്ങളിലേക്ക് കടക്കുന്നതിന് മുമ്പ്, ആരെയെങ്കിലും കണ്ടുമുട്ടുന്നതിനും അഭിവാദ്യം ചെയ്യുന്നതിനും മുമ്പ് നിങ്ങൾ സ്വയം തയ്യാറായിരിക്കുന്നത് സഹായകമാണ്. തുടർച്ചയായി മികച്ച ചെറിയ സംഭാഷണങ്ങളും ആശയവിനിമയങ്ങളും നടത്താൻ നമുക്ക് എങ്ങനെ മുൻകൂട്ടി തയ്യാറാകാം? പല തരത്തിൽ, അത് മാറുന്നു.
- ചെറിയ സംസാരത്തിനും ഊഷ്മളതയ്ക്കും തയ്യാറെടുക്കാൻ നമുക്ക് വിവിധ വഴികളുണ്ട്. രണ്ട് സമീപനങ്ങളാണ് നിങ്ങൾക്ക് ഊഹിക്കാവുന്നത് : ശരീരശാസ്ത്ര

പരമായും, മനഃശാസ്ത്രപരമായും. മനഃശാസ്ത്രപരമായ തയ്യാറെടുപ്പ് എന്നത് സാമൂഹ്യവൽക്കരിക്കാനുള്ള മാനസികാവസ്ഥയിൽ എത്തിച്ചേരുകയും ആശയ വിനിമയം ആരംഭിക്കാൻ ശീലിക്കുകയും ചെയ്യുന്നതാണ്. "പത്ത് സെക്കൻഡ് ബന്ധങ്ങൾ" ഉപയോഗിച്ച് ഇത് ചെയ്യുവാൻ കഴിയും, അത് നിങ്ങളെ ഒരു നിമിഷത്തേക്കെങ്കിലും അസുഖകരമായ അനുഭവത്തിലേക്ക് എത്തിക്കാം. ചെറുതും ഹ്രസ്വമായതുമായ സംഭാഷണങ്ങൾ കുറഞ്ഞ പ്രതീക്ഷകളോടെ ആരംഭിക്കുക എന്നതാണ് ആശയം. ഇത് എളുപ്പവും തികച്ചും സുരക്ഷിതവുമാണെന്ന് ഒടുവിൽ നിങ്ങൾക്ക് കാണുവാനാകും—നിങ്ങൾക്കിത് ആസ്വാദ്യകരമാണെന്ന് തോന്നിയേക്കാം, കൂടാതെ പത്ത് സെക്കൻഡുകൾ കൂടി നീട്ടാൻ ഇടയ്ക്കിടെ നിങ്ങൾ ആഗ്രഹിച്ചേക്കാം.

- ശാരീരികമായി, സാമൂഹികവൽക്കരിക്കുന്നതിന് മുമ്പ് ഉറക്കെ വായിച്ച് നിങ്ങൾ വൈകാരിക പ്രകടനത്തെയും വ്യതിയാനത്തെയും പെരുപ്പിച്ചു കാണിക്കുന്നുവെന്ന് ഉറപ്പാക്കുകയും ഊഷ്മളമാക്കാൻ ശ്രമിക്കുകയും വേണം. ഒരു ഭാഗം മൂന്ന് തവണ ഉച്ചത്തിൽ വായിക്കുകയും ഇടപഴകലിന്റെ വ്യത്യാസം ശ്രദ്ധിക്കുകയും ചെയ്യുക, നിങ്ങൾ എങ്ങനെ കണ്ടുമുട്ടുമെന്നതിന്റെ വൈരുദ്ധ്യം നിങ്ങൾക്ക് തൽക്ഷണം കാണുവാൻ കഴിയും. സ്കൂൾ പ്രായത്തിലുള്ള കുട്ടികൾക്ക് ഗ്രേഡ് നൽകാനായി നിങ്ങൾ ഒരു അദ്ധ്യാപകനെപ്പോലെ പ്രവർത്തിക്കുകയും വികാരങ്ങൾ, ഭാവങ്ങൾ, ശബ്ദങ്ങൾ എന്നിവയുടെ മുഴുവൻ ശ്രേണിയിലൂടെ സഞ്ചരിക്കുകയും വേണം. നന്നായി തയ്യാറെടുക്കുക. ഇത് നിങ്ങളെ ഊഷ്മളമാക്കാൻ ഉദ്ദേശിച്ചുള്ളതാണ്, അതുപോലെ തന്നെ നിങ്ങൾക്ക് ഒരു സാധാരണ നിലയിൽ എത്രമാത്രം ആവിഷ്കാരശേഷി കുറവാണെന്ന അവബോധം ഇത് കൊണ്ടുവരുന്നു.
- നിങ്ങളുടെ സ്വന്തം വിവരങ്ങളും ജീവിതവും ക്രമീകരിക്കുക എന്നതാണ് സംഭാഷണങ്ങൾക്ക് മുമ്പായി

തയ്യാറെടുക്കുന്നതിനുള്ള ഒരു അധിക മാർഗ്ഗം, ഒരു സംഭാഷണ സംഗ്രഹം പിന്തുടരുന്നതിലൂടെ ഇത് ചെയ്യുവാനാകും. നിങ്ങളുടെ ഭൂതകാലത്തിലേക്ക് ആകർഷിക്കുകയും നിങ്ങളെ രസകരമായ ഒരു വ്യക്തിയാക്കുന്നത് എന്താണെന്ന് കണ്ടെത്തുകയും എളുപ്പമുള്ള ഉപയോഗത്തിനായി അതെല്ലാം നിങ്ങളുടെ നാവിന്റെ അറ്റത്ത് ഉണ്ടെന്ന് ഉറപ്പാക്കുകയും ചെയ്യുക എന്നതാണ് ഉദ്ദേശ്യം. ഒരു സംഭാഷണത്തിലേക്ക് കൊണ്ടുവരാൻ കഴിയുന്ന കാര്യങ്ങൾ നമ്മൾ പലപ്പോഴും മറക്കുന്നു, ലഭ്യമായ വിഷയങ്ങളുടെ അഭാവം സമ്മർദ്ദവും വിമുഖതയും വർദ്ധിപ്പിക്കുന്നു.

- നമുക്കാർക്കും ചെറിയ സംസാരം ഇഷ്ടമല്ല, പക്ഷേ അതിന് ഒരു വലിയ പങ്കുണ്ട്. ആരെയെങ്കിലും അടുത്തറിയുന്നത് ക്രമാനുഗതമായ രീതിയിലാണ് സംഭവിക്കുന്നത്, ആഴത്തിൽ പോകണമെങ്കിൽ നമുക്ക് ഘട്ടങ്ങൾ ഒഴിവാക്കാനാവില്ല. ഒരു ഇടപെടലിന് നാല് ഘട്ടങ്ങളുണ്ടെന്ന് പറയാം, ചെറിയ സംസാരമാണ് ആദ്യത്തേത്, തുടർന്ന് വസ്തുത വെളിപ്പെടുത്തൽ, അഭിപ്രായം വെളിപ്പെടുത്തൽ, വൈകാരിക വെളിപ്പെടുത്തൽ. ഘട്ടങ്ങൾ പിന്തുടർന്ന് മുന്നോട്ട് പോകാം, എന്നാൽ ചെറിയ സംസാരത്തിന്റെ പങ്ക് മനസ്സിലാക്കുന്നത് പ്രധാനമാണ്.

അദ്ധ്യായം 2. പ്രാരംഭ ധാരണകൾ

- ഒരാളുമായി അടുപ്പമുണ്ടോ എന്ന് തീരുമാനിക്കുന്നത് എന്താണ്? അത് സാഹചര്യപരമായ കാര്യമല്ല; മറിച്ച്, നിങ്ങൾ ഉത്തരവാദിത്തം ഏറ്റെടുത്ത് സൗഹൃദപരവും തുറന്നതുമായ ഒരു മനോഭാവം പുലർത്തുക എന്നതാണ് പ്രധാനം. മിക്ക ആളുകളും മറ്റുള്ളവരെ അപരിചിതരെപ്പോലെയാണ് കാണുന്നത്, അതിനാൽ അവർ സുഹൃത്തുക്കളാകില്ല. അതിനാൽ തുടക്കം മുതൽ തന്നെ ആ ഘടന മാറ്റുക, ആളുകളെ സമാധാനി

പ്പിക്കുക, അവർ നിങ്ങളുടെ അടുത്ത് സുഖമായിരിക്കാൻ അനുവദിക്കുക.

- സംസാരത്തിന്റെ ശൈലി ക്രമീകരിക്കുവാനുള്ള ആദ്യ മാർഗ്ഗം സുഹൃത്തുക്കളെപ്പോലെ സംസാരിക്കുക എന്നതാണ് : വിഷയങ്ങളുടെ അടിസ്ഥാനത്തിലും, സ്വരത്തിന്റെ അടിസ്ഥാനത്തിലും, സ്വകാര്യതയുടെ അടിസ്ഥാനത്തിലും. നിങ്ങൾ വ്യക്തമായി കുറ്റപ്പെടുത്തുന്ന രീതിയിൽ സംസാരിക്കാത്തിടത്തോളം കാലം ആളുകൾ നിങ്ങൾ സജ്ജമാക്കുന്ന ശൈലിക്കൊപ്പം പോകും. ആളുകളെ അകറ്റി നിർത്തുക എന്ന ലക്ഷ്യത്തോടെ സ്വയം ഉൾവലിഞ്ഞ് ഒരു മതിൽ കെട്ടുന്നതിനുപകരം, സുഹൃത്തുക്കൾ ചെയ്യുന്നതുപോലെ വികാരങ്ങൾ പ്രകടിപ്പിക്കുക എന്നതാണ് ഇതിന്റെ ശക്തമായ ഒരു വശം. നിങ്ങൾ അക്ഷരാർത്ഥത്തിലും ഗൗരവത്തിലും സംസാരിക്കുന്നത് നിർത്തുക. ഒരു സംഭാഷണം വസ്തുതകൾ പങ്കുവെക്കുന്നതിനെക്കുറിച്ച് ആയിരിക്കണമെന്നില്ല, ചില അഭിപ്രായങ്ങൾ മറ്റേയാൾ എങ്ങനെ പ്രതികരിക്കുമെന്ന് കാണുവാൻ മാത്രമായി ഉപയോഗിക്കാം.
- ശരിയായ ശൈലി ക്രമീകരിക്കുന്നതിന്റെ മറ്റൊരു വശം സമാനതകൾക്കായി തിരയുകയും അവ സൃഷ്ടിക്കാൻ അവസരം നൽകുകയും ചെയ്യുക എന്നതാണ്. സമാനതകൾ നിരീക്ഷിക്കുമ്പോൾ, ആളുകൾ തൽക്ഷണം മനസ്സുതുറന്ന് അതിനെ സ്വീകരിക്കുന്നു, കാരണം അത് അവരുടെ തന്നെ പ്രതിഫലനമാണ്. അവിടെ നല്ല അനുമാനങ്ങളും അർത്ഥങ്ങളും മാത്രമേയുള്ളൂ, അതിനാൽ നമ്മൾ അവ സജീവമായി അന്വേഷിക്കണം. ആളുകളുടെ ജീവിതത്തിലേക്ക് കൂടുതൽ ആഴത്തിൽ ഇറങ്ങിചെല്ലുന്നതിലൂടെയും, പരസ്പരബന്ധമില്ലാത്തതായി തോന്നുന്ന സമാനതകൾ കണ്ടെത്താൻ ചോദ്യങ്ങൾ ചോദിക്കുന്നതിലൂടെയും, കൂടുതൽ വിവരങ്ങൾ സ്വയം വെളിപ്പെടുത്തുന്നതിലൂടെയും, അവരെ ശാരീരികമായി പ്രതിഫലിപ്പിക്കുന്നതിലൂടെയും

നിങ്ങൾക്ക് ഇത് ചെയ്യുവാൻ കഴിയും. കൂടാതെ, ഒരേ വിഷയത്തോടുള്ള *അന്യോന്യമുള്ള അനിഷ്ടത്തിന്റെ* മൂല്യം കുറച്ചു കാണരുത്—മോശം കാര്യങ്ങളെക്കുറിച്ച് സംസാരിക്കുന്നത് മോശമല്ല.

- അവസാനമായി, നിങ്ങൾ ഈ ഘട്ടങ്ങൾ പാലിച്ചാലും, ചിലപ്പോൾ ആളുകൾ ഒന്നുകിൽ ഇടപഴകാൻ തയ്യാറാകില്ല അല്ലെങ്കിൽ സ്വയം തുറന്നു പറയുന്നതിൽ മിടുക്കരായിരിക്കണമെന്നില്ല. ഒരു വ്യക്തിക്ക് ഇടപെടാനോ വിശദീകരിക്കുവാനോ നിർബന്ധിതമാകുന്ന വിധത്തിൽ ഒരു വിഷയമോ ചോദ്യമോ ഉന്നയിക്കുന്ന രീതിയിലുള്ള *എലിസിറ്റേഷൻ* രീതികൾ ഉപയോഗിച്ച് നിങ്ങൾക്ക് ഇതിനെ മറികടക്കുവാൻ കഴിയും. നിങ്ങളുടെ അംഗീകാരത്തിന് മറുപടി നൽകാൻ ആ വ്യക്തിയെ പ്രേരിപ്പിക്കുക, പരസ്പരം പരാതിപ്പെടുന്നത് പ്രോത്സാഹിപ്പിക്കുക, നിങ്ങളുടെ നിഷ്കളങ്കതയെ സഹായിക്കുക, നിങ്ങളുടെ തെറ്റായ അനുമാനമോ വിവരമോ തിരുത്തുക എന്നിവയാണ് ഇവയുടെ രൂപങ്ങൾ.

അദ്ധ്യായം 3. എങ്ങനെ ആകർഷകമാകാം

- ആളുകളെ ആകർഷിക്കുക എന്നത് സാധാരണയായി കുട്ടികളെ പോലെ (നല്ല രീതിയിൽ) അവരെ കേൾക്കാൻ പ്രേരിപ്പിക്കുന്ന ഒരു കഥ പറയുന്നതിനെയാണ് സൂചിപ്പിക്കുന്നത്. കഥപറച്ചിൽ പലപ്പോഴും അമിതമായിസങ്കീർണ്ണമാക്കപ്പെടുന്ന ഒരു വലിയ വിഷയമാണ്, പക്ഷേ ഈ വികാരം ചെറുതും ദൈനംദിനവുമായ രീതിയിൽ സൃഷ്ടിക്കുവാൻ നിരവധി മാർഗ്ഗങ്ങളുണ്ട്. മറ്റുള്ളവരെ ആകർഷിക്കുക എന്നത് എളുപ്പമുള്ള കാര്യമല്ല, പക്ഷേ അതിന് സഹായിക്കുന്ന വിഷയങ്ങളും കഴിവും നമ്മുടെ എല്ലാവരുടെയും ഉള്ളിലുണ്ട്. അത് എവിടെയാണെന്നും അത് എങ്ങനെ ഉപയോഗിക്കാമെന്നും നമ്മൾ അറിഞ്ഞിരിക്കണം.
- ദൈനംദിന കഥ പറച്ചിലിനെ സങ്കൽപ്പിക്കുവാനുള്ള ഒരു

എളുപ്പ മാർഗ്ഗം, നിങ്ങളുടെ ജീവിതം കഥകളുടെ ഒരു പരമ്പരയാണ് എന്ന് മനസ്സിലാക്കുക എന്നതാണ് — കൃത്യമായി പറഞ്ഞാൽ, ചെറു കഥകൾ. ഒറ്റ വാക്കിൽ ഉത്തരങ്ങൾ നൽകുന്നതിനുപകരം, നിങ്ങളുടെ ഉത്തരങ്ങളെ ആത്മാവുള്ള ഒരു കഥയായി രൂപപ്പെടുത്തുന്നത് ശീലമാക്കുക. ഇത് കൂടുതൽ ഇടപെടലുകൾ സൃഷ്ടിക്കുന്നു, നിങ്ങളുടെ വ്യക്തിത്വം തുറന്നു കാണിക്കുവാൻ നിങ്ങളെ അനുവദിക്കുന്നു, സുഗമമായ സംഭാഷണത്തിന് നിങ്ങളെ അനുവദിക്കുന്നു. ഒരു സംഭാഷണത്തിന് മുമ്പ് നിങ്ങൾക്ക് ഇവ തയ്യാറാക്കുവാൻ കഴിയും എന്നതാണ് ഇവിടെയുള്ള പ്രധാന കാര്യം.

- 1:1:1 രീതി, കഥ പറച്ചിൽ കഴിയുന്നത്ര ലളിതമാക്കുക എന്നതാണ്. പത്ത് വാക്യങ്ങൾ ഉള്ളതിനേക്കാൾ രണ്ട് വാക്യങ്ങൾ ഉള്ള ഒരു കഥയുടെ സ്വാധീനം കൂടുതൽ ശക്തമാകണമെന്നില്ല. അതിനാൽ, 1:1:1 എന്ന രീതിയിൽ കഥയ്ക്ക് ശേഷം സംഭവിക്കുന്ന ചർച്ചയിലും പ്രതികരണത്തിലും ശ്രദ്ധ കേന്ദ്രീകരിക്കുക. (1) ഒരു പ്രവൃത്തി, (2) ഉണർത്തേണ്ട ഒരു വികാരം, (3) ഒരു വാക്യ സംഗ്രഹം എന്നിവ മാത്രമേ ഒരു കഥയിൽ ഉൾക്കൊള്ളാൻ കഴിയൂ. സംസാരത്തിൽ നിന്ന് വ്യതിചലിക്കരുത്, കൂടാതെ നിങ്ങളുടെ ശ്രോതാവ് സംഭാഷണത്തിൽ പൂർണ്ണമായും പങ്കെടുക്കുന്നുണ്ടെന്ന് ഉറപ്പാക്കുകയും വേണം.
- നിലവിലുള്ള എല്ലാ സിനിമകളുടെയും സൂത്രവാക്യമാണ് കഥാതന്തു. നിങ്ങളുടെ ദൈനംദിന കഥകളിലും സംഭാഷണങ്ങളിലും ഉപയോഗിക്കുവാൻ കഴിയുന്ന ഒരു ലളിതമായ ചട്ടക്കൂടാണിത്, കാരണം ഒരു കഥയിൽ എന്തൊക്കെ വൈകാരിക സ്പന്ദനങ്ങൾ നിലനിൽക്കുന്നുവെന്ന് ഇത് നിങ്ങളെ പഠിപ്പിക്കുന്നു. നിലവിലുള്ള അവസ്ഥ, കാര്യങ്ങൾ ആരംഭിക്കുന്ന സംഭവം, നിലവിലുള്ള അവസ്ഥ മാറ്റുന്നതിനുള്ള അനന്തരഫലങ്ങളുടെ ഒരു കൂട്ടം, അവസാന ഭാഗം അല്ലെങ്കിൽ പ്രമേയം, തുടർന്ന് വസ്തുതയ്ക്ക് ശേഷം എന്ത് സംഭവിക്കും എന്നിവയെല്ലാം ഇതിൽ ഉൾക്കൊള്ളുന്നു.

- കഥകൾ ഒരു ആന്തരിക തമാശയ്ക്കും അടിസ്ഥാനമാകാം. നിങ്ങൾ അതിനെക്കുറിച്ച് ചിന്തിക്കുമ്പോൾ, ഒരു ആന്തരിക തമാശ എന്നത് ഒരേ വ്യക്തിയിൽ തന്നെ ഒന്നിലധികം തവണ ഉയർന്നുവരുന്നതും ഒരു നല്ല വികാരം ഉണർത്തുന്നതുമാണ്. വ്യത്യസ്തമായ ഒരു സാഹചര്യത്തിൽ ഉയർന്നുവന്ന അതേ വിഷയമാണിത്. അതിനാൽ, ഒരു സംഭാഷണത്തിലൂടെ നിങ്ങൾ ഒരു കഥയിലേക്ക് തിരികെ വരേണ്ടതുണ്ട്, അത് "നമ്മൾ എപ്പോഴാണ് സംസാരിച്ചതെന്ന് ഓർമ്മിക്കുക..." എന്ന് പറയുന്ന നിമിഷമാകാം. നിങ്ങൾ അത് കൂടുതൽ ഉപയോഗിക്കുംതോറും, നിങ്ങൾ രണ്ടുപേർക്കും ഇടയിൽ ഒരു അദ്വിതീയ ബന്ധം സൃഷ്ടിക്കപ്പെടുന്നു.
- നിങ്ങളുടെ കഥ പറയാനുള്ള കഴിവ് മെച്ചപ്പെടുത്തേണ്ടത് പ്രധാനമാണ്, പക്ഷേ മറ്റുള്ളവരിൽ നിന്ന് കഥകൾ എങ്ങനെ നേടിയെടുക്കാം? ആളുകളിൽ നിന്ന് ഉത്തരങ്ങൾ ചോദിക്കുന്നതിനുപകരം കഥകൾ ചോദിക്കാൻ നിങ്ങൾക്ക് ചോദ്യങ്ങൾ ശ്രദ്ധാപൂർവ്വം രൂപപ്പെടുത്താം, ഇത് സംഭാഷണത്തിൽ ഉൾപ്പെട്ടിരിക്കുന്ന എല്ലാവർക്കും എളുപ്പവും ആസ്വാദ്യകരവുമാക്കുന്നതിനുള്ള ഒരു ലളിതമായ മാർഗ്ഗമാണ്. ആളുകളെ നിങ്ങളോട് തുറന്നുപറയാനും വാചാലരാകാൻ പ്രേരിപ്പിക്കാനും വഴികളുണ്ട്. ആളുകൾ ഉണർത്താൻ ശ്രമിക്കുന്ന വികാരങ്ങൾ കൃത്യമായി നിർണ്ണയിക്കുന്നതിൽ 1:1:1 രീതി ഉപയോഗിച്ച് നമ്മൾ പഠിച്ച പാഠം ഓർക്കുക. ഇത് വർദ്ധിപ്പിക്കുന്നതിന്, നിങ്ങൾക്ക് *കഴുതയുടെ വാൽ ഉറപ്പിക്കുന്നതുപോലെ* തന്ത്രപരമായി ആളുകളുടെ കഥകളിലേക്ക് നിങ്ങളെ ചേർക്കാം.

അദ്ധ്യായം 4. സംഭാഷണം ഒഴുകുന്നതും സുഗമവുമായി നിലനിർത്തുക

- സംസാരിക്കുവാൻ ഒന്നുമില്ലെന്ന് തോന്നുമ്പോൾ, സംഭാഷണം, പ്രത്യേകിച്ച് ചെറിയ സംസാരം, സുഗമ

മായിഒഴുകുന്നത് എങ്ങനെ നിലനിർത്തുവാൻ കഴിയും? നല്ല സുഹൃത്തുക്കളുമായി പോലും ചിലപ്പോൾ ഇത് ഒരു വെല്ലുവിളിയാണ്. മിക്കപ്പോഴും, ഈ സ്തംഭനാവസ്ഥ ഉണ്ടാകുന്നത് നിങ്ങൾ കൃത്യമായി അത് ചെയ്യാത്തതു കൊണ്ടാണ് — സ്തംഭനാവസ്ഥ — ഇരുവശത്തുമുള്ള ഇടപെടലിൽ നിന്ന് ഒന്നും കൂട്ടിച്ചേർക്കുകയോ വേർതിരിച്ചെടുക്കുകയോ ചെയ്യുന്നില്ല. എന്നാൽ അത് മാറ്റാൻ നിങ്ങൾക്ക് നിരവധി മാർഗ്ഗങ്ങളുണ്ട്.

- ആദ്യം, ഒരു ചലനബോധം സൃഷ്ടിക്കുക. ഒരേ വിഷയത്തിലോ, വികാരത്തിലോ ദീർഘനേരം നിൽക്കുന്നത് വിരസതയും നേരിയ സമ്മർദ്ദവും സൃഷ്ടിക്കും. *നിങ്ങൾക്ക് അതിൽ നിന്ന് രക്ഷപ്പെടാൻ കഴിയാത്തത് എന്തുകൊണ്ട്?* തീർച്ചയായും, നിങ്ങൾ ഒരു സിനിമ കാണുകയും അതിൽ മുഴുവൻ സമയവും ആളുകൾ സംസാരിക്കുകയും ചെയ്യുന്നുവെങ്കിൽ, സിനിമ രസകരമാക്കാൻ *നന്നായി എഴുതിയതായിരിക്കും* നല്ലത്. ഇതിനു വിപരീതമായി, ജോസഫ് കാംബെല്ലിന്റെ *നായകന്റെ യാത്ര* ഒരാളുടെ കണ്ടെത്തൽ, വിജയം, തുടർന്നുള്ള പരിവർത്തനം എന്നിവയെ പിന്തുടരുന്ന ഒരു ക്ലാസിക് കഥയാണ്. ഭാഗ്യവശാൽ, ഒരു ഇടപെടലിൽ ചലനം സൃഷ്ടിക്കാൻ നിരവധി മാർഗ്ഗങ്ങളുണ്ട്, എന്നാൽ ഏറ്റവും ശക്തമായ ഭാഗം കാര്യങ്ങൾ ഏതെങ്കിലും വിധത്തിൽ നീങ്ങണമെന്ന് മനസ്സിലാക്കുക എന്നതാണ്.
- ചിലപ്പോൾ, ചലനം സൃഷ്ടിക്കേണ്ടത് നമ്മളാണെന്ന് നന്നായി അറിയാമായിരുന്നിട്ടും, നമുക്ക് അത് ചെയ്യാൻ കഴിയില്ല. ചിലപ്പോൾ നമ്മുടെ മനസ്സ് ശൂന്യമാകും. അടുത്ത രണ്ട് വിഭാഗങ്ങൾ ഇത് പ്രത്യേകമായി കൈകാര്യം ചെയ്യുന്നു—നിങ്ങൾക്ക് എങ്ങനെ വേഗത്തിൽ ചിന്തിക്കുവാൻ കഴിയും? ഇതിന് പരിശീലനം ആവശ്യമാണ്; സ്ഥിരമായി അത് കൈകാര്യം ചെയ്യുന്ന ആർക്കും ഇത്രയും പെട്ടെന്നുള്ള ബുദ്ധി ജനിക്കുന്നില്ല. അപ്പോൾ നിങ്ങൾ അത് എങ്ങനെ പരിശീലിക്കും?

സ്വതന്ത്ര സഹവാസത്തോടെ, ഒരു വാക്ക് എടുത്ത് അത് നിങ്ങളെ ഓർമ്മിപ്പിക്കുന്ന കുറച്ച് വാക്കുകളോ ആശയങ്ങളോ പട്ടികപ്പെടുത്തുക. നിങ്ങളുടെ തലച്ചോറിന്റെ പെട്ടെന്നുള്ള പ്രതികരണങ്ങളെ പരിശീലിപ്പിക്കുകയും നിങ്ങളുടെ കൈവശമുള്ള ഏതെങ്കിലും മാനസിക മുൻവിധികളെ തകർക്കുകയും ചെയ്യുക എന്നതാണ് പ്രധാന ഭാഗം. നിങ്ങൾക്ക് രണ്ട് വാക്കുകൾ തിരഞ്ഞെടുത്ത് അവയെ ഒരു ഹ്രസ്വ കഥയുമായി ബന്ധപ്പെടുത്താം, അല്ലെങ്കിൽ നിഘണ്ടുവിലെ ക്രമരഹിതമായ വാക്കുകളിലേക്ക് മറിച്ചിട്ട് ഒരു കഥ സൃഷ്ടിക്കുവാൻ അവ ഉപയോഗിക്കാം.

- അവസാനമായി, മറ്റെല്ലാം നിങ്ങളുടെ മനസ്സിൽ നിന്ന് മായുന്നുണ്ടെങ്കിൽ, പറയാൻ കാര്യങ്ങൾ പെട്ടെന്ന് തീർന്നുപോകാതിരിക്കാൻ നിങ്ങളെ സഹായിക്കുന്ന മൂന്ന്, അവിശ്വസനീയമാംവിധം സഹായകരമായ ചുരുക്കെഴുത്തുകൾ ഇവയാണ് : എച്ച്പിഎം (HPM), എസ്ബിആർ(SBR), ഇഡിആർ(EDR). എച്ച്പിഎം(HPM) എന്നാൽ ചരിത്രം (History) (വിഷയത്തെക്കുറിച്ചുള്ള നിങ്ങളുടെ വ്യക്തിപരമായ അനുഭവം), തത്ത്വശാസ്ത്രം (Philosophy) (വിഷയത്തെക്കുറിച്ചുള്ള നിങ്ങളുടെ അഭിപ്രായം), രൂപകം (Metaphor) (വിഷയം നിങ്ങളെ ചിന്തിപ്പിക്കുന്നത്) എന്നിവയാണ്. എസ്ബിആർ (SBR) എന്നാൽ നിർദ്ദിഷ്ടം (Specific) (വിഷയത്തെക്കുറിച്ചുള്ള കൂടുതൽ വിശദാംശങ്ങൾ), വിശാലമായത് (Broad) (വിഷയത്തിന്റെ വിശാലമായ സന്ദർഭം), ബന്ധപ്പെട്ടത് (Related) (ബന്ധപ്പെട്ട വിഷയങ്ങൾ) എന്നിവയാണ്. ഇഡിആർ (EDR) എന്നാൽ വികാരം (Emotion) (വിഷയം മറ്റേ വ്യക്തിയിൽ ഉണർത്തുന്ന വികാരങ്ങൾ), വിശദാംശം (Detail) (വിഷയത്തെക്കുറിച്ചുള്ള കൂടുതൽ വിശദാംശങ്ങൾ), പുനഃസ്ഥാപനങ്ങൾ (Restatements) (കൂടുതൽ വിശദീകരണത്തിനായി വിഷയം പുനഃസ്ഥാപിക്കൽ) എന്നിവയാണ്.

അദ്ധ്യായം 5. കൂടുതൽ ആഴത്തിൽ പോകുക, മികച്ചതാക്കുക

- കൂടുതൽ ആഴത്തിൽ പോയി മെച്ചപ്പെട്ടവരാകുക—ഇത് നമ്മുടെ സന്തോഷത്തിനും മാനസിക ക്ഷേമത്തിനും കൂടുതൽ ഗുണകരമാണെന്ന് നമുക്കറിയാവുന്ന തരത്തിലുള്ള ഇടപെടലുകളിലേക്ക് നമുക്ക് എങ്ങനെ പ്രവേശിക്കാം എന്നതിനെക്കുറിച്ചാണ്. ഒരാളുടെ നല്ല സവിശേഷതകളിലേക്ക് നമുക്ക് എങ്ങനെ പ്രവേശിക്കുവാനും അവരുടെ കാവൽക്കാരെ ഉപേക്ഷിച്ച് ഒരു യഥാർത്ഥ ബന്ധം കെട്ടിപ്പടുക്കുവാൻ തക്കവണ്ണം അവർക്ക് നമ്മളെക്കുറിച്ച് നല്ല അനുഭവം നൽകാനും കഴിയും?
- ആളുകളെ, അവരുടെ അതിരുകൾ താഴ്ത്താൻ പ്രേരിപ്പിക്കുന്നതിനുള്ള ഏറ്റവും വ്യക്തമായ മാർഗ്ഗം, അവരെ പലപ്പോഴും അഭിനന്ദിക്കുക എന്നതാണ്. പൊതുവെ അഭിനന്ദനങ്ങൾ നല്ലതാണ്, പക്ഷേ സ്വീകർത്താക്കളെ ശരിക്കും സ്വാധീനിക്കുന്ന ചില പ്രത്യേക അഭിനന്ദനങ്ങളുണ്ട്. ആളുകൾ ബോധപൂർവ്വം തിരഞ്ഞെടുത്ത കാര്യങ്ങളിലും അവരുടെ ചിന്താപ്രക്രിയയെ പ്രതിഫലിപ്പിക്കുന്ന കാര്യങ്ങളിലും നിങ്ങൾ അവരെ അഭിനന്ദിക്കാൻ ശ്രമിക്കണം. ഇത് അവരെ സംബന്ധിച്ചിടത്തോളം, കേവലം അഭിനന്ദനം മാത്രമല്ല, മറിച്ച് അവർക്ക് സാധുത നൽകുന്ന ഒന്നാണ്. ഇത്തരത്തിലുള്ള അഭിനന്ദനങ്ങൾ മറ്റുള്ളവരോട് നിങ്ങൾ അവരുമായി ആഴത്തിലുള്ള തലങ്ങളിൽ യോജിക്കുന്നുവെന്ന് സൂക്ഷ്മമായി പറയുന്നു, കൂടാതെ അവർ ശരിയായ തീരുമാനങ്ങൾ എടുത്തിട്ടുണ്ടെന്നതിൽ അവർക്ക് സന്തോഷിക്കാൻ അവസരം നൽകുകയും ചെയ്യുന്നു.
- ചിലപ്പോൾ, ശ്രദ്ധയോടെ കേൾക്കുവാനും അവരുടെ ആന്തരിക ചിന്തകൾ പ്രകടിപ്പിക്കുവാനും തയ്യാറുള്ള ഒരാളെ കണ്ടെത്തിയാൽ പോലും ആളുകൾ ഉദ്ദേശിക്കാതെ തന്നെ അവരുടെ പ്രതിരോധം ദുർബ്ബലപ്പെ

ടുത്തും. കേൾക്കൽ എന്നത് കുട്ടിക്കാലം മുതൽ പഠിപ്പിക്കേണ്ട ഒരു കഴിവാണ്, പക്ഷേ അങ്ങനെയല്ല നമ്മൾ വളരുന്നത്, അതിനാൽ നമുക്ക് എല്ലാത്തരം ഫലപ്രദമല്ലാത്ത ശ്രവണ ശീലങ്ങളും അവശേഷിക്കുന്നു. നാമെല്ലാവരും സ്വാഭാവികമായും സ്വയം-ആസക്തി യുള്ളവരാണ്, ഇത് മറ്റുള്ളവരെ ഒരു ഇടപെടലിനെ ക്കുറിച്ച് നന്നായി തോന്നിപ്പിക്കുന്നതിനുള്ള ഒരു കഴിവായി കേൾക്കുന്നതിന്റെ പ്രാധാന്യം എടുത്തു കാണിക്കുന്നു. നന്നായി കേൾക്കാൻ വിവിധ രീതികളുണ്ടെങ്കിലും, ശ്രദ്ധിക്കുന്ന മനോഭാവം ഉണ്ടായി രിക്കുക എന്നതാണ് ഏറ്റവും പ്രധാനപ്പെട്ട ഭാഗം : നിങ്ങളെക്കുറിച്ചല്ല, മറ്റൊരാളിൽ ശ്രദ്ധ കേന്ദ്രീകരിക്കുക, അവർ എന്തെങ്കിലും പറഞ്ഞാൽ, അത് പര്യവേക്ഷണം ചെയ്യുക.

- തീർച്ചയായും, ആളുകളുമായി നേരിട്ട് കൂടുതൽ അടുക്കാൻ പരീക്ഷിച്ചു നോക്കിയതും സത്യവുമായ മാർഗ്ഗം മികച്ച ചോദ്യങ്ങൾ ചോദിക്കുക എന്നതാണ്. ലളിതമായ സത്യം എന്തെന്നാൽ, നമ്മൾ ഉപയോഗി ക്കുന്ന മിക്ക ചോദ്യങ്ങളും ഉപരിതലത്തിലുള്ളവയാണ്, അതിനാൽ അവ ഉപരിതലത്തിലുള്ള പ്രതികരണങ്ങൾ മാത്രമേ നൽകൂ. യഥാർത്ഥ വസ്തുതയ്ക്ക് കൂടുതൽ ഫലഭൂയിഷ്ഠമായ ഇടം സൃഷ്ടിക്കുന്ന കൂടുതൽ ആഴത്തി ലുള്ള ചോദ്യങ്ങൾക്കുള്ള ചില മാർഗ്ഗനിർദ്ദേശങ്ങൾ ഇതാ : തുറന്ന ചോദ്യങ്ങൾ ചോദിക്കുക (വസ്തുതകൾ ചോദിക്കരുത്, വസ്തുതകളുമായി ബന്ധപ്പെട്ട വിശകല നവും പ്രതികരണവും ചോദിക്കുക), അനുമാനങ്ങൾ ക്കപ്പുറം പോകുക (നിങ്ങളുടെ സ്വന്തം വിശകലനത്തിൽ നിങ്ങൾക്ക് എന്താണ് നഷ്ടമായത്?), കഥയുടെ എല്ലാ വശങ്ങളും മനസ്സിലാക്കുക (കൂടുതൽ കാഴ്ചപ്പാടുകൾ ഉണ്ടെങ്കിൽ നല്ലത്), തുടർ ചോദ്യങ്ങൾ ഉപയോഗി ക്കുക (നിങ്ങളുടെ സ്വന്തം ചിന്തകളിൽ ഇടപെടരുത്), നിശബ്ദമായ അന്തരീക്ഷത്തിൽ സുഖമായിരിക്കുക, വാസ്തവത്തിൽ അത് ഉപയോഗിക്കുക, സ്വന്തം ഉൾക്കാ

ഴ്ചകൾ കണ്ടെത്താൻ ആളുകളെ പ്രോത്സാഹിപ്പിക്കുക (അപ്പോൾ അത് കാര്യങ്ങളെക്കുറിച്ചുള്ള നിങ്ങളുടെ അഭിപ്രായത്തെ എങ്ങനെ മാറ്റിമറിച്ചു?).

അദ്ധ്യായം 6. ഉള്ളിലേക്ക് നോക്കുക

- ചെറിയ സംസാരം വേദനാജനകമല്ലാത്തതും സുഗമവുമായ രീതിയിൽ ഒഴുകാൻ സഹായിക്കുന്ന നുറുങ്ങുകളും തന്ത്രങ്ങളും കൊണ്ട്, ഈ പുസ്തകം നിറച്ചിരിക്കുന്നു. ഇതെല്ലാം മിക്കവാറും ബാഹ്യമായി ശ്രദ്ധ കേന്ദ്രീകരിച്ചിരിക്കുന്നു—മറ്റേ വ്യക്തിയിലും, ഇടപെടലിലും, നിങ്ങളുടെ സാമൂഹിക വിനിമയങ്ങൾ മെച്ചപ്പെടുത്തുന്നതിന് നിങ്ങൾക്ക് എന്ത് പറയാൻ കഴിയും എന്നതിലും. അതാണ് ഏറ്റവും പ്രധാനപ്പെട്ട ഭാഗം എങ്കിലും, അവസാനം വരെ അവശേഷിക്കുന്ന സമവാക്യത്തിന്റെ ഒരു പ്രധാന ഭാഗം ഇപ്പോഴും ഉണ്ട് : സ്വയം ഉള്ളിലേക്ക് നോക്കുക എന്നത്. മറ്റുള്ളവരുടെ വീക്ഷണകോണിൽ നിന്ന്, ചെറിയ സംഭാഷണങ്ങൾ നടത്താൻ എളുപ്പമുള്ള ഒരാളാണോ നിങ്ങൾ? ആളുകളെ ഊർജ്ജസ്വലരാക്കുകയും ജിജ്ഞാസ ഉണർത്തുകയും ചെയ്യുന്ന ഒരാളാണോ നിങ്ങൾ, അതോ അവരുടെ വിലയേറിയ ഊർജ്ജം ചോർത്തുന്ന ആളാണോ നിങ്ങൾ? നമ്മുടെ നിക്ഷേപങ്ങൾ നമുക്ക് ആവശ്യമുള്ള ഫലത്തിന് ആനുപാതികമാണെന്ന് ഉറപ്പാക്കേണ്ടതുണ്ട്.
- സ്വയം കെട്ടിപ്പടുക്കൂ, അവർ നിങ്ങളുടെ അടുക്കലേക്ക് വരും. ശരിക്കും, നിങ്ങളെത്തന്നെ നോക്കി എന്താണ് രസകരമായതെന്ന് ചോദിക്കുക എന്നതാണ് പ്രധാന കാര്യം. നിങ്ങളുടെ ജീവിതത്തിൽ നിങ്ങൾ യഥാർത്ഥത്തിൽ എന്താണ് ചെയ്യുന്നത്? മറ്റുള്ളവർ കാണാനും ഇടപഴകാനും ആഗ്രഹിക്കുന്ന തരത്തിലുള്ള ആളാണോ നിങ്ങൾ? എങ്കിൽ, നിങ്ങളുടെ സംഭാഷണ സംഗ്രഹത്തിൽ അത് കാണിക്കുന്നതാണ് നല്ലത്. ഇല്ലെങ്കിൽ,

നടപടിയെടുക്കുവാനും സ്വയം കെട്ടിപ്പടുക്കാനുമുള്ള സമയമാണിത്. നിങ്ങൾക്ക് താൽപ്പര്യമുള്ള കാര്യങ്ങൾ പിന്തുടരുക, ജീവിതത്തിൽ സജീവമായി ഏർപ്പെടുക, അഭിനിവേശങ്ങളോ വിനോദങ്ങളോ കണ്ടെത്തുക. വിനോദത്തിനായി ഇന്റർനെറ്റിൽ അന്വേഷിക്കുകയും അതിൽ മുഴുകുകയും ചെയ്യുന്ന ഒരാളെയാണോ നിങ്ങൾ കാണുന്നത്, അതോ വാരാന്ത്യങ്ങളിൽ മാത്രം ടെലിവിഷൻ കാണുന്ന ഒരാളെയാണോ നിങ്ങൾ കാണുന്നത്? *നിങ്ങൾക്ക് കൂടുതൽ താൽപ്പര്യങ്ങൾ ഉണ്ടാകുംതോറും നിങ്ങൾ കൂടുതൽ രസകരമാകും, നിങ്ങൾ ഇടപഴകുമ്പോൾ, മറ്റുള്ളവരും നിങ്ങളുമായി ഇടപഴകുന്നു.*

- സമാനമായി, കൂടുതലറിയുക, കൂടുതൽ വായിക്കുക, കൂടുതൽ കാര്യങ്ങൾക്ക് സ്വയം തുറന്നുകൊടുക്കുക, കൂടുതൽ ചിന്തിക്കുക. നിഷ്ക്രിയമായി നിങ്ങളിലേക്ക് വിവരങ്ങൾ വരുമെന്ന ചിന്ത നിർത്തുക; നിങ്ങൾക്ക് താൽപ്പര്യമുള്ള കാര്യങ്ങളെക്കുറിച്ച് മുൻകൈയെടുത്ത് പഠിക്കുക. ബൗദ്ധിക ജിജ്ഞാസ ഉണ്ടായിരിക്കുക. വ്യത്യസ്ത വീക്ഷണകോണുകളിലൂടെ ചിന്തിച്ചുകൊണ്ട് അഭിപ്രായങ്ങൾ വികസിപ്പിക്കുക, പൊതുവെ കൂടുതൽ അറിവുള്ളവരാകുക. ഈ രണ്ട് കാര്യങ്ങളും നിങ്ങളെ സ്വതന്ത്രമായ സംഭാഷണം സ്വാഭാവികമായി സംഭവിക്കുന്ന തരത്തിലുള്ള വ്യക്തിയാക്കുന്നു, അവ നിർമ്മിക്കേണ്ടതില്ല.
- അങ്ങനെ പറഞ്ഞാൽ, ലോകത്തിലെ ഏറ്റവും രസകരമായ വ്യക്തി നിങ്ങളായിരിക്കാം. എല്ലാം ന്യായവിധിയോടെ കാണുന്നത് പോലുള്ള, ഏറ്റവും വെറുപ്പുളവാക്കുന്ന സാമൂഹിക ശീലങ്ങളിലൊന്ന് നിങ്ങൾക്കുണ്ടെങ്കിൽ ആരും അത് ശ്രദ്ധിക്കില്ല. കറുപ്പിലും വെളുപ്പിലും മാത്രം കാണുന്ന ഒരു സ്വഭാവമാണിത്, എല്ലാവരും രണ്ട് വിഭാഗങ്ങളായി മാറുന്നു : നിങ്ങളുടെ കാഴ്ചപ്പാട് അല്ലെങ്കിൽ തെറ്റായത്. അവിടെ നിങ്ങൾ വിശ്വാസ പോലീസിലെ അംഗമാണ്.

ഇത് മറ്റുള്ളവരെ അലോസരപ്പെടുത്തുന്നതും നിരാശാജനകവുമാണെന്ന് നിങ്ങൾക്ക് ഉറപ്പിക്കാം, ഒടുവിൽ അത് നിങ്ങളുടെ ചുറ്റും അവർക്ക് സുരക്ഷിതത്വമില്ലെന്ന് തോന്നുകയും നിങ്ങളെ പൂർണ്ണമായും ഒഴിവാക്കുകയും ചെയ്യുന്ന അവസ്ഥയിലേക്ക് നയിക്കും. നിങ്ങൾക്ക് ന്യായവിധിയോടെ പെരുമാറുവാനുള്ള പ്രേരണ തോന്നുമ്പോൾ, നിങ്ങൾക്ക് ബുദ്ധിപൂർവ്വമായ ഒരു വിധി നിർണ്ണയിക്കുവാൻ ആവശ്യമായ വിവരങ്ങൾ ഇല്ലെന്ന് കരുതുക, മറ്റുള്ളവരെക്കുറിച്ചും നിങ്ങൾക്ക് എന്താണ് നഷ്ടമാകുന്നതെന്നും കൂടുതൽ ജിജ്ഞാസയുള്ളവരാകുക. മറ്റെല്ലാം പരാജയപ്പെട്ടാൽ, എല്ലാവരും തങ്ങളുടെ പക്കലുള്ളത് ഉപയോഗിച്ച് പരമാവധി ശ്രമിക്കുകയാണെന്ന് അനുമാനിക്കുക.

വിവർത്തകയെക്കുറിച്ച്

കോഴിക്കോട് ജില്ലയിലെ പന്തീരാങ്കാവിൽ ജനിച്ചു. കോളേജ് ഓഫ് എഞ്ചിനീയറിംഗ് വടകരയിൽ നിന്ന് ബിടെക് കമ്പ്യൂട്ടർ സയൻസിൽ ബിരുദം നേടി.

Shilpa94475@gmail.com